AF758927

முன்னுரை

வாசித்து, பின்பற்ற வேண்டிய நீண்ட வரலாறு

தோழர் எஸ்.ஜி.ரமேஷ்பாபு எழுதிய 'விடுதலை வேள்வியில் வீர மங்கைகள்' என்னும் நூல் ஏராளமான உத்வேகம் அளிக்கும் விவரங்களைத் தன்னகத்தே கொண்டுள்ளது. நூலாசிரியர் நிறையவே உழைத்திருக்கிறார் என்பதை உணர முடிகிறது. 40 வீரப் போராளிகளை இந்நூல் அறிமுகம் செய்கிறது. எத்தனை எத்தனை தடைகளைத் தகர்த்து, ஏகாதிபத்திய மற்றும் பிற்போக்கு சமூக சதி வலைகளைக் கடந்து முத்திரை பதித்துள்ளனர்!!

இந்திய சுதந்திரப் போராட்டத்தில் பங்கேற்காத சக்திகள், செங்கோட்டையில் சுதந்திர தின கொடியேற்றுவதை நினைத்து நாடு வெட்கப்படும் சூழலில், சுதந்திர தின பவள விழா கொண்டாட்டத் தருணத்தில் இப்படிப்பட்ட நூல் வெளிவருவது பொருத்தமானது. இந்த வரலாறுகளின் ஊடே பெண்ணைப் பற்றிய பிற்போக்கு பிம்பம் உடைத்து நொறுக்கப்படுகிறது. மனுவாத சித்தாந்தம் பின்னுக்குத் தள்ளப்படுகிறது.

இந்தியாவின் வளங்களை பிரிட்டிஷ் ஏகாதிபத்தியம் கொடூரமாகக் கொள்ளை அடித்தது, ஆதிவாசிகள் தோட்டத் தொழிலாளிகள் உள்ளிட்ட உழைப்பாளி வர்க்கம் நசுக்கப்பட்டது, கடுமையான சுரண்டல் காரணமாக கொடுமையான பஞ்சங்கள் ஏற்பட்டு இந்திய மக்கள் கொத்துக் கொத்தாகச் செத்து மடிந்தது போன்ற அரசியல், சமூக, பொருளாதார விளைவுகளைப் புரிந்து கொண்டு எதிர்வினை ஆற்றிய பெண் தலைவர்களின் வரலாறு தீரம் மிக்கதாகும்.

கதர் உடைக்கு, கதர் என்ற பெயரை காந்தியடிகளுக்கு அறிமுகம் செய்த அபாடி பானோ பேகம் குறித்து நாம் அதிகம் அறிந்திருக்கவில்லை. கம்யூனிஸ்டுகளின் பிரச்சாரத்தால் தாக்கம் பெற்று, ஆமதாபாத் காங்கிரஸ் மாநாட்டில் பூரண சுதந்திரம் என்கிற தீர்மானத்தை முதன்முதலில் மௌலானா ஹஜ்ரத்

மொஹானி முன்மொழிந்தார் என்பது நமக்குத் தெரியும். ஆனால் அவருடைய இணையர், பேகம் நிஷாதுன்னிசா பிரிட்டிஷ் ஆட்சியை எதிர்த்து சளைக்காமல் போராடினார், ஹஸ்ரத் மொகானி ஏகாதிபத்தியத்திற்கு எதிராக ஒரு பத்திரிக்கை துவங்கி நடத்தியதற்காக சிறையில் அடைக்கப்பட்ட போது, அந்தப் பத்திரிகையை விடாமல் தொடர்ந்து நடத்தினார், அதில் எழுதினார் என்கிற விவரங்கள் அதிகம் பொது வெளியில் தெரியாது. அம்மா ஜான் என்று அன்போடு அழைக்கப்பட்ட ஆந்திர மாநிலத்தைச் சேர்ந்த கதர் ஆடை ஹாஜரா பீவி அவர்களின் போராட்டம் உத்வேகமளிக்கிறது. ஜெய் ஹிந்த் என்ற மகத்தான முழக்கத்தை உருவாக்கியது அவரது இளைய மகன் தான் என்பது எத்தனை பேருக்கு தெரியும்?

அனைத்திந்திய ஜனநாயக மாதர் சங்கத்தின் துவக்க காலத் தலைவர்கள் அனைவருமே விடுதலைப் போராட்ட வீரர்கள் என்பது பெருமைக்குரியது. அவர்கள் குறித்தும் முழுமையான தகவல்கள் இந்நூலில் உள்ளன. தமிழகத்தில் சுதந்திரப் போராட்டத்தில் ஈடுபட்ட கே. பி. ஜானகியம்மாள் உள்ளிட்ட வீராங்கனைகள் குறித்தும் ஏராளமான பதிவுகள் உள்ளன.

வரலாறு ஏற்கனவே நடந்து முடிந்ததுதானே என கடந்து செல்கிற விஷயம் அல்ல. கடந்தகால பாரம்பரியத்தில் எதை நினைத்து பெருமை கொள்வது, எதை நிராகரிப்பது என்கிற புரிதல் நமக்குத் தேவைப்படுகிறது. ஆர் எஸ் எஸ், பா.ஜ.க. முன் வைக்கிற படி பழமை அனைத்தும் போற்றுதற்குரியது அல்ல. பழமையின் ஆக்கபூர்வ கூறுகளை உள்வாங்கிக் கொண்டு, தவறுகளில் இருந்து கற்றுக் கொண்டு முன்னேறிச் செல்ல வேண்டிய அவசியம் இருக்கிறது. பெண்களின் வாழ்க்கை பாதை எதை நோக்கியதாக இருக்க வேண்டும் என்கிற உண்மை, இந்நூல் சுட்டிக்காட்டுகிற பதிவுகளில் இருக்கிறது.

வேலைக்குச் செல்லும் பெண்களில் 90 சதவிகிதம் பேர் ஒழுக்கம் இல்லாதவர்கள் என்று காஞ்சி சங்கராச்சாரியார் சொன்னதோ, மனுஸ்மிருதி பெண்களை உயர்ந்த அந்தஸ்தில் வைக்கிறது என அண்மையில் டெல்லி உயர்நீதிமன்ற பெண் நீதிபதி பிரதீபா சிங் சொன்னதோ எவ்வளவு அபாண்டம் என்பதை நமது முன்னோடிகளின் வாழ்க்கை உணர வைக்கிறது. ஆணின் வெற்றிக்குப் பின்னால் பெண் இருக்கிறாள் என்கிற பழங்கதைகளைத் தூக்கி எறிந்து, ஆணுக்கு இணையாக... ஏன் சில சமயங்களில்..

ஆணுக்கு முன்னால் பெண் இருப்பதை இந்த அத்தியாயங்கள் விளக்குகின்றன.

அவசியம் வாசித்து உள்வாங்கி பின்பற்ற வேண்டிய நீண்ட வரலாறு கையடக்கமான இந்நூலில் உள்ளது... கட்டாயம் பயன்படுத்தவும்.

உ. வாசுகி
அகில இந்திய துணைத்தலைவர்
அனைத்திந்திய ஜனநாயக மாதர் சங்கம்

உள்ளே செல்லும் முன் ...

1

இந்தப் புத்தகம் வெளிவர முழு முதல் காரணம் மார்க்சிஸ்ட் கட்சியின் மத்திய குழு உறுப்பினர் தோழர் உ.வாசுகி அவர்களே ஆவார்கள். ஆம், சுமார் 13 ஆண்டுகளுக்கு முன் இந்திய ஜனநாயக வாலிபர் சங்கத்தின் மாநிலத் தலைவராக நான் பணியாற்றிக்கொண்டிருந்த சமயம் அது. ஏலகிரியில் நடைபெற்ற அனைத்திந்திய ஜனநாயக மாதர் சங்கத்தின் மாநில பயிற்சி முகாமில், 'விடுதலைப் போரில் பெண்கள்' என்ற தலைப்பில் நான் வகுப்பெடுக்க வேண்டும் என்று தோழர் வாசுகி அவர்கள் கேட்டுக்கொண்டார்கள். மிகவும் தயக்கத்துடன்தான் ஒப்புக்கொண்டேன். ஏனெனில் இந்தத் தலைப்பு மிகவும் தேடலை கோரும் தலைப்பாகும்.

எனினும், கிடைத்த தரவுகளுடன் அந்த மாநில வகுப்பில் கலந்துக் கொண்டு என்னால் முடிந்த அளவு உரையாற்றினேன். வகுப்பு முடிந்ததும் பல தோழர்கள் பாராட்டுதலை தெரிவித்தனர். அதோடு விடவில்லை, இதை ஏன் நீங்கள் மகளிர் சிந்தனை மாத இதழில் தொடராக எழுதக்கூடாது என எழுதத் தூண்டினர். ஆனால் ஒரு ஒரு மணிநேர உரை பிரச்சனை கிடையாது. ஆனால் எழுதுதல் என்பது அப்படியே ஆவணமாக மாறிவிடும் என்பதால் மிகவும் தயங்கினேன். நிறைய தரவுகளை தேடினேன். பின்பு எழுதத் துவங்கினேன். கிட்டத்தட்ட 21 மாதங்கள் அந்தத் தொடர் வந்திருக்கும் என நினைக்கிறேன். ஆனால் அந்த 21 மாதம் என்னிடம் தொடர்ந்து எழுதி வாங்க தோழர்கள் பிருந்தாவும், பிரமிளாவும் மிகவும் சிரமப்பட்டனர். அனுப்பிய உடன் படித்து ஆலோசனைகளைச் சொன்னார்கள். இந்தத் தொடரைப் படித்து தோழர் ஜான்சிராணி தொடர்ந்து உற்சாகப்படுத்தினார். களப்பணிகளும் தொடர் பணிகளும் ஒருவழியாக அந்த தொடர் நின்று போனது.

அத்தொடரில் வெளிவந்த எங்கும் நிறைந்த பெண் போராளிகள், வேலுநாச்சியார் எனும் வீர வேங்கை, போரிடு

இல்லையேல் அழிந்திடு: கிட்டூர் ராணி சென்னம்மா, மங்காத வீரம் கொண்ட மணிகர்னிகா, தியாகத்தின் மானுட உருவம் ஜல்காரி பாய், ஹசரத் மஹல்: அனாதைப் பிணமாகக் கிடந்த இஸ்லாமிய விடுதலைப் போராளி, எங்கும் நிலைத்திருப்பார்கள் குயிலியும் - அவந்திபாயும் ஆகிய தலைப்புகளின் சுருக்கப்பட்ட வடிவம் 2012 ஆம் ஆண்டில் மாதர் சங்க மாநில மாநாட்டினையொட்டி பாரதி புத்தகாலயம் சார்பில் "விடுதலைப் போரில் பெண்கள் 1857 எழுச்சிகளின் பின்னணியில்" என்ற ஒரு சிறு பிரசுரமாக வெளிவந்தது.

அந்த சிறு பிரசுரத்தின் இறுதிப் பகுதியில் "இந்த பிரசுரம் விரிவான நூலாக வடிவம் பெறும் போது 1700 களின் இறுதியில் துவங்கி 1947 வரை நடந்த போராட்டங்களின் வீரமிகுந்த பெண்களின் பங்களிப்பை பதிவாக்க முடியும்". என குறிப்பிட்டிருந்தேன். அந்த விரிந்த வடிவம்தான் இந்தப் புத்தகம்.

வரலாற்றுப் புத்தகங்கள் எப்பொழுதும் பக்கச்சார்பாகவே இருந்து வருகின்றன. அதற்குக் காரணம் எழுதுபவர்கள் கண்ணோட்டம். குறிப்பாக வெற்றி பெற்றவர்களே வரலாறுகளை எழுதுகின்றனர். எனவே அவர்கள் சார்பு அதில் இருப்பதில் வியப்பென்ன? ஆனால் தோல்வியடைந்த மனிதர்களின் அல்லது இயக்கங்களில் வரலாறுகள் எழுதப்படும் காலமாக தற்காலம் மாறிக்கொண்டிருக்கிறது. எனவேதான் சிப்பாய் கலகம் முதல் விடுதலைப் போராட்டமாக வடிவம் கொண்டது. தூக்கிலிடப்பட்ட மருது சகோதரர்கள் மண்ணைக் காத்து நின்ற வீரர்களாக போற்றப்படுகின்றனர். இதன் காரணமாகவே, ஆங்கிலேயர்களுக்கு தலைவணங்குவதற்கு அப்பட்டமாக மறுத்து, தங்கள் தாய்நாட்டின் மீதான அன்பையும் விசுவாசத்தையும் காட்டி களப்பலியான எண்ணற்ற இளைஞர்கள் மற்றும் பெண்களின் தியாகங்களை போற்றி நிறைய நூல்கள் வெளிவருகின்றன.

அதிலும் குறிப்பாக இந்திய விடுதலைப் போராட்டத்தில் பங்கேற்காத, ஆங்கிலேயர்களுக்குச் சேவகம் செய்த, பொதுவெளியில் பெண்கள் பங்கேற்பை விரும்பாத, ஒற்றை இந்துக் கலாச்சாரத்தை உயர்த்திப் பிடிக்கும், மத அடிப்படைவாதிகள் இந்திய ஆட்சியதிகாரத்தைக் கையில் வைத்திருக்கும்பொழுது வரலாறு மிகவும் முக்கியத்துவம் பெறுகிறது. ஆட்சியாளர்கள் அவர்கள் விரும்பும் வகையில் வரலாற்றை திருத்த நினைக்கின்றனர். இது மிகவும் ஆபத்தான எதிர்காலத்தை உருவாக்கும் வன்செயலாகும்.

12,000 ஆண்டுகளின் வரலாற்றை எழுத அதாவது வரலாற்றை மாற்றி எழுத மத்திய பா.ஜ.க அரசு 15 பேர்கள் கொண்ட குழுவை அமைத்துள்ளது. அந்தக் குழுவில் 6 பேர் சமஸ்கிருத பேராசிரியர்கள். 4 பேர் பா.ஜ.க வரலாறு பேசும் நபர்கள், ஒருவர் பிராமணர் சங்கத் தலைவர், மற்றொருவர் கனடாவில் வசிக்கும் மருத்துவ ஆய்வாளர். இதில் இடதுசாரிகளுக்கோ, இஸ்லாமியர்களுக்கோ, தலித்துகளுக்கோ இடம் இல்லை. மொத்த வரலாறும் புதைந்துகிடக்கும் தென்னிந்தியாவில் இருந்தோ அல்லது சுமார் 70 ஆயிரம் கல்வெட்டுகள், பட்டயங்கள், கற்காலச் சான்றுகள் உள்ளிட்ட இன்னும் பிற முதன்மை வரலாற்றுச் சான்றுகளையும் தொடர்ச்சியாக வெளிக்கொணர்ந்து அனுபவம் பெற்றிருக்கிற ஏராளமான தமிழக ஆய்வாளர்கள் உள்ள தமிழ்நாட்டில் இருந்து ஒரு அறிஞரும் இல்லை என்பதன் சூட்சுமம் புரிகிறதா? அவர்கள் விரும்புகிற ஆய்வாளர்களை நியமித்து வரலாறு எழுதுகிறார்கள். பா.ஜ.க சொல்லும் வரலாற்றை எழுதவே இந்த குழு.

நான்கில் மூன்று பங்கு கல்வெட்டுகள் தமிழகத்திலும் தென்னிந்திய மொழியிலும் உள்ள சூழலில், 25 சதவீத அளவில் மட்டுமே கல்வெட்டுகளையும் இன்னும் பிற சான்றுகளையும் கொண்டுள்ள அல்லது அதுபற்றி சமஸ்கிருத மற்றும் வடநாட்டில் ஆய்வு செய்து வரும் ஆய்வாளர்களை வைத்து இந்திய வரலாற்றைக் கட்டமைப்பது என்பது சரியான அணுகுமுறை அல்ல. 75 சதவீத கல்வெட்டுகளை வாசிக்காமல் அதன் உண்மை வரலாற்றைத் தவிர்த்துவிட்டு ஒரு குறிப்பிட்ட பகுதியின் வரலாற்றை மட்டும் இந்தியாவின் வரலாறாகக் கூறமுடியும்?

25.10.2014 அன்று மும்பையில் பிரதமர் மோடி, அறிவியலுக்கு முரணான, சில செய்திகளைப் பேசியுள்ளதை நினைத்துப் பாருங்கள். மகாபாரதத்தில் இடம்பெற்றுள்ள கர்ணன் பாத்திரம், அன்றே ஜெனடிக் அறிவியல் வளர்ந்துள்ளது என்பதற்கான சாட்சி என்றும், இந்துக்கள் வணங்கும் விநாயகர் உருவம், அன்றே பிளாஸ்டிக் சர்ஜரி இந்தியாவில் இருந்துள்ளது என்பதைக் காட்டுகிறது என்றும் அவர் உரையாற்றி உள்ளார். இது நகைப்புக்குரியது என்றாலும் அறிவியல் உண்மைகளை மதவயமாக்கும் விஷமம் நிறைந்த பேச்சு இது. மக்களிடம்

அறிவியல் மனப்பான்மையை வளர்க்க வேண்டும் என்று கூறும் இந்திய அரசமைப்புச் சட்ட விதிக்கே எதிரானது இது.

ஏற்கனவே பல வரலாற்றுப் பிழையான செய்திகளை பல மேடைகளில் அவர் கூறியுள்ளார். 2013 நவம்பரில் பாட்னாவில் பேசும்போது, அலெக்சாண்டர் பீகாரில், கங்கைக் கரையோரத்தில்தான் இறுதியாக மாண்டு போனார் என்று ஒரு செய்தியைக் கூறினார். உண்மையில் மாசிடோனியாவின் மாமன்னன் அலெக்சாண்டர் கி.மு.323ல், பாபிலோனில் இறந்தார். பட்டேலின் இறுதி ஊர்வலத்தில் நேரு கலந்து கொள்ளவில்லை என்று ஒரு நேர்காணலில் கூறினார். அது உண்மைக்கு மாறானது, மோடி பொய்யை தயக்கமின்றி கூறினார். அதேபோல தமிழ்நாட்டில் உப்புச் சத்தியாகிரகத்தில் கலந்து கொண்டவர் வ.உ.சி. என்று கூறித் தமிழக மக்களை அதிர்ச்சியடைய வைத்தார்.

தீன நாத் பத்ரா, சர்வ சிக்ஷா பச்சோவா அந்தோலன் சமிதி என்னும் அமைப்பின் நிறுவனர். வைணவ ஆய்வாளர் ஏ .கே. ராமானுஜம் எழுதிய 'பல ராமாயணங்கள்' என்னும் ஆய்வு நூலைத் தில்லிப் பலகலைக் கழகத்தில் பாடமாக வைக்கக் கூடாது என்று கூறித் தடுத்தவர். பென்குவின் நிறுவனம் வெளியிட்ட, அமெரிக்கப் பேராசிரியர் வெண்டி டோனிகர் எழுதிய, 'இந்துக்கள் - ஒரு மாற்று வரலாறு" என்னும் நூலைத் தடை செய்யக் கோரியவர். எல்லாவற்றையும் தாண்டி, குஜராத் பள்ளிகளில் பாட நூல்களில், விநாயகரின் பிளாஸ்டிக் அறுவை சிகிச்சை பற்றி எழுதியுள்ளவரும் இவரே. அந்த நூலுக்கு, அன்று குஜராத்தின் முதல்வராக இருந்த மோடி ஒரு சிறிய அணிந்துரையும் எழுதியுள்ளார் என்பது குறிப்பிடத் தக்கது.

வாஜ்பாய் பிரதமராக இருந்தபோதும் இந்த முயற்சிகளை இந்துத்துவ பாசிச சக்தியினர் மேற்கொண்டனர். ரிக் வேதத்தின் காலம் கி.மு.1500 என்னும் உண்மையை மாற்றி, கி.மு.5000 என்று எழுத முயன்றனர். புகழ் பெற்ற ஹரப்பா நகரத்தின் பெயரை சரஸ்வதி சிந்து என மாற்ற முயன்றனர். சிந்துவெளி நாகரிகத்தையே மறைத்து, சரஸ்வதி நாகரிகம் என்று இல்லாத ஒன்றைக் கொண்டுவர முயன்றனர்.

இந்திய விடுதலைப் போரில், சாவர்க்கரைத் தவிர ஆர். எஸ்.எஸ். அமைப்பைச் சேர்ந்த எவரும் பங்கு கொள்ளவில்லை என்பதே வரலாறு. அவரும்கூட ஆங்கிலேய அரசுக்கு மன்னிப்புக்

கடிதங்கள் எழுதி புகழ்பெற்றவர். ஆனால் விடுதலை இயக்கங்களில் ஆர்.எஸ்.எஸ் பங்கேற்றது போல ஒரு பிம்பத்தை ஏற்படுத்த முயற்சிக்கின்றனர். தொடர்ந்து செய்யும் வரலாற்றுத் திரிபுகளை அவர்கள் கை விடுவதாக இல்லை. மகாத்மா காந்தியைப் போலக் கோட்சேயும் தேசபக்தர் என்று கூறத் தொடங்கியிருக்கும் ஆர்.எஸ்.எஸ் அமைப்பினர், மகாத்மாவை கோட்சே சுட்டுக் கொன்ற அதே ஜனவரி 30அன்று, நாடெங்கும் கோட்சேக்குச் சிலைகளை வைக்கும் முயற்சியில் இறங்கி உள்ளனர். இந்தப் பின்னணியில் உண்மை வரலாற்றைத் தேடி எழுத வேண்டியது அவசிய பணியாகிறது.

3

இந்த நாட்டின் விடுதலைக்காக நூறு ஆண்டுகளைக் கடந்து உயிர் தியாகம் செய்து போராடிய இஸ்லாமியர்களை இந்திய தேசத்தின் விரோதிகளாக கட்டமைக்க முயக்கிறது இந்து மத அடிப்படைவாத சக்திகள். ஆனால் வரலாறு அவர்கள் தியாகத்தை குறித்து வைத்திருக்கிறது. இந்த நூலில் இஸ்லாமிய சமூகத்தைச் சேர்ந்த விடுதலைப் போராட்டத்தின் வீரமங்கைகளான அயோத்தியின் விடுதலைக்கு கீதம் இசைத்த பேகம் ஹசரத் மஹல், முதல் பெண் அமைச்சர் மசூமா பேகம், காந்தியடிகளால் “அம்மா ஜான்” என அழைக்கப்பட்ட ஹாஜியா, பூரண விடுதலை கேட்ட மங்கை பேகம் நிஷாதுன்னிசா மோஹானி, ஜமால் உன்னிசா பாஜி, சுப்ரீம் சோவியத்" ஹஜ்ரா பேகம், கதராடை ஹாஜரா பீவி, பாறையைப் போல நின்ற முகமது கவுஸ் கத்தூன், சமகால போராளிகளான அனீஸ் பேகம் கித்வாய் மற்றும் குல்சும் சயானி, கதர் பெயர் உருவாக்கிய அபாடி பானோ பேகம் போன்றோர் குறித்த தரவுகளை சேகரித்து எழுதி இருக்கிறேன். அது வட்டுமல்லாமல் வீதிக்கு வந்த இஸ்லாமியப் பெண்கள் என்கிற ஒரு தலைப்பும், பின்னிணைப்பாக விடுதலைப் போரில் தமிழக இஸ்லாமியர்களின் தியாகம் என்ற ஒரு தலைப்பும் சேர்த்திருக்கிறேன்.

இன்னும் போராட்ட வரலாற்றில் ஒளிந்திருக்கும் அல்லது கண்டும் காணாமல் விடப்பட்டிருக்கும் பெண் வீராங்கனைகளைத் தேடித்தேடி எழுத வேண்டிய பணிகள் இந்த சமூகத்தின் முன்னால் இருக்கிறது. இந்த நூலுக்காக தரவுகளை தேடி அலைந்த போது ஹைதராபாத்தைச் சேர்ந்த எழுத்தாளர் சையது நாசர் அகமதுவை சந்திக்க நேர்ந்தது. அவர் வெளியிட்ட THE IMMORTALS என்ற

ஆங்கிலப் புத்தகத்தை எனக்கு அனுப்பி வைத்தார். ஒவ்வொரு பாராவாக ஒரு விடுதலைத் தியாகியை அறிமுகம் செய்திருந்தார். அதன் பிறகு அவர்கள் குறித்த குறிப்புகளை தேடி எடுத்த எழுதி உள்ளேன். இன்னும் ஒரு தொகுப்பு கொண்டுவர முயற்சி செய்கிறேன். எழுதப்பட வேண்டிய நிறைய ஆளுமைகள் இருக்கின்றனர்.

பல பணிச்சூழலுக்கு இடையில் இந்த நூலுக்காக முன்னுரையை எழுதிய தோழர் உ.வாசுகி அவர்களுக்கும், மதிப்புரை வழங்கிய என் அன்பிற்குறிய தோழர், எழுத்தாளர் ச.தமிழ்செல்வன் அவர்களுக்கும், மொழி பெயர்பில் உதவிய கடலூர் எல்.ஐ.சியில் பணியாற்றும் தோழர் ஜி.சுகுமாறன் அவர்களுக்கும், முழுமையாகப் படித்து பிழைதிருத்தங்கள் செய்து கொடுத்த தோழர் மூசா அவர்களுக்கும், எப்போதும் என பலமாய் திகழும் தோழர் கீதாவிற்கும், அன்பு மகன் சத்யகுமாருக்கும் களப்பணிகளுக்கு இடையில் எனது எழுத்துப் பணியை உற்சாகப்படுத்தும் அன்புத் தோழர்கள் டி.ஆறுமுகம், ஜி.மாதவன், முனைவர் எம்.அருள்பிரகாசஜோதி, எஸ்.சரவணன், பா.ஹேமாவதி ஆகியோருக்கும் எனது அன்பும் நன்றியும்.

வழக்கம் போல மிகவும் சிரத்தை எடுத்து நூலினை வெளியிடும் பாரதி புத்தகாலக ஊழியர்களுக்கும் தோழர்கள் நாகராஜன், சிராஜுதின் ஆகியோருக்கும் எனது நன்றி! கடலூரில் நடைபெறும் அனைத்திந்திய ஜனநாயக மாதர் சங்கத்தின் 16 வது மாநில மாநாட்டில் இந்த நூலினை வெளியிடுவதில் பெரு மகிழ்ச்சி அடைகிறேன். தோழர்கள் வாலண்டீனா, சுகந்தி உள்ளிட்ட மாநில நிர்வாகிகளுக்கு நன்றியை தெரிவித்துக்கொள்கிறேன்.

எனது மூத்த மகன் சூர்யகுமாரின் நினைவுகளைச் சுமந்தே காலம் கடந்து செல்கிறது. இயக்கப் பணியே இயங்க வைக்கிறது. களப்பணிகளுக்கு மத்தியில் தொடர்ந்து எழுத முயல்கிறேன். நன்றி!

செப்டம்பர் 2022 தோழமையுடன்
சிதம்பரம் எஸ்.ஜி.ரமேஷ்பாபு
94887 63666

நூலடக்கம்..

1

எங்கும் நிறைந்துள்ள பெண் போராளிகள் – ஒரு அறிமுகம்

1498 மே மாதம் 17 ஆம் நாள். அன்றுதான் பார்த்தலோமிய டயஸ் காட்டியிருந்த வழியைப் பயன்படுத்திக் கொண்டு, நன்னம்பிக்கை முனையைத் தாண்டி, இந்தியாவின் மேற்குக் கடற்கரையோரம், கேரளப்பகுதியின், கள்ளிக்கோட்டைக்கு (கோழிக்கோடு) வாஸ்கோடகாமா எனும் போர்த்துக்கீசியர் முதன் முதலில் வியாபாரப் படையெடுத்து வந்து சேர்ந்த தினம்.

*1471*ல் தனது பயணத்தை துவக்கி 27 வருட கடும் முயற்சிக்குப் பின்னர் இந்தியாவை வந்தடைந்த போர்ச்சிகீசியர் அவர். பின்பு பல நாடுகளை சார்ந்த வெள்ளையர்கள் இங்கு வந்தனர். வணிகங்களை பெருக்கினர். நிலப்பரப்புகளை வென்றனர். நாடுகளைக் கடந்து நாடுகள் மீதான படையெடுப்புகள் மனிதகுல வரலாற்றில் ஒன்றும் புதிதல்ல. ஆயினும் வியாபாரத்திற்கான சந்தைகளை காலனிகளாக மாற்றிய நடைமுறையைக் கொண்டுவந்தவர்கள் ஐரோப்பியர்கள்தான்.

ஆங்கிலேயர்களுக்கு முன்பு இந்தியாவை நோக்கி முகலாயர்கள் வந்தார்கள். தங்கள் ஆட்சியை நிறுவினர். ஆனால் அவர்கள் இங்கேயே நிரந்தரமாய் தங்கினர், தங்கள் தலைமுறையை இங்கே நிறுவினர். அவர்களது பரம்பரையினர் இந்திய மக்களாகவே வாழ்கின்றனர். இதுதான் அவர்களது தாய்நாடானது. ஆங்கிலேய ஆதிக்கத்தை எதிர்த்து இந்திய விடுதலைக்காக இன்னுயிர் இழந்த இஸ்லாமியர்கள் ஆயிரமாயிரமாய் இருக்கின்றனர். ஆனால் நமது வரலாறு ஏதோ இஸ்லாமியர்கள் மட்டுமே படையெடுத்து வந்ததாக நமக்கு போதிக்கிறது. இந்திய வரலாற்றில் எழுதப்பட்ட வரலாற்றுச் சோகம் இது.

வரலாறு எப்போதும் வெற்றி பெற்றவர்களால் எழுதப்படுவதாகவே இருக்கிறது. இந்தியாவின் வரலாற்றையும், விடுதலைப் போராட்டப் பதிவுகளையும் எழுதியவர்களில் பெரும்பான்மையானவர்கள் ஆங்கிலேயர்களே! அதனால்தான் 1857 ஆம் ஆண்டு நடந்த மகத்தான ஒருங்கிணைக்கப்பட்ட மாபெரும் விடுதலைப் போராட்டத்தை சிப்பாய் கலகம் என அவர்களால் மலினமாக எழுத முடிந்தது. உழுபடை நிலங்கள் உழுபவனுக்கே சொந்தம் என்ற அந்தப் போராட்டத்தின் அச்சாணியான கோரிக்கையை மறைக்க முடிந்தது. 1946 ஆம் ஆண்டு நடந்த தொழிலாளர்களின் ஆதரவு நிறைந்த, வீர காவியமான கப்பற்படை எழுச்சியை ஏதோ சம்பளக் கோரிக்கைப் போராட்டம் போல குறுக்க முடிந்தது. ஆனால் இந்திய விடுதலைப் போராட்டம் என்பது பலநூறு ஆண்டுகள் நடந்தது.

கத்தியின்றி இரத்தமின்றி நடந்த யுத்தமல்ல, மென்மையாய் மயிலிறகால் வருடிக்கொடுத்து பெறப்பட்டதல்ல. இலட்சக்கணக்கான ஆண், பெண்களின் உயிர்களை விலையாய் பெற்றது, பல்வேறு வடிவங்களில் பல தன்மைகளில் மக்கள் திரட்டப்பட்ட ஒரு மகா சம்பவம் அது. அகிம்சைப் போராட்டங்கள், ஆயுதம் தாங்கிய போராட்டங்கள் என இரு வழிகளும் விடுதலை பாதையை நோக்கி நடைப்போட்டது. தேசவிடுதலையே முதன்மையாய் இருந்தது. ஆனால் வெறும் விடுதலை முழக்கம் மட்டும் அப்போது எழவில்லை. அந்த காலகட்டத்தில் விடுதலைப் போராட்டத்தின் இணை கோடுகளாக, விடுதலைக்குப் பின்பு இந்த நாடு சந்திக்கும் சவால்களைச் சமாளிக்கவும் கோரிக்கைகள் வைக்கப்பட்டன.

அகிம்சைப் போராட்டங்கள், ஆயுதம் தாங்கிய போராட்டங்கள் இவற்றுடன் சமூக சீர்திருத்த போராட்டங்கள், தீண்டாமைக்கு எதிரான போராட்டங்கள், நிலம் சார்ந்த போராட்டங்கள், தொழிலாளர்கள் பிரச்னை சார்ந்த போராட்டங்களும் இணைந்தே நடந்தது. இத்தகைய போராட்டங்களில் எல்லாம் ஆண்களும் பெண்களும் இணைந்தே வீரம் மிக்க தேசம் காக்கும் போராட்ட களத்தில் நின்றனர். விடுதலை போராட்டத்தில் பெண்களின் பங்களிப்பு குறித்து நமக்கு கிடைக்கும் குறிப்புகள் மிகவும் குறைவானதாகும். பதிவு செய்யப்படாமல் விடப்பட்ட அல்லது மறைக்கபட்டவைதான் மிக அதிகமாக இருக்கும். கிடைக்கும் தரவுகள் நம்மை உற்சாகம் அடைய செய்கிறது. உத்வேகம் கொள்ளச்செய்கிறது. அன்றைய சமூகத்தில் பெண்களின் நிலை, அவர்கள் வாழ்க்கை சூழல், அவர்களின் கல்வி விகிதம், மூட நம்பிக்கை, மதம், சாதி சார்ந்த கருத்துகள் போன்ற ஒட்டுமொத்த சமூகச் சூழலையும் கணக்கில் கொண்டு பார்த்தால்தான் அவர்களின் வரலாற்றுப் பணியை கணக்கிட முடியும். அவர்களின் தேசபக்த உணர்வைப் புரிந்துகொள்ள முடியும்.

அக்காலத்தில் விடுதலைப் போராட்டத்தில் தன்னை முழுமையாக அர்ப்பணித்துக்கொண்ட ஹெலனாபதத் என்ற வங்க போராளி 1975 ல் கொடுத்த பத்திரிக்கை பேட்டியில் “நாங்கள் கூட்டில் அடைக்கப்பட்ட புலிகளாக இருந்தோம், எங்களுக்கான வாய்ப்புகள் கிடைத்த போது அதை நாங்கள் பயன்படுத்தினோம்.” மிகவும் ஆச்சாரமான குடும்பப் பெண்களிடம் “வீடு பற்றி எரிகிறது, வெளியே வந்து தடுத்திட உதவுங்கள்” என பிரச்சாரம் செய்யப்பட்டது. அவர்களை அந்த கோஷம் கவ்விப்பிடித்தது. வீதியில் இறக்கியது.

1930ல் விடுதலைப் போரில் பங்கெடுத்த போராளிகளை ஆங்கிலேயர்கள் கைது செய்தனர். அப்படி கைதுசெய்யப்பட்டு லாகூர் சிறையில் அடைக்கப் பட்டவர் மன்மோகினி சுஸ்தி சேகல் என்பவர். அவர் போராட்டத்தில் கலந்துகொண்டு கைதான தகவல் அவரது கணவனுக்குத் தெரியாது. பின்பு அவரது கணவனுக்கு தகவல் தெரிவிக்கப்பட்டது. “எனது மனைவி தேசத்திற்க்காக சிறை சென்றது எனக்கு மிகவும் மகிழ்ச்சியான செய்திதான், ஆனால் வீட்டில் சொல்லிவிட்டுச் சென்றிருக்கலாம்” என்றார்.

தென்னாப்பிரிக்காவிலிருந்து 1919 ஆம் ஆண்டு வாக்கில்தான் காந்தி இந்தியா வருகிறார். அவரது வருகை

இங்கிருந்த போராட்டக்காரர்களுக்கு மிகவும் மகிழ்ச்சியைக் கொடுத்தது. இந்தியா வந்த காந்தி பெண்களை தலைமையேற்க அழைத்தார் "சுத்தமான உறுதியும், சுயகட்டுப்பாடும் உடையவர்கள் பெண்கள்" என்றார். தேசியம் என்ற சொல் கல்விப் பிரச்சனைகள், சமுதாய மாற்றம், பெண்கள் உரிமைகள், தீண்டாமை போன்ற பிரச்சனைகளையெல்லாம் தாண்டி ஆங்கிலேயரை விரட்டுவதில் ஒன்றிணைத்தது. விடுதலைப் போராட்டம் நடந்த அதே காலகட்டத்தில்தான் உழைப்பாளி மக்கள் தங்கள் வாழ்க்கை பிரச்சனைகளுக்கு கடுமையான போராட்டம் நடத்தினர். தெலுங்கானா பகுதியில் கம்யூனிஸ்டுகள் தலைமையில் 10 லட்சம் ஏக்கர் நிலம் கையகப்படுத்தப்பட்டு 30 லட்சம் மக்களுக்குப் பகிர்ந்தளிக்கப்பட்டது. இந்தப் போராட்டத்தில் பெண்கள் தீரத்துடன் போராடினர். புன்னபுரா, வயலார், வொர்லி, தோபாக போன்ற போராட்டங்களிலும் பெண்கள் வீரமுடன் நின்றனர், போராடினர், தலைமையேற்றனர். தீண்டாமை எதிர்ப்புப் போராட்டங்களிலும், சமூக சீர்திருத்த இயக்கங்களிலும் முன் நின்ற ஆயிரக்கணக்கான பெண்கள் குறித்து எந்தப் பதிவும் இல்லை என்பதுதான் சோகம்.

1857 க்கு முன்னும் பின்னும் போர்க்களத்தில் நின்றவர்கள்:

வீரமங்கை சிவகங்கை இராணி வேலு நாச்சியார் துவங்கி தன்னையே வெடிகுண்டாக மாற்றிக்கொண்ட தியாகத்தின் உருவான அவரது பணிப்பெண் குயிலி, கிட்டூர் ராணி சென்னம்மா, வேங்கையாய் மாறிய ஜான்சி ராணி லட்சுமிபாய், அயோத்தியின் தியாக சின்னமான பேகம் ஹசரத் மஹல், விசுவாசத்தின் மறுவடிவமான அதனாலேயே வெள்ளையர்களாலும் போற்றப்பட்ட ஜல்காரி பாய், நான்காயிரம் படை வீரர்களைத் திரட்டி ஆங்கிலேயர்களைப் பந்தாடிய ராம்காட் ராணி அவந்திபாய் போன்றோர் சிலரே வரலாற்றுப் பக்கங்களில் கிடைக்கின்றனர்.

1907 அதாவது ஹோம்ரூல் (சுயாட்சி) இயக்கம் அதாவது பூரண சுதந்திரம் என்ற முழக்கத்தை முதன்முதலில் அன்னிபெஸன்ட் அம்மையார்தான் முழங்கினார். ஆங்கிலேய வியாபாரிகளை அச்சமுறச் செய்யும் அளவு கதர் விற்பனையில் சி.ஆர்.தாஸின் மனைவி பசந்தி தேவி தங்கை ஊர்மிளா மற்றும் அக்கா மகள் செல்வி சுனிதி தேவி ஆகியோர் சாதனை படைத்தனர். ஊர்மிளா, இந்திய தேசிய ராணுவத்தின் ஜான்சிராணி படைப்பிரிவின் கேப்டன் லட்சுமி, துணை கேப்டன் ஜானகி ஆதி நாகப்பன்,

கவிக்குயில் சரோஜினி நாயுடு, ருக்மிணி லட்சுமிபதி, மகாத்மா என்ற பிம்பத்தை தன் வாழ்க்கையால் இட்டு நிரப்பிய கஸ்தூரிபாய் காந்தி. விஜயலட்சுமி பண்டிட், சுசேதா கிருபளானி, மீராபென், ஸலைஹா பேகம், பீனா தாஸ், கல்யாணி, சுமார மித்ரா, கமலா தாஸ், கல்பனாதத், துர்காதேவி, அபாடி பானோ பேகம், பேகம் நிஷாதுன்னிசா மோஹானி, அஞ்சலையம்மாள், ருக்குமணி, இரமாதேவி சௌத்ரி, கதராடை ஹாஜரா பீவி, "அம்மா ஜான்" ஹாஜியா, முகமது கவுஸ் கத்தூன், மசூமா பேகம், அருணா ஆசாப் அலி, அக்கம்மா செரியன், "சுப்ரீம் சோவியத்" ஹஜ்ரா பேகம், பிரிதிலதா வத்தேதார்,கல்பனா தத்தா, விமல் சர்தேசாய், ஜமால் உன்னிசா பாஜி, அனீஸ் பேகம் கித்வாய் மற்றும் குல்சும் சயானி போன்றோர் நமது வரலாற்று உதாரணங்கள்.

தமிழக மண்ணில்..

தனது மருத்துவப் படிப்பை உதறித் தள்ளி போர்க்களத்தில் குதித்த சிவகாமு அம்மா, கள்ளுக்கடை மறியலால் இந்தியாவையே திரும்பிப் பார்க்கவைத்த நாகம்மாள் மற்றும் கண்ணம்மாள், கதர் விற்பனையை அதிகப்படுத்த வேண்டுமென அதையே ஒரு ஆயுதமாய் மாற்றிட "சகோதரிகள் சங்கத்தை" துவக்கிய பத்மாசனி அம்மாள், தாயம்மாள், திருமதி. ஜோஸப், திருமதி. சுந்தரமையங்கார், சுப்புலட்சுமி அம்மாள், டி.வி.எஸ். சௌந்தரம், தாயாரம்மாள், சீதையம்மாள், முனியம்மாள், டாக்டர் பிச்சைமுத்து அம்மாள் ஆகியோர் இதில் கிடைத்த வருவாயை விடுதலைப் போராட்டத்திற்கு அர்ப்பணித்தனர்.

1927 ஆகஸ்ட் மாதம் *11*-ஆம் தேதி சென்னை மவுண்ட் ரோட்டிலுள்ள கர்னல் நீலின் சிலையை அகற்றுவதற்காகத் தொடங்கப்பட்ட சத்தியாகிரகத்தில் பங்கெடுத்த சேலம் அங்கச்சி அம்மாள், இதற்காக கடலூரிலிருந்து தனது 12 வயது மகள் அம்மாகண்ணுவுடன் வந்த அஞ்சலையம்மாள். 1927-ஆம் ஆண்டு, நவம்பர் மாதம் சென்னையில், சைமன் குழுவை எதிர்க்கும் பணிக்காக உருவான பெண்கள் அடங்கிய குழுவில் தலைமை தாங்கிய யாமினி பூர்ண திலகம்மா, திருமதி. மாசிலாமணி, திருமதி. ருக்மணி லட்சுமிபதி ஆகியோரும், அந்நிய துணிக்கடை முன்பு மறியல் செய்த எஸ்.அம்புஜம்மாள், பத்து நாட்கள் தொடர் மறியல் செய்த ஞானம்மாள் போன்றோரும் வரலாற்றின் அடையாளங்கள்.

மறியல் களம்கண்ட பி.லீலாவதி, லலிதா பிரபு, பத்மாவதி அம்மா ஆகியோர் யாவருக்கும் தேசபக்தக் கனலை மூட்டினர். தங்களது கம்பீரமான குரல் வளத்தால் தேசபக்திப் பாடல்களை பாடிய கோதை நாயகி, கே.பி.சுந்தராம்பாள், டிகே. பட்டம்மாள், எஸ்.ஆர்.ரமாமணிபாய் ஆகியோரும், காந்திபுராணம் மற்றும் திலகர் புராணம் எழுதிய பண்டிதை அசலாம்பிகை அம்மையார், ஆண்களே பெண்கள் வேடமிட்ட காலத்தில் துணிச்சலுடன் மேடையேறிய கே.பி.சானகிஅம்மாள், உலகப்போருக்கு எதிராக பிரச்சாரம் செய்ததால் கைது செய்யப்பட்ட பட்டியலில் இருந்த சொர்ணம்மாள், செல்லம்மாள், அகிலாண்டத்தம்மாள், லட்சுமிபாரதி, திருமதி. சௌந்தரம் ராமச்சந்திரன், திருமதி.கிருஷ்ணசாமி, திருமதி. ராமசாமி, சமீந்தாரினி இராதாபாய், சி.ஆர். சாரதாம்பாள் அம்மாள், பியாரி பீபி, சரஸ்வதி பாண்டுரங்கம், சொர்ணம்மாள், லட்சுமி பாய், எம்.ஆர்.கமலவேணி, கோவிந்தம்மாள் ஆகியோர் ஒற்றை வார்த்தையில் வெறும் பட்டியலில் மட்டுமே நமது வரலாற்றுப் பக்கங்களில் கடந்து செல்கின்றனர்.

இவர்கள் குறித்து பேச ஆயிரம் கதைகள் இருக்கிறது. இது சொல்ல துடிக்கும்

வீரம் நிறைந்த கதை, பகை வெல்ல போர்க்களத்தில் பலர் உதிரம் சொரிந்த கதை. இந்தியாவின் வரலாற்றை உருவாக்கிய ஆயிரக்கணக்கான பெண்களின் நினைவுகளை அடைகாக்காத சமூகமாய் நமது இந்தியச் சமூகம் மாறியது எப்படி? இயல்பாக நடந்ததா அல்லது அறியாமல் நடந்ததா? அல்லது திட்டமிட்டு மறைக்கப்பட்டதா என்பதை ஆராய்வதில்தான் இருக்கிறது நாளைய மாற்றத்திற்கான விதை.

ஆயிரக்கணக்கான பெண்கள் விடுதலை வேள்வியில் வீரமங்கைகளாக களம் கண்டனர். அவர்களில் ஒரு சிலரையே இந்த புத்தகம் அறிமுகம் செய்கிறது. வாருங்கள் அந்த வீர மங்கைகளைச் சந்திப்போம்.

2

வேலுநாச்சியார் என்கிற உதாரண வீரம்!

1857 ஆம் ஆண்டு வெடித்து துவங்கி இரண்டு ஆண்டுகள் நீடித்த தொடர்ச்சியான போராட்டங்கள்தான் இந்தியாவின் முதல் விடுதலைப் போராட்டம் என்று அறியப்பட்டது. ஆனால் அதைக்கூட ஆங்கிலேயர்கள் சிப்பாய் கலகம் என்றுதான் வரலாற்றுப் பக்கங்களில் பதிவு செய்தனர். ஆனால் 1700 ஆம் ஆண்டு இறுதியிலும் 1800ஆம் ஆண்டு துவக்கத்திலும் தென்னிந்தியாவில் இந்தப் போராட்டங்களுக்கு இணையாக, எழுச்சி மிகுந்த போராட்டங்கள் நடந்தன.

போராட்டத்திற்கு திட்டமிட்டவர்கள், செயல்படுத்தியவர்கள் மற்றும் பல்வேறு மக்கள் பிரிவை சேர்ந்த தேசபக்தர்கள் தென்னிந்திய விடுதலைப் போராட்ட வரலாற்றில் மட்டுமின்றி நாட்டு விடுதலைக்காக இந்தியா முழுவதும் நடைபெற்ற போராட்டங்களின் வரலாற்றிலும் தங்கள் ஆளுமை முத்திரையைப் பதித்துவிட்டுச் சென்றனர். வீரன் வேலுதம்பி, பழசிராஜா, வேலுநாச்சியார், கட்டபொம்மன், மருது சகோதரர்கள் என இவர்களின் பட்டியல் பெரியது. வீரம் நிறைந்தது. உத்வேகம் கொள்ளச்செய்வது.

இந்த மண்ணிற்காக தங்கள் உயிரையே அர்ப்பணம் செய்த இந்த தேசபக்தர்களின் புகழ்மிக்க வீரச்செயல்கள் ஒன்றுக்கு ஒன்று தொடர்பற்ற தனித்தனியான வீரசாகசங்களாகவே பலகாலம் கருதப்பட்டு வந்தது. இது சரியான சித்தரிப்பு அல்ல என்பதை பின்பு வந்த ஆய்வுகள் தெரிவித்தன. தென்னிந்திய மாநிலங்களான தமிழகம், கேரளா, ஆந்திரா, கர்நாடகா ஆகியவற்றுடன் மஹாராஷ்டிரத்தையும் உள்ளடக்கிய பகுதி முழுவதும் பரவியிருந்த ஒரு விரிவான இயக்கத்தின் பகுதியாகவே இப்போராட்டங்கள் நடைபெற்றன. பல போராளிகளுக்கு இடையில் இடையறா தொடர்பு இருந்தது. இந்தக் கூற்று உண்மையாக இருந்த காரணத்தினால்தான் வேலுநாச்சியாருக்கு ஹைதர் அலியின் படை உதவி கிடைத்தது.

இந்திய விடுதலைப் போராட்டம் கோடிக்கணக்கான மக்கள் திரளுடன் நடந்தது, தொழிற்புரட்சிக்குப்பின் வந்த நவீன அரசியல் காலத்தில்தான். எனினும், மன்னராட்சி காலத்தில்கூட மக்களை வெள்ளையர்களுக்கு எதிராக திரட்டிய சம்பவங்கள் பல நடந்ததுண்டு. அதில் மறக்க முடியாத தடம் பதித்தவர்தான் வேலுநாச்சியார் ஆவார்.

ஆண் வாரிசு போலவே..

1730ஆம் ஆண்டு, இராமநாதபுரம் மன்னர் செல்லமுத்து சேதுபதி - சக்கந்தி முத்தாத்தாளுக்கு ஒரே பெண் மகளாகப் பிறந்தார் வேலுநாச்சியார். எனினும் ஆண் பெண் பேதம் இல்லாமல் ஆண் வாரிசு போலவே வளர்க்கப்பட்டார். வாள்வீச்சு, அம்பு விடுதல், ஈட்டி எறிதல், குதிரையேற்றம், யானையேற்றம் என்று எல்லா போர்க் கலைகளையும் கற்றார். வீர விளையாட்டுகள் மட்டுமன்றி கல்வி கற்பதிலும் வேலு நாச்சியார் திறமை மிக்கவர்தான். பத்து மொழிகள் தெரியும். சிறுவயதில் வேலுநாச்சியாருக்குத் தெரிந்த ஒரே மூன்றெழுத்து வார்த்தை வீரம். தெரியாத மூன்றெழுத்து வார்த்தை பயம். தன்னுடைய 16 வது வயதில் 1746ல் சிவகங்கை மன்னர் முத்துவடுகநாதரை திருமணம் செய்துகொண்டார். முத்து வடுகநாதர் என்பவர் சிவகங்கை பாளையத்தை ஆண்ட மன்னர் ஆவார். 1749ல் இவரின் தந்தை இறந்தவுடன் இவர் சிவகங்கைச் சீமையின் ஆட்சிப்பொறுப்பை ஏற்றார். வெள்ளையரை எதிர்த்து விடுதலைக்குரல் கொடுத்த பாளையக்காரர்கள் வரிசையில் இவர் குறிப்பிடத்தக்கவர்.

1752ல் மதுரையை ஆண்ட விஜயகுமார நாயக்கர் மீது பிரிட்டிஷ் கும்பெனி கேப்டன் கோப் போர் தொடுத்து மதுரையை கைப்பற்றினார். அதையறிந்த முத்துவடுகநாதர் மதுரை மீது போர் தொடுத்து அங்கிருந்த கேப்டன் கோப்பையும் அவர் படைகளையும் விரட்டியடித்து மீண்டும் விஜயகுமார நாயக்கரையே மதுரை மன்னராக பதவி அமர்த்தினார். இதனாலேயே நவாப், பரங்கி மற்றும் கும்பெனி படைகளுக்கு சிவகங்கை மீது கோபமும் தீராப்பகையும் எழுந்தது.

இச்சமயத்தில் கும்பினியர் தலைவனாக லார்டு ஸ்டீகார்ட் என்பவன் பதவியேற்றான். முதல் வேலையாக முத்துவடுகநாதர், சிவகங்கை சார்பாக கும்பினியருக்கு திரை செலுத்த வேண்டும் என்று தூதனுப்பினான். அவனது நோக்கம் எப்படியும் சிவகங்கையை பணியவைக்க வேண்டும் என்பதுதான். அவனது தூதை முத்துவடுகர் மறுத்ததால் கான்சாகிப் மூலம் கொலை மிரட்டலும் விட்டுப்பார்த்தான் ஸ்டீகார்ட். இரண்டுக்குமே இவர் பணியாததால் 1763 ஆம் ஆண்டில் மன்னர் காளையார் கோவிலுக்குச் சென்ற சமயம் பார்த்து சிவகங்கை மீது போர் தொடுத்து சூறையாடினான். இதையறிந்த முத்துவடுகநாதர் கலவரத்தைத் தடுத்து கான்சாகிப்பையும் விரட்டினார்.

போர் சமாதானம் என்ற வலை..

இந்தச் சமயத்தில் வெள்ளையர் படை ஒன்று இராமநாதபுரத்தைக் கைப்பற்றியது. இதுவரை சிவகங்கைக்குக் கட்டாத வரியைத் திருப்பித் தருமாறும் இராமநாதபுரத்தைக் குடக்கூலிக்கு தருமாறும் செய்திவந்தது. அதற்கு மறுத்து இராமநாதபுரத்தின் மீது படையெடுக்க மறவர் சீமைப் படைகளுடன் சேர்ந்து எதிரிகளின் துப்பாக்கி மற்றும் பீரங்கிப்படை மீது போர் தொடுத்து இராமநாதபுரத்தை மீண்டும் தன் ஆட்சியின் கீழ் கொண்டுவந்தார். இனிமேல் வடுகநாதரை வெல்ல முடியாது என்றறிந்த ஆங்கிலேயர் அன்றிரவே சிவகங்கை மீது இனி போர் தொடுப்பதில்லை என சமாதானம் பேசினர். அதை உண்மையென வடுகநாதர் நம்பினார். சமாதானம் என்று கூறியதால் பாதுகாப்புகளைக் குறைத்து விட்டு இதுவரை இறந்த வீரர்களுக்கு அஞ்சலி செலுத்த 1772 ஜூன் 25 ஆம்தேதி காளையார் கோவிலுக்குச் சென்றுவிட்டார் வடுகநாதர். இதையறிந்த ஆங்கிலேயர்கள் காளையார் கோவிலுக்கு முத்துவடுகநாதரைக் கொல்ல பான்சோர் என்ற தளபதியின்கீழ் ஒரு படையை அனுப்பியது. கோவிலுக்குச்

சென்றதால் ஆயுதம் எடுத்துக் கொள்ளாமல் சென்ற வடுகநாதரை பான்சோர் துப்பாக்கியால் சுட்டுக்கொன்றான். வடுகநாதரின் மூத்த மகளும் கொல்லப்பட்டார்.

இந்தச் சமயத்தில் இந்திய நாடு முழுவதும் ஆண் வாரிசு இல்லாமல் உள்ள நாட்டை தாமே எடுத்து நடத்தலாம் என்று ஆங்கிலேயர்களின் கிழக்கிந்தியக் கம்பெனி ஒரு புதிய சட்டத்தை விதித்திருந்தது. இதனைப் பயன்படுத்தியே பல நாடுகளை தன்னுடன் இணைத்துக்கொண்டது. இந்த அடிப்படையில் ஆண் வாரிசு இல்லாத சிவகங்கையை தன்னுடன் இணைப்பதாக அறிவித்து ஆக்கிரமித்தது.

ஆச்சரியமடைந்த ஹைதர் அலி

கனவர் படுகொலையைத் தொடர்ந்து வேலுநாச்சியார் நாட்டின் பொறுப்பை ஏற்றார். ஆங்கிலேயர்கள் தொடர்ந்து போர்தொடுத்ததால் ஏற்பட்ட நெருக்கடியைச் சமாளிக்க இடம் மாறி மாறிச் சென்றார். வீரத்தில் மட்டுமல்ல, விவேகத்திலும் நுட்பமானவர். நவாபையும் ஆங்கிலேயர் படையினரையும் வீழ்த்த மன்னர் ஹைதர் அலியின் உதவியை நாடுவது என்று தீர்மானித்தார். ஏனென்றால் ஆங்கிலேயருக்கும் நவாப்புக்கும் பரம எதிரி ஹைதர் அலி. தான் ஒளிந்திருந்த காடுகளிலிருந்து ஹைதர் அலிக்கு உதவி கேட்டு கடிதம் எழுதினார். அப்போது ஹைதர் அலி திண்டுக்கல்லில் தங்கி இருந்தார்.

ஹைதர் அலியின் அரண்மனையின் முன்பு மூன்று குதிரை வீரர்கள் வந்து நின்றார்கள். வேலு நாச்சியாரிடமிருந்து வருவதாகச் சொன்னார்கள். ஹைதர் அலி அவர்களை உள்ளே வரவழைத்தார். வேலு நாச்சியார் வரவில்லையா? என்று ஹைதர் அலி கேட்க, தன் தலைப்பாகையைக் கழற்றினான், ஒரு வீரன், அது வேலு நாச்சியார். ஹைதர் அலியுடன் உருது மொழியை சரளமாகப் பேச அவருக்கு மேலும் ஆச்சர்யம். அந்த வீரமங்கையின் உருது மொழித் திறமையையும், அறிவு சாதுர்யத்தையும், விடுதலை வேட்கையையும் கண்டு ஆச்சர்யப்பட்டார் ஹைதர் அலி, அவரிடம் தனது வேதனைகளையும் இலட்சியத்தையும் விளக்கினார் வேலுநாச்சியார். எல்லாவற்றையும் கேட்ட ஹைதர் உதவிகள் பல செய்வதாக உறுதியளித்தார்.

ஏழாண்டு காலம் திண்டுக்கல் கோட்டை, விருப்பாட்சிக் கோட்டை, அய்யம்பாளையம் கோட்டை என இடம் மாறி மாறி

முகாமிட்டு வாழ்ந்து வந்தார் வீரமங்கை. இதற்கிடையில் தமது எட்டு வயது மகளையும் பாதுகாக்க வேண்டிய நிலை அவருக்கு இருந்தது. அமைச்சர் தாண்டவராய பிள்ளையின் முயற்சியினால் சிவகங்கை மக்கள் பிரதிநிதிகள் வேலுநாச்சியாரோடு கலந்து பேசி கம்பெனி எதிர்ப்புப்படை ஒன்று உருவாக்கப்பட்டது. மருது சகோதரர்கள் இப்போராட்டத்திற்கு தலைமை தாங்கினர்.

1780 ஐப்பசித் திங்கள் ஐந்தாம் நாள் வேலுநாச்சியார் தலைமையில் ஒரு படை திண்டுக்கல்லிலிருந்து சிவகங்கை நோக்கிப் புறப்பட்டது. ஹைதர் அலி *5000* குதிரை வீரர்களையும் *5000* போர்வீரர்களையும், பீரங்கிப்படை ஒன்றையும் அனுப்பி வைத்தார். படை காளையார் கோயிலை கைப்பற்றியது. சிவகங்கையில் வேலுநாச்சியார், தம்மைக் காட்டிக் கொடுக்காது வெள்ளையரால் வெட்டுண்ட உடையாளுக்கு வீரக்கல் ஒன்றை நட ஏற்பாடு செய்தார். கணவன் இறந்த பின்னும் மூட நம்பிக்கைகளைக் கடைபிடிக்காமல் தனது கழுத்தில் விலைமதிப்புக் கொண்ட திருமாங்கல்யத்தைச் சுமந்த ராணி, உடையாள் மீதுள்ள பாசத்தால் தமது திருமாங்கல்யத்தை முதல் காணிக்கையாகச் செலுத்தி அஞ்சலி செலுத்தினார். இந்தக் கோயில் கொல்லங்குடி வெட்டுடைய காளியம்மன் கோயில் என்று அழைக்கப்படுகிறது.

பழிக்கு பழி..

இறுதியாக சிவகங்கை நகரைக் கைப்பற்ற சின்னமருது, பெரிய மருது தலைமையில் படை திரட்டப்பட்டது. விஜயதசமி அன்று சிவகங்கை அரண்மனைக்குள்ளே இருக்கும் ராஜராஜேஸ்வரி தெய்வத்தை வணங்க கூட்டம், கூட்டமாக பெண்கள் வருவது வழக்கம். அதை தனக்குச் சாதகமாகப் பயன்படுத்திக்கொள்ள திட்டமிட்டார் வீரமங்கை வேலுநாச்சியார். வெளியே ஆங்கிலேயர் படை காவல் காத்துக் கொண்டிருக்கும் நேரத்தில், வேலுநாச்சியாரும் அவரோடு இருந்த பெண்கள் படையும், ஆயுதங்களை ஆடைக்குள் மறைத்துக் கொண்டு கூட்டத்தோடு கூட்டமாக அரண்மனைக்கு உள்ளே இருந்த கோவிலுக்குள் சென்று திடீர் தாக்குதல் நடத்தியது. இதை ஆங்கிலேயப் படைகள் எதிர்பார்க்கவில்லை.

வெட்டுண்டு விழுந்தார்கள், துடித்து உயிர் அடங்கினார்கள். வாள்வீச்சில் தப்பித்துப் பிழைத்தவர்கள் நாட்டைவிட்டு நெடுந்தூரம் ஓடினார்கள். சிவகங்கை கோட்டை மீது பறந்த அருவருப்பான ஆங்கிலேயரின் கொடி இறக்கப்பட்டது. சிவகங்கை

நாட்டின் கொடி ஏற்றப்பட்டது. வேலுநாச்சியார், தனது ஐம்பதாவது வயதில், தனது கணவரைக் கொன்ற ஜோசப் ஸ்மித்தையும், தளபதி பான் ஜோரையும் தோற்கடித்தார். பலகாலம் தொடர்ந்து ஆட்சி நடத்தினார்.

1793ல் அன்பு நிறைந்த இதயம் கொண்ட வேலு நாச்சியாருக்கு தனது பேத்தியின் மரணத்தால் துயரம் அதிகமானது. அதன் பிறகு விருப்பாட்சி அரண்மனையில் தங்கினார். பெரும் போராட்டங்களை நடத்தி நாட்டை மீட்ட, மதிநுட்பம் கொண்ட வேலுநாச்சியார் டிசம்பர் 1796 ,25 அன்று இறந்தார். அந்த மகத்தான வீரமங்கையின் இறுதிப் போராட்டத்தின் வெற்றிக்கு வித்திட்ட மற்றும் ஒரு வீராங்கனை பற்றி நாம் பிறகு பேசலாம். போர்க்களத்தில் வெற்றிக்காக அவள் தன்னையே அர்ப்பனம் செய்தவள். அவள் பெயர் குயிலி..

3

போரிடு இல்லையேல் அழிந்திடு : கிட்டூர் ராணி சென்னம்மா

ராஜாதிராஜ, ராஜமார்த்தாண்ட, ராஜகம்பீர, ராஜகுலதிலக, ராஜபராக்கிரம என நீண்ட ராஜபாட்டைகளில் வாழ்த்தொலி எழும்ப ராஜாக்கள் வரும் திரைப்படக் காட்சிகளும், அந்த நேரத்தில் எழும் முரசின் ஓசையும் பிருமாண்டமான சிந்தனைகளை நமக்குள் விதைக்கும். ஆனால் ஒருசில மன்னர்களைத் தவிர நமது வரலாற்றில் மன்னர்களின் ஆட்சி என்பது தேசம் முழுமைக்கும் உடையது அல்ல. பல சிற்றூராட்சிகளை இணைத்து ஒரு நாடாக ஆட்சி நடத்தினர். அதற்குள்தான் இத்தனை போட்டிகளும், கொலைக்களங்களும், இலக்கியங்களும், இலட்சியங்களும், காப்பியங்களும், தியாகங்களும் நடந்துள்ளது.

உற்பத்திக் கருவிகளின் பெருக்கத்தின், தவிர்க்க முடியாத வளர்ச்சியில் தோன்றிய முடியாட்சியின் அழிவில் உதித்தெழுந்த நவீன முதலாளித்துவம், தொழில் புரட்சியால் விளைந்த சந்தைக்காக நாடுகளின் எல்லைகளை விரிவாக்கம் செய்தபோது, அந்த

வட்டத்திற்குள் நமது இந்தியாவும் தப்பமுடியவில்லை. போர்ச்சுக்கல் நாட்டிலிருந்து கத்தோலிக்க மன்னனின் பிரதிநிதியாக வாஸ்கோடகாமா இந்தியா வந்த பிறகு சிறிது காலத்துக்குள்ளேயே கத்தோலிக்கர் அல்லாத ஹாலந்து வணிகர் குழு வந்தது. அதன் பின் பிரான்ஸ், கடைசியில் இங்கிலாந்து வணிகக்குழுக்கள் இந்தியாவுக்குள் வந்தனர். தங்களுடைய வர்த்தக மையங்களைப் பராமரிக்கவும், பாதுகாக்கவும் ஒரு ராணுவப் படைப்பிரிவை வணிக நிறுவனங்கள் ஏற்படுத்திக்கொண்டன.

ஆனால் இரண்டு நூற்றாண்டுகளுக்கு மேலாக இப்படைகள் உள்நாட்டில் தொலைதூரத்தில் இருந்த கிராமப்புறங்களுக்குள் நுழையவில்லை. ஏனெனில் அதற்கான தேவைகளும் அவர்களுக்கு எழவில்லை. நமது சிற்றரசர்கள் தங்களுக்குள் ஏற்பட்ட பொறாமையாலும், நாடாளும் ஆசையாலும் இந்த மண்ணில் அந்நியர்களை நுழையவிட்டதும், அவர்களுடைய நவீன ஆயுதங்களுக்கும், படைபலத்திற்கும் ஆசைப்பட்டு தங்கள் மண்ணையே இழந்ததும் இந்திய வராற்றில் அழிக்க முடியாத தழும்புகளாகும். ஆனால் எல்லா சிற்றரசர்களும் அப்படி அல்ல. அந்நியனை இம்மண்ணிலிருந்து விரட்ட தங்கள் உயிரையே அர்ப்பனம் செய்தவர்கள் பலர் உள்ளனர். அந்நியர்களை எதிர்த்த போரட்டத்தில் ஆண், பெண் என பேதமில்லாமல் போராடியதுதான் நமது வரலாற்றின் சிறப்பம்சமாகும்.

கர்நாடக மாநிலம் பெங்களூர், பூனா இடையே அமைந்துள்ள பகுதி கிட்டூர் சிற்றரசாகும். சுமார் நானூறு கிராமங்களைக் கொண்டது கிட்டூர். கிட்டூரின் -12வது அரசராகப் பதவியேற்றவர் மல்லசராஜா என்பவர். மல்லசராஜா சிறந்த நிர்வாகிமட்டுமல்ல, மாபெரும் வீரராகவும் இருந்ததால் அருகில் உள்ள எந்த சிற்றரசும் இவரை எதிர்க்கத் துணியவில்லை. இவரைப் போலவே இவருடைய மனைவி ருத்திரம்மாவும் சிறந்த வீராங்கனைதான்.

திப்பு சுல்தான் தாக்குதல்..

இந்தக் காலத்தில்தான் வெள்ளையர்களுக்கு சிம்மசொப்பனமாக திகழ்ந்த ஹைதர் அலியின் மகனான திப்பு சுல்தான் தன் ஆட்சி அதிகாரத்தைப் பலமாக்குவதற்காக மற்ற பல நாடுகள் மீது போர் தொடுத்துவந்தார். கிட்டூரின் வளத்தையும், அதன் வலிமை மிக்க கோட்டைகளையும் கேள்விப்பட்டு அதைக் கைப்பற்றிக் கொள்ள படையொன்றை அனுப்பி வைத்தார்.

கிட்டூரை எளிதாகக் கைப்பற்றி விடலாம் என்பது அவரது கணக்கு. ஆனால் கிட்டூர் வீரர்களின் அதிரடியான ஆவேசத் தாக்குதல்களால் அதிர்ச்சியும் அச்சமும் அடைந்தது அவரது படை. ராணி ருத்திரம்மா தலைமையிலான கிட்டூர் படை திப்புசுல்தானின் படைகளைத் துவம்சம் செய்தது. நூற்றுக்கணக்கான திப்புவின் வீரர்கள் கொல்லப்பட்டனர். திப்பு என்ற மாவீரனுக்கு இது ஒரு அதிர்ச்சியான செய்தியானது.

பல்வேறு பணிகளில் இருந்த திப்பு சில மாதங்கள் காத்திருந்து பெரும் படையைத் திரட்டி மீண்டும் கிட்டூரைக் கைப்பற்ற படை அனுப்பினார். இம்முறை மல்லசராஜா தாமே படைக்குத் தலைமை தாங்கிப் போரில் ஆவேசமாகப் போர்புரிந்தார். ஆனாலும் திப்பு சுல்த்தானின் அசாத்தியத் திறமைகொண்ட பெரும்படைகளுக்கு முன் ஈடு கொடுக்க முடியவில்லை. இறுதியில் மன்னர் கைது செய்யப்பட்டு கபாலதுர்க்கா என்ற இடத்தில் உள்ள சிறையில் அடைக்கப்பட்டார்.

கிட்டூரைத் திப்பு சுல்தான் கைப்பற்றியிருந்தாலும் தொடர்ந்து அந்தப் பகுதியை அவர்களால் தக்கவைத்துக் கொள்ள முடியவில்லை. காரணம், திப்புவின் படை அந்நியர்களை எதிர்த்து போராட்டத்தை நடத்திவந்தது. இதற்குள் நாடுபிடிக்கும் உள்நாட்டு போரினால் சத்ரபதி சிவாஜிக்கு பின்னர் வந்த பேஷ்வாக்கள் சில மாதங்களில் கிட்டூர் மீது படையெடுத்து மிகக்குறைந்த அளவில் இருந்த திப்புவின் படைகளைச் சிதறடித்து கிட்டூரைக் கைப்பற்றி ஆட்சி நடத்திவந்தனர். இதனிடையே சிறையில் அடைக்கப்பட்ட மல்லசராஜா சிறைக் காவலையும் மீறி சில மாதங்களுக்குப் பின் தப்பி தன் நாட்டிற்கு வந்த போது, நாடு பேஷ்வாக்களிடமிருந்தது. ஒரு உடன்படிக்கையில் பேஷ்வாக்களுக்கு கப்பம் கட்ட மல்லசராஜா ஒப்புக் கொள்ளவே மீண்டும் கிட்டூர் மன்னரானார்.

இந்தக் காலக் கட்டத்தில் ஆங்கிலேயர்கள் நாட்டின் பலபகுதிகளைத் தனது சூழ்ச்சியாலும் நயவஞ்சகத்தாலும் கைப்பற்றி ஆட்சி செய்துவந்தனர். பேஷ்வாக்கள் மீது ஆங்கிலேயர் படையெடுத்துச் சென்றபோது கிட்டூரும் தாக்குதலுக்கு உள்ளானது. ஆங்கிலேயர்களை பல இடங்களில் தோற்கடித்த திப்புவைத் தோற்கடிக்க பேஷ்வாக்களின் படை தேவை என்பதை உணர்ந்த ஆங்கிலேயர்கள் போரில் கைப்பற்றிய பகுதிகளை பேஷ்வாக்களிடமே மீண்டும் ஒப்படைத்தனர். ஒருபுறம் திப்புவின் படைகள் மீண்டும் தன்னை தாக்கலாம் என்ற அச்சமும், மறுபுறம்

ஆங்கிலேயர்களின் தாக்குதல்களை முறியடிக்கவும் நாட்டின் பல சிற்றரசர்களின் ஆதரவையும் நாடினார் மல்லசராஜா. அப்போது காகட்டி என்ற சிற்றரசன் ஆதரவு கிட்டியது மட்டுமல்ல, காகட்டி, மன்னரின் மகள் சென்னம்மாவைத் தன்னுடைய இரண்டாவது மனைவியாக மணந்துகொண்டார்.

ராணி சென்னம்மா..

34 ஆண்டுகள் கிட்டூரை ஆட்சிபுரிந்த மல்லசராஜா 1816ல் மரணமடையவே அவருடைய முதல் மனைவி ருத்ரம்மா ஆன்மிக ஈடுபாடு கொண்டு ஆசிரமம் ஒன்றை அமைத்து அங்கேயே வாழத்தொடங்கினார். இவருடைய மகனும் 1824ல் நோய்வாய்பட்டு சில ஆண்டுகளில் காலமாகிவிட்டார். எனவே வேறுவழி இல்லாமல் நேரடியாக ஆட்சிப்பொறுப்பை ஏற்று நிர்வகிக்கத் தொடங்கினார் ராணி சென்னம்மா. இந்திய வரலாற்றில் மறக்க முடியாத முத்திரையை பதித்த சென்னம்மா 1778 ஆம் வருடம் பிறந்தார். தனது சிறு வயதிலேயே, சென்னம்மா குதிரையேற்றம், வாள் வீச்சு, வில்வித்தை போன்றவற்றில் தேர்ச்சி பெற்றவரானார். தனது கணவனும் அவருக்குப் பிறந்த குழந்தையும் தொடர்ந்து மரணமடையவே, தனக்குப் பின்னால் ஒரு வாரிசு தேவை என்பதால் சிவலிங்கப்பா என்ற சிறுவனைத் தத்தெடுத்து அவனுக்கு முடி சூட்டினார். அப்போது பரவலாக ஆங்கிலேய அரசு ஒரு சட்டம் இயற்றி இருந்தது. எந்த மன்னருக்கு வாரிசு இல்லையோ அந்த மன்னருக்குப் பின் அந்த நிலப்பரப்பு ஆங்கில அரசின் பகுதியாக ஆக்கப்படும்.

இந்தச் சதியை முறியடிக்க ராணி சென்னம்மா சிவலிங்கப்பாவை சுவீகாரம் எடுத்துக் கொண்டதைக் கண்ட ஆங்கிலேயர், பெரும்படை ஒன்றை அனுப்பி கோட்டையை முற்றுகையிட்டு கோட்டையிலிருந்து யாரும் வெளியே செல்ல முடியாத அளவிற்கு காவலுக்கு ஆங்கிலேயச் சிப்பாய்களை நிறுத்தி வைத்திருந்தனர். நாட்டை அபகரிக்கும் திட்டத்துடன் கிட்டூர் அந்நிய ஆதிக்கத்திற்கு உட்பட்டு விட்டதையும் கோட்டை முற்றுகை இடப்பட்டிருப்பதையும் சென்னம்மாவால் பொறுத்துக் கொள்ள முடியவில்லை. எப்படியும் தாய் மண்ணை மீட்கவேண்டும் என உறுதி பூண்டார். படைத் தலைவர்களைச் சந்தித்துப் பேசினார். ஆலோசனை செய்தார். தனது நம்பிக்கைக்குறிய படைவீரர்களுக்கு நம்பிக்கை ஊட்டினார். தனது தேசத்தை தியாகபூர்வ யுத்தத்திற்கான அனைத்து முன்னேற்பாடுகளும் சத்தமில்லாமல் கோட்டைக்கு

உள்ளேயே செய்தார். இருப்பினும் கோட்டைக்குள்ளே ஏதோ நடக்கிறது என்ற சந்தேகம் காவலுக்கு நின்ற ஆங்கிலேய சிப்பாய்களுக்கு ஏற்பட்டது. உடனடியாக கலெக்டர் தாக்ரேவிற்கு தகவல் சொல்லப்பட்ட்து.

கணவனை இழந்து கடுந்துயரில் உள்ள ஒரு விதவைப் பெண்ணின் சோகத்தை எதிர்பார்த்த ஆங்கிலேயர்கள் இவ்வளவு தீரமான போராளியை கனவிலும் நினைக்கவில்லை. உள்ளே ஏதோ ஆலோசனை என்ற செய்தியை கேள்விப்பட்ட கலெக்டர் தாக்ரே உடனடியாக நான்கு பீரங்கிகளைக் கொண்ட பெரும்படையுடன் கிட்டூர் கோட்டைக்கு வந்து சேர்ந்தான். தனது பெரும்படையைப் பார்த்ததும் அஞ்சி நடுங்கி ராணி சென்னம்மா சரணடைந்து விடுவார் என்பது அவனது எண்ணமாய் இருந்தது. அதனால் மிகவும் அலட்சியமாய் ஆணைகளை பிறப்பித்தான். அந்தக் கோட்டையைக் கைபற்றி ராணி சென்னம்மாவைக் கைது செய்து அழைத்துவர குதிரைப் படையினர் நூறு பேரை அனுப்பிட உத்திரவிட்டான். ஆனால் நடந்தது வேறு, அது வரலாற்றில் செதுக்கப்பட வேண்டிய சம்பவமாய் அமைந்தது.

வெட்டிச் சாய்க்கப்பட்ட வீரர்கள்..

நூறுபேர் கொண்ட குதிரைப்படை கோட்டையை நோக்கிச் சென்றபோது கோட்டைக் கதவுகள் இவர்களை எதிர்பார்த்து திறந்தே இருந்தன. அலட்சிய சிரிப்புடன், வென்றுவிட்ட இறுமாப்புடன் கலெக்டர் தாக்ரே படையை சார்ந்த நூறு பேர் உள்ளே போனதும் அவர்கள் எதிர்பார்க்காத தருணத்தில் திடீரென பிருமாண்டமான கோட்டைக் கதவுகள் மூடப்பட்டன. அதிர்ச்சியில் மிரண்டு நின்ற ஆங்கிலப் படையை கிட்டூர் வீரர்கள் மின்னல் வேகத்தில் வெட்டிச் சாய்த்தனர். மொத்தம் வந்த நூறு பேரில் 98 பேர் கொல்லப்பட்டனர் இரண்டு ஆங்கில அதிகாரிகள் கைது செய்யப்பட்டனர். ஆங்கிலேயப் படைமுகாமில் நடந்தது எதுவும் யாருக்கும் புரியவில்லை. இந்த அதிரடித் தாக்குதலைச் சற்றும் எதிர்பாராத கலெக்டர் உயிர்பலியைத் தவிர்க்க சமாதானத் தூதனுப்பினான். கிட்டூரின் பத்து கிராமங்களை உங்களுக்கு தானமாக விட்டுக் கொடுக்கிறோம், எஞ்சியதை எங்களிடம் ஒப்படைத்துவிடுங்கள் என எழுதிக்கொடுத்து அனுப்பிய கடித்த்திற்குப் பதிலே இல்லை.

கிட்டூர் ராணி சென்னமாவின் ராஜியத்தில் சில கிராமங்களை விட்டுக்கொடுக்க இவன் யார்? அதனால் பதில் இல்லை. இதனால் ஆத்திரம் அடைந்த கலெக்டர் நான்கு பீரங்கிகளில் இரண்டைக் கோட்டைக்கு மிக அருகில் நிறுத்தி வைத்தான். மறுநாள் காலைக்குள் சென்னம்மா சரணடையாவிட்டால் கோட்டையைத் தகர்த்துவிடுமாறு உத்திரவிட்டான். ஆனால் நடந்தது வேறு மறுநாள் காலை அந்த இரண்டு பீரங்கிகளையும் காணவில்லை. அதாவது அந்த இரண்டும் கிட்டூர் வீரர்கள் தந்திரத்தால் அவர்களது கோட்டைக்குள் சென்றுவிட்டன.

இது கலெக்டரின் இரண்டாவது அவமானம். ஆத்திரம் உச்சந்தலைக்கு ஏற, எஞ்சியிருந்த இரண்டு பீரங்கிகளைக் கோட்டைக்குமுன் நிறுத்தி கோட்டையைத் தகர்க்க ஆணையிட்டான். ஆனால், சற்றும் எதிர்பாராத விதமாக கோட்டைக்குள் இருந்த பீரங்கியிலிருந்து குண்டுகள் கோட்டைக் கதவைப் பிளந்துவிட்டு ஆங்கிலேயர்கள் மீது பாய்ந்தது. அந்த நேரத்திலேயே கோட்டை மதில் சுவற்றின் மேலிருந்த வீரர்கள் அம்புகளால் ஆங்கிலேயர் உடல்களைத் துளைத்தனர். போர்க்களம் சூடானது. இருபக்கமும் இரத்தம் வழிந்தோடியது.

அடி பணியாத வீரம் ..

தனது வீரர்களுக்கு கட்டளைகளை மட்டும் அல்ல; களத்திலும் நின்று வழிகாட்டினார் ராணி சென்னம்மா. அவர் கவசமணிந்து குதிரையில் கம்பீரமாக அமர்ந்து வீரர்களுக்கு உத்தரவிட்டுக் கொண்டிருந்தாள். மாவீரம் காட்டிய கிட்டூர் ராணியைக் கொல்லத் தன் கைத்துப்பாக்கியால் குறிபார்த்த கலெக்டரை ராணியின் மெய்க்காப்பாளன் பாலப்பா சுட்டுக் கொன்றான். அவனது மரணம் ஆங்கிலப் படைகளை சிதறி ஓடச் செய்தது. அதுவரை மக்களுக்கு அறிமுகமில்லாத நவீனப் போர்க்கருவிகள் கொண்ட ஆங்கிலேயரைத் தனது வீரத்தாலும், தந்திரத்தாலும் தோற்கடித்த ராணி சென்னம்மாவின் புகழ் எங்கும் போற்றப்பட்டது.

அத்தோடு நின்றுவிடாமல் தென்பகுதியில் உள்ள எல்லா சமஸ்தானங்களையும் ஒன்றிணைத்து விரிவடைந்த ஒரு தேசிய மேடையமைத்து ஆதிக்கம் செய்ய வந்த ஆங்கிலேயரைத் தோற்கடிக்க வேண்டும் என்பதே அவரின் கனவாக இருந்தது. அதற்கான முயற்சியில் தொடர்ந்து ஈடுபட்டார். பல அரசர்களுடன்

பேச்சுவார்த்தையும் நடத்தினார். ஆனால் சென்னம்மாவின் முயற்சிக்கு பெரும்பான்மையான சிற்றரசர்கள் ஒத்துழைக்கவில்லை. ஒருவேலை இது நடந்திருந்தால் வரலாறு வேறோர் தளத்தில் பயணித்திருக்கும். கிட்டூர் ராணி சென்னம்மாவால் அவமானப்பட்ட வெள்ளையர்கள் பல இடங்களில் நிறுத்தி வைக்கப் பட்டிருந்த தங்களது ஆயிரக்கணக்கான படை வீரர்களை ஒருங்கிணைத்து மூன்று படைப் பிரிவுகளாகப் பிரிந்து கிட்டூர் கோட்டையை சாப்ளின் என்பவர் தலைமையில் முற்றுகையிட்டனர்.

ராணி சென்னம்மா சரணடையாவிட்டால் கோட்டை தகர்க்கப்படும் எனச் செய்தி அனுப்பப்பட்டது. சரணடைவதைவிட சாவதே மேல் எனக் கருதிய சென்னம்மா கடுமையான யுத்தத்தை எதிர்கொண்டார். பலநாட்கள் நடந்த கடுமையான போரில் இரு தரப்பிலும் எண்னற்ற வீரர்கள் உயிர் இழந்தனர். பீரங்கிகளுக்கும், துப்பாக்கிகளுக்கும் வேல் அம்பினால் ஈடு கொடுக்க முடியாத கிட்டூர் வீரர்கள் கடைசிவரை போராடி மாண்டனர். கடைசியில் வீரப் போர்புரிந்த கிட்டூர் கோட்டை தகர்க்கப்பட்டது. அந்நியர்களை எதிர்த்து வீரச் சமர் புரிந்த கிட்டூர் ராணி சென்னம்மாள் உயிருடன் பிடிக்கப்பட்டாள்.

ஆட்சி, அதிகாரம், இன்ப வாழ்க்கை போன்றவற்றிற்கு ஆசைப்பட்டு பல ஆட்சியாளர்களைப்போல வெள்ளையருக்குப் அடிபணிந்திருந்தால் அவரது ஆட்சி அதிகாரம் அவருக்கே கிடைத்திருக்கும். ஆனால், தன்மானத்திற்கும், தேச விடுதலைக்கும் போராடிய காரணத்திற்காக கிடைத்த பரிசு கடுமையான சிறைச்சாலை. கொடுமை நிறைந்த தனிமைச் சிறையிலேயே ஐந்தாண்டுகள் இருந்து 1829 பிப்ரவரி 2ல் மரணமடைந்தார். இந்த வீரத்திற்காக, போராட்ட உணர்விற்காக, எழுச்சிமிகு உதாரணத்திற்காக அவர் இறந்து 183 ஆண்டுகள் கடந்து இன்னும் வாழ்கிறார். இவர் மட்டும் அல்ல; இன்னும் நாம் சந்திக்கவிருக்கும் வீராங்கனைகளும் இப்படியே வாழ்கிறார்கள்...

4

மங்காத வீரம் கொண்ட மணிகர்னிகா

நமது துணைக்கண்டத்தில் நிகழ்ந்த ஆங்கிலேய எதிர்ப்புகளிலேயே சிப்பாய்க் கலகமே அளவிலும் பங்கேற்பிலும் பெரியதாகையால் அதுவே இந்தியாவின் முதல் விடுதலைப்போர் எனக் கருதப்படுகிறது. ஏனெனில் இந்த போராட்டம் ஒருங்கிணைக்கப்பட்ட விதமும் திரட்டுதலும் அப்படிப்பட்டது. ஆயினும் நாடெங்கிலும் அதற்கு முன்பே பல இடங்களிலும் பல்வேறு மன்னர்களிடமிருந்தும் ஆங்கிலேயர் ஆட்சிக்கு தொடர்ச்சியான எதிர்ப்புகள் இருந்துவந்துள்ளன. 1857 இல் வெடித்த விடுதலைப்போரின் நூறு ஆண்டுகளுக்கு முன்னரே பூலித்தேவன் ஆங்கிலேயருக்கு எதிராக தீரத்துடன் போரிட்டு அதில் வெற்றி பெற்றார். அதன் பின் அவர் வீழ்ந்தாலும் கூட வெள்ளையர்கள் வெல்லமுடியாதவர்கள் அல்ல என்பதை அவர் நிரூபணம் செய்தார்.

அதிலிருந்து தொடங்கி 1772ஆம் ஆண்டு முத்துவடுகநாதன், வீரமங்கை வேலு நாச்சியார் தலைமையிலும், 1795ஆம் ஆண்டு முத்துராமலிங்க

சேதுபதி தலைமையிலும், 1799ஆம் ஆண்டு வீரபாண்டிய கட்டபொம்மன் தலைமையிலும், 1801ஆம் ஆண்டு மருது பாண்டியர் தலைமையிலும் ஆங்கிலேய எதிர்ப்பு கடுமையாக எதிரொலித்தது. பின்னர் 1806ஆம் ஆண்டு திப்புவின் மகன்கள் சிறைப்பட்டிருந்த வேலூர் சிறையில் சிப்பாய்க் கலகமாகவும் வெடித்தது. இதுவே முதன் முதலில் ஆங்கிலேயருக்கு எதிராக ஏற்பட்ட முதல் கிளர்ச்சியாகும். அதன் தொடர்ச்சியாகவே 1857ஆம் ஆண்டு வட இந்தியச் சிப்பாய்க் கலகமாக மூண்டெழுந்தது. பின்னர் அது நாடு தழுவிய முதல் விடுதலைப் போராட்டமாக உருப்பெற்றது.

வரலாற்றை மாற்றிய பிளாசி போர்

இந்தியாவில் வர்த்தக நோக்கங்களுக்காக நிறுவப்பட்ட பிரித்தானியரின் தொழில் மற்றும் தொழிற்சாலை பகுதிகளை நிருவகிக்க பிரித்தானிய கிழக்கு இந்திய கம்பெனி நிறுவப்பட்டது. ஆனாலும் இதன் எல்லை மீறிய லாப, ஆதிக்க வெறி நடவடிக்கைகளாலும் இந்திய மன்னர்களிடையே ஓயாமல் நடந்த தகராறுகளாலும், ஒற்றுமையின்மையாலும் 1757 ல் பிளாசி போரில் பெற்ற வெற்றியால் கிழக்கு இந்தியாவில் வங்காளம் வரை அதன் ஆட்சி பரவலாக்கப்பட்டது. அவர்கள் வெற்றிக்கு இந்திய குறுநில அல்லது பெரிய நிலப்பரப்பை ஆண்ட மன்னர்களும் முக்கிய காரணமாய் இருந்தார்கள் என்பது கசப்பான உண்மைதான். பக்சர் போரில் முகலாய பேரரசர் ஷா அலாம் தோற்றபின் 1764ல் பீகாரும் கிழக்கிந்திய கம்பெனியால் எளிதாகக் கைப்பற்றப்பட்டது. இதன் காரணமாக வங்கம், பீகார் மற்றும் ஒரிசா மாநிலங்களில் வரி வசூல் செய்யும் உரிமை கிழக்கிந்தியக் கம்பெனிக்கு வழங்கப்பட்டது. இந்நிறுவனம் விரைவில் மும்பை, சென்னை போன்ற பகுதிகளில் தன்னை விரிவாக்கம் செய்தது. அதாவது இந்தியாவின் பெரும் நிலப்பரப்பை தன்வசம் கொண்டது.

ஆங்கில-மைசூர்ப் போர்கள் (1799-1766), ஆங்கில-மராட்டியப் போர்கள் (1818-1772), கர்நாடகப் போர்கள் ஆகியன பரந்த நர்மதா ஆற்றின் தெற்குப் பகுதியை ஆங்கிலேயர்களது கட்டுப்பாட்டுக்குள் கொண்டுவர வழிவகுத்தது. அதுவரை இச்செயல்களுக்கு பேரளவில் பெரிய எதிர்ப்புகள் ஏதும் ஏற்படவில்லை. எதிர்ப்பை விதைக்கும் பொறிகள் ஆங்காங்கு வித்தாகக் கனன்றுகொண்டிருந்தன. அப்படி ஒரு நெருப்புப் பொறி

பிறந்தது. அது ஆஸ்திரேலியாவில் மெல்போர்ன் நகரம் அமைக்கப்பட்ட, சார்லஸ் டார்வின் கடல் வழியே காலபாகசுத் தீவுகளுக்குச் சென்று தனது உயிரினங்களின் படிவளர்ச்சிக் கொள்கை பற்றிய ஆய்வுகளை மேற்கொண்ட, அதே 1835 ஆம் ஆண்டில் பிறந்தது. அவ்வாண்டு நவம்பர் 19 இல் வாரணாசியில் பிராமணக் குடும்பத்தைச் சேர்ந்த மௌரியபந்தர்-பகீரதிபாய் தம்பதியினருக்குப் பிறந்த வீரத்தின் பெயர் மணிகர்னிகா.

இவர் மனு எனவும் அழைக்கப்பட்டார். இவருக்கு நான்கு வயதாகும்போது தாயார் பகீரதிபாய் இறந்து போனார். தாயை இழந்த குழந்தை அந்தச் சோகத்தின் சுவடுகூட தெரியாமல் வளர்ப்பதில் மிகவும் சிரமம் இருந்ததுதான். ஆனால் அவரது தந்தை அந்தச் சுமையை தன் தோளில் சுமந்து பாசத்துடன் வளர்த்தார். இவர் சிறு வயதிலேயே குதிரையேற்றமும் வாள் வீச்சும் கற்றுக் கொண்டார். மணிகர்ணிகாவின் தந்தை மௌரியபந்தர், பித்தூரிலுள்ள பேஷ்வா மன்னரின் நீதிமன்றத்தில் வேலை செய்தார். பித்தூரின் பேஷ்வா மணிகர்ணிகாவைத் தனது சொந்த மகள் போல வளர்த்தார். வளர்த்தது மட்டுமல்ல; அவளது திருமணத்தையும் அப்படியே செய்துவைத்தார்.

ஜான்சியை ஆண்ட ராஜா கங்காதர ராவ் நெவல்கர் என்பவருக்கு 1842இல் மணிகர்ணிகாவைத் திருமணம் செய்து வைத்தார் அவரது தந்தை. அதிலிருந்து, மணிகர்ணிகா இராணி இலட்சுமிபாய் என அழைக்கப்பட்டதுடன் ஜான்சியின் ராணியாகவும் பதவியேற்றார்.

தத்து பிள்ளை..

1851இல் அவர்களுக்குப் பிறந்த மகனான தாமோதர் ராவ் உடல்நலக் குறைவால் நான்கு மாதங்களில் இறந்து போனான். தாமோதர் ராவின் இறப்பின் சோகம் அவர்களை வாட்டியது, நாடு, நகரம், அதிகாரம், போதுமான அளவு செல்வம் எல்லாம் இருந்தும் சொல்ல முடியாத வெறுமை அவர்களை வாட்டியது. எனவே ராஜா கங்காதர ராவ் நெவல்கரும் இராணி இலட்சுமிபாயும் கலந்து பேசி ஆனந்த் ராவைத் என்கிற குழந்தையை தத்தெடுத்தனர். பின்னர், அக்குழந்தைக்குத் தங்களுடைய இறந்த குழந்தையான தாமோதர் ராவ் எனற பெயரைச் சூட்டினர். இருப்பினும் தனது மகனின் இழப்பின் துயரம் ராஜாவைத் துரத்திக்கொண்டே இருந்தது. அந்தக் கொடுந் துயரத்திலிருந்து

மீளாத ராஜா கங்காதரராவ் நவம்பர் 1853 ,21இல் உடல் நலமிழந்து இறந்தார். அது பேரிடியாக ஜான்சிராணியை தாக்கினாலும் அவரது மனஉறுதி மட்டும் குறையவே இல்லை. அவர் மன உறுதியை சோதிக்கும் பல நிகழ்வுகள் இனிதான் நடக்க இருந்தது.

அதே காலத்தில்தான் இந்திய நாடு முழுவதும் பல மாற்றங்கள் நடந்துவந்தது. அந்நிய ஆட்சியின் மீது கடுமையான கோபம் ஆங்காங்கே மூண்டுக்கொண்டிருந்தது. காரணம் அவர்கள் கொண்டுவந்த கடுமையான சட்டங்கள்தான். ஒருபக்கம் அவர்களது படையில் இந்திய நாட்டுச் சிப்பாய்களை அதிக அளவு சேர்த்துக்கொண்டே வந்தார்கள். அதிலும் குறிப்பாக இந்திய கிராமங்களில் சாதியின் பெயரால் ஒடுக்கிவைக்கப்பட்ட சமூகத்தினர் சேர்க்கப்பட்டனர். இந்தியச் சாதி முறைமையால் ஒடுக்கப்பட்டவர்கள் இந்த ராணுவ வாய்ப்பை பெருமையாகவும் ஒருவித விடுதலையாகவும் கருதினர். அது ஒருவிதத்தில் உண்மையும் கூட. ஆங்கிலேயரின் படை விஸ்தரிப்பு அவர்களது ஆட்சியை இங்கு முழுமையாக நிறுவிட உதவியது. அதே நேரம் அவர்களுக்கான எதிர்ப்பும் இதனாலேயே அதிகரித்ததையும் மனதில் வைப்போம். இந்தியாவில் எழுந்த கிளர்ச்சிகளை இந்தியர்களை வைத்தே அடக்குவது என்ற தந்திரம் எப்போதும் பலிக்காதுதானே!

இந்தச் சம்பவங்களூடாக மன்னர் கங்காதர ராவ் மறைந்த பின், தங்களின் வளர்ப்பு மகன் தாமோதர் ராவை ஆட்சியில் அமர்த்த எண்ணினார் ஜான்சி ராணி. ஆனால், அப்போதைய ஆங்கியேல ஆளுநர் டல்ஹவுசி, பிரித்தானியக் கிழக்கிந்திய நிறுவனத்தின் கொள்கையின்படி, தத்துப்பிள்ளையை ஆட்சியின் அதிகாரபூர்வமாக ஏற்றுக் கொள்ள மறுத்தார். ஒரு மன்னருக்கு நேரடி வாரிசு இல்லையென்றால், அந்த அரசு தங்களுக்கே சொந்தம் என உரிமை கொண்டாடி வந்த ஆங்கிலேயர்கள் ஜான்சி நாட்டைத் தமது ஆட்சிக்குட்படுத்த முடிவெடுத்தனர். இப்படி பல இடங்களில் செய்தும் இருந்தனர். இது அவரகளது செல்வாக்கு விரைவில் பல இடங்களுக்கு பரவ வழிவகை செய்தது. தங்களது அடக்குமுறையை மிகவும் இயல்பாகச் செய்தனர். ஆங்கிலேயர்கள் 1854ஆம் ஆண்டு மார்ச் மாதம் ஜான்சிராணி லட்சுமிபாய்க்கு 60,000 ரூபாயை ஒய்வூதியமாகக் கொடுத்து ஜான்சிக் கோட்டையை விட்டு வெளியேறச் சொன்னார்கள்.

ஓய்வெடு அல்லது வெளியேறு..

ஒன்று பணத்துடன் ஓய்வெடு அல்லது நாட்டைவிட்டு வெளியேறு, இதுதான் அவர்கள் கொடுத்த வாய்ப்பு. இரண்டில் ஒன்றல்ல, ஒன்றில் ஒன்றைத் தேர்ந்தெடு. ஜான்சி ராணி தனது வாழ்வில் முக்கியமான சவாலைச் சந்திக்கும் காலக்கட்டத்தில் இருந்தார். பெண்தானே எளிதில் அடக்கிவிடலாம் என்று நினைத்த ஆங்கிலேயர்களை, தீரத்துடன் எதிர்த்து நிற்கவேண்டிய கட்டாயத்தில் இருந்தார்.

அப்போது ஆங்கிலேயர்கள் செய்த செயலே அவர்களுக்கு எதிராக எழுந்தது. இந்தியாவில் எழுந்த கிளர்ச்சிகளை இந்தியர்களை வைத்தே அடக்குவது என்ற தந்திரம் எப்போதும் பலிக்காது என்பது மிக விரைவில் நிரூபணம் ஆனது. ஆம் இந்தியாவில் உள்ள இந்து மற்றும் இஸ்லாமிய, சிப்பாய்கள் ஆங்கிலேயர்களுக்கு எதிராய் திரளும் காலம் வந்தது. அது ஜான்சி ராணியின் ஆட்சிக்கும், பல மன்னர்களை ஒன்றுதிரட்டவும், மன்னர்கள் மூலமாக மக்கள் திரளை திரட்டவும் பயன்பட்டது. இனிதான் ஜான்சியின் போர்க்களம் துவங்கியது.

5

வீழும் வரை போரிடு! விழும்போது விதையாய் விழு!

இந்தியாவை மெல்ல மெல்ல ஆக்கிரமித்த ஆங்கிலேயர்கள் ஒன்று பணத்துடன் ஓய்வெடு அல்லது நாட்டைவிட்டு வெளியேறு என்றனர். இரண்டில் ஒன்றல்ல, ஒன்றில் ஒன்றைத் தேர்ந்தெடு, இதனால் ஜான்சி ராணி தனது வாழ்வில் முக்கியமான சவாலைச் சந்திக்கும் காலக்கட்டதில் இருந்தார். பெண்தானே எளிதில் அடக்கிவிடலாம் என்று நினைத்த ஆங்கிலேயர்களை தீரத்துடன் எதிர்த்து நின்ற வீரத்தைப் பார்த்து மிரண்டனர். நேரடி வாரிசு இல்லாத அரசுகளை தங்கள் ராஜ்ஜியத்துடன் சேர்த்துக்கொள்வது என்ற ஆங்கிலேயரின் இந்தச் சதியை எதிர்த்து மற்ற மன்னர்களை அணிதிரட்ட துவங்கினார். மிகவும் தேசபக்தி மிகுந்த மகாராஜா மர்தன் சிங்குடன் தொடர்ந்து விவாதித்து வந்தார். உதாரணமாக அம்மன்னருக்கு அவர் எழுதிய கடிதம் கீழே உள்ளது.

ஒரு கடிதம்..

“மகா ராஜாதி ராஜ மகாராஜா மர்தன் சிங் பகதூர் ஜூ தேவின் நல்வாழ்வுக்கு மகாராணி லட்சுமிபாய் ஜூ தேவி தமது நல்வாழ்த்துகளைத் தெரிவித்துக்கொள்கிறார். இங்கு அனைவரும் நலம். தாமோதர் ராவின் தத்து எடுத்தல் குறித்த நடவடிக்கைகளின் முன்னேற்றம் பற்றி நீங்கள் இங்கு வந்திருந்த சமயத்தில் நாம் பேசிக்கொண்டோம். ஆனால், இந்த தத்தெடுப்பை அங்கீகரிப்பதற்கான எண்ணம் எதுவும், பிரிட்டிஷாருக்கு இருப்பதாகத் தெரியவில்லை. அந்த அயல்நாட்டவர்கள் யாருக்குமே நண்பர்கள் அல்ல. தால்பேஹத் கோட்டையில் ஏற்கனவே இந்த விஷயம் பற்றி பேசினோம் அல்லவா? புந்தேலா வீரர்களின் தலைவரான உங்களை முழுமையான அளவுக்கு நம்புகிறோம். ஒவ்வொரு முறையும் உங்கள் அறிவுரையை நாடுகிறோம். தயைகூர்ந்து இந்தக் கடிதம் கண்டு மறு மடல் எழுத வேண்டுகிறோம்.(விக்ரம ஆண்டு 1914 முத்திரை)»

இந்த நேரத்தில் 1857ஆம் ஆண்டு மே 10ம் தேதி இந்தியக் கிளர்ச்சி மீரட்டில் ஆரம்பமாகியது. போர் வீரர்களுக்குப் புதிதாக வழங்கப்பட்ட துப்பாக்கிக் குண்டுகளில் பசு மற்றும் பன்றி ஆகியவற்றின் கொழுப்பு பூசப்பட்டதாகப் பரவிய செய்தியையடுத்தே இக்கிளர்ச்சி ஏற்பட்டுப் பரவத் தொடங்கியது. ஏற்கனவே புழுங்கிக்கொண்டிருந்த இந்தியச் சிப்பாய்களுக்கு இது ஒரு சரியான காரணமாய் இருந்தது. இச்சந்தர்ப்பத்தில், ஆங்கிலேயர்கள் இந்தியக் கிளர்ச்சி சம்பந்தமாகவே அதிகம் கவனம் செலுத்தினர். ஜான்சி பற்றி அதிகக் கவனம் செலுத்தவில்லை. இதன் காரணமாக, இராணி இலட்சுமிபாய் தனியாகவே ஜான்சியை ஆட்சி செய்தார். வடமத்திய இந்தியாவிலே ஜான்சி அமைதியான பிரதேசமாக இருந்தமையைக் காட்டுவதற்காகவும், ஜான்சி எந்த விதமான முற்றுகையை எதிர்கொள்வதற்கான அபாயத்தைக் கொண்டிருக்கவில்லை என்பதனைத் தெளிவுபடுத்துவதற்காகவும் இராணி இலட்சுமிபாயால் ஹால்டி குங்குமப் பண்டிகை ஏற்பாடு செய்யப்பட்டுக் கொண்டாடப்பட்டது.

1857ஆம் ஆண்டு ஜூன் மதம் 4ஆம் தேதிக்குள் ஆங்காங்கு சிப்பாய்கள் கலவரம் செய்யும் செய்தி சாகர் மற்றும் லலித்பூரில் இருந்த சிப்பாய்களுக்கு எட்டியது. அங்கிருந்த ஆங்கிலேயர்களைக் கொன்று மர்தன் சிங்கை தங்களது தளபதியாக

ஏற்றுக்கொண்டனர். இச்சமயம் மகாராஜர், ராணி லட்சுமி பாய்க்கு நீண்ட மடல் எழுதியிருந்தார் அதற்கு பதில் அளிக்கும் வகையில் கீழ்க்கண்ட கடிதத்தை லட்சுமிபாய் எழுதினார்.

பதில் கடிதம்..

"மகாராஜாதி ராஜ மகாராஜா மர்தன் சிங் பகதூர் ஜூ தேவின் நல்வாழ்வுக்கு மகாராணி லட்சுமிபாய் ஜூ தேவி தமது நல்வாழ்த்துகளை தெரிவித்துக்கொள்கிறார். நாங்களனைவரும் நலம், திவான் கௌஸ் கொண்டுவந்த கடிதம்கண்டு பெருமகிழ்ச்சி அடைந்தோம். ஷாஹ்கட் மன்னர், மற்றும் தாத்யா தொபே முன்னிலையில் நம்மிடையே நடந்த ஆலோசனைக் குழுவில் நமது நாட்டிலே சொந்த ஆட்சி நிலவவேண்டும் என்று முடிவு செய்தோம். இது நம்முடைய சொந்த நாடு. நாம் வேண்டிய அளவு பீரங்கிகளும், குண்டுகளும் தயாரித்துவிட்டோம். இது விஷயம் ரகசியமாகவே இருக்கட்டும். ஏனென்றால் டீகம்கர் ராணி லடய் சர்காரும் திவான் நந்தேகானும் அந்நிய நாட்டவர்பால் நாட்டம் கொள்கின்றனர். ஆகவே இவ்விஷயத்தில் கவனமாக இருக்கவேண்டும். கடிதம் பெற்று விவரம் தெரிவிக்கவும். (ஐப்பசி, விக்கிரம ஆண்டு 1914 முத்திரை)

இதே நேரம் ஜான்சிராணி இலட்சுமிபாய் ஆங்கிலேயர்களை எதிர்க்கக்கூடும் என்ற அச்சம் ஆங்கிலேயர்களிடம் இருக்கவே செய்தது. இதனால், ஆங்கிலேயர்கள் 1857ஆம் ஆண்டு சூன் 8ம் தேதி ஜோக்கன் பாக்கில் கிழக்கிந்திய நிறுவனத்தின் அதிகாரிகளைப் படுகொலை செய்ததில் ஜான்சிராணி இலட்சுமிபாய்க்கும் பங்கு உள்ளதாகக் கூறினர். பொதுமக்களும் விவசாயிகளும் ஜான்சிராணி இலட்சுமிபாய் மீது வைத்திருந்த மதிப்பைச் சீர்குலைக்கவே இவ்வாறு கூறினர்.

இதனையே காரணமாக வைத்து, 1858ஆம் ஆண்டு மார்ச்சு 23ஆம் தேதி ஹ்யு ரோஸ் தலைமையில் ஆங்கிலேயர்களின் படை ஒன்று ஜான்சியைக் கைப்பற்றுவதற்காக அனுப்பி வைக்கப்பட்டது. ஜான்சியின் படைகளுக்கு உதவி செய்வதற்காகத் தாந்தியா தோபேயின் தலைமையில் 20,000 பேரைக் கொண்ட படை அனுப்பி வைக்கப்பட்டது. ஆனாலும் அப்படை நவீன தொழில்நுட்பம் நிறைந்த பிருமாண்டமான ஆங்கிலேயரை, எதிர்க்கமுடியவில்லை. இப்படை மார்ச் 31ஆம் தேதி ஆங்கிலேயர்களின் படையுடன் இணைந்த காரணத்தினால்

தாந்தியா தோபேயினால் ஜான்சி ராணிக்கு உதவ முடியாமல் போனது.

ஆனாலும் ஜான்சி இராணி ஆங்கிலேயருக்கு அடிபணிய மறுத்துத் தமது படைகளுடன் இணைந்து கடுமையாகப் போர் புரிந்தார். தனது நாட்டை விட்டுக் கொடுக்க மறுத்த ஜான்சிராணி இலட்சுமிபாய், தனது படை வீரர்களை முன்னின்று வழி நடத்திச் சென்று பெரும் ஆற்றலுடனும் மிகுந்த துணிச்சலுடனும் போர் புரிந்தார். எனினும் மூன்று நாட்களின் பின்னர், ஆங்கிலேயர்களால் அத்துமீறி நுழைந்து நகரத்தைக் கைப்பற்ற முடிந்தது. கடுங்கோபத்திலிருந்த ஆங்கிலேயர்கள், அரண்மனையைச் சூறையாடிப் பொருட்களைக் கொள்ளையடித்தனர்.

ஜான்சி இராணி 1858ஆம் ஆண்டு ஏப்ரல் 4ஆம் தேதி இரவு நேரத்திலே தனது மகனுடன் மதிலிலிருந்து பாய்ந்து தப்பித்தார். அதிகம் பெண்களைக் கொண்ட பாதுகாவலர் படையணியின் பாதுகாப்புடன் ஜான்சிராணி நகரத்தை விட்டு நீங்கினார். அவர் கல்பியிலுள்ள ஏனைய புரட்சிப் படைகளுடன் இணைவதாகவே திட்டம் போட்டிருந்தார். அவர் இங்கிருந்து தப்பிக்க அடிப்படையாக ஒரு வீராங்கனை இருந்தாள். அவள் ஜல்காரிபாய்.

கோட்டையை விட்டுத் தப்பித்தல்..

ஜல்காரிபாய், ஜான்சிராணி போல வேடமிட்டு போல் முன்னின்று போர் புரிவதாகவும் அச்சந்தர்ப்பத்தில் ராணி லட்சுமிபாய் கோட்டையை விட்டுத் தப்பிச் செல்ல முடியும் என்று ஒரு வேண்டுகோளை ராணி லட்சுமிபாயிடம் முன்வைத்தார். ஜல்காரிபாயும் பெண் படையைச் சேர்ந்த சிலரும் ராணி லட்சுமிபாயை கடுமையான முயற்சிக்கு பிறகு தப்பிச் செல்ல வைத்தார்கள். ராணி கோட்டையிலிருந்து தப்பித்துக் கல்பிக்கு விரைந்து சென்றார். அதே சமயத்தில், ஜல்காரிபாய் ராணி லட்சுமிபாயைப் போல் உடை அணிந்து கொண்டு, படைக்குத் தலைமை தாங்கியபடி ஹ்யு ரோஸின் முகாமுக்குச் சென்றார். ஜல்காரிபாய் மிகுந்த பராக்கிரமத்துடன் ஆங்கிலேயப் படையுடன் சண்டையிட்டார். ஆனால், கடைசியில் அவர்களிடம் பிடிபட்டார்.

இந்த நேரத்தில் உயிர் பிழைக்க தப்பிக்கவில்லை, மீண்டும் பெரும் போருக்கான தயாரிப்புக்காகவே அவர் சென்றார் என்பதை, அவர் மன்னர் மர்தன் சிங்கிற்கு எழுதிய கடிதம் அவரது கல்பி திட்டம் குறித்து கூறுகிறது. «மகாராஜாதி ராஜ மகாராஜா மர்தன்

சிங் பகதூர் ஜூ தேவின் நல்வாழ்வுக்கு மகாராணி லட்சுமிபாய் ஜூ தேவி தமது நல்வாழ்த்துகளைத் தெரிவித்துக்கொள்கிறார். ஷாஹ்கட் மன்னர் கடிதம் பற்றி அறிந்தோம். நீங்களும் அதுபற்றிக் குறிப்பிட்டிருந்தீர்கள். நீங்கள் உடனடியாக சாகரை நோக்கிப் படையெடுத்து வரவேண்டும். வழியிலே நிற்கும் வெள்ளையர்கள் படையின் இரண்டு கம்பெனிகளை வென்று ஷாஹ்கட் மன்னருடன் சேர்ந்து முன்னேறவும். என்னுடன் தாத்யா தொபே மற்றும் நானா சாகப் போருக்கான ஆயத்தில் முனைந்துள்ளார்கள். நீங்கள் நேராக நௌட்காட்டிலிருந்து ஹ்யூ ரோஸைத் துரத்திவிட்டு கால்பி பக்கம் விரைந்து வரவும். குவாலியரில் ஆங்கிலேயர்கள்மீது கூட்டாக தாக்குதல் நடத்துவதற்காக நாம் அனைவரும் கால்பியில் சந்திப்போம். இதில் சற்றேனும் சுணக்கம் கூடாது. இக்கடிதத்திற்கு உடனடியாக மறுமடல் எழுதவும்» என அந்த கடிதம் திட்டம் வகுத்துக் கொடுத்தது.

ஆனால் வரலாறு வேறொரு திருப்பத்தைக் கொடுத்தது. மன்னர் மர்தன் சிங் வழியில் தொடர்ந்து ஆங்கிலேயர்கள் முன்னேறுவதையும், பலர் கூட்டம் கூட்டமாய் உயிரிழப்பதையும் அறிந்து அவநம்பிக்கையடைந்து ஜான்சிராணிக்கு உதவுவதில் விலகிக்கொண்டார். ஆனால் ஜான்சிராணி லட்சுமிபாய், தாமோதர் ராவுடனும் தமது படைகளுடனும் கல்பிக்குச் சென்று தாந்தியா தோபேயின் படையுடனும் ராவ் சாஹிப் படையுடனும் ஏனைய புரட்சிப் படைகளுடனும் இணைந்து கொண்டார்.

குவாலியர் கோட்டை..

இவர்கள் குவாலியருக்குச் சென்று குவாலியரின் மகாராஜா ஜயாஜிராவ் சிந்தியாவின் படையைத் தோற்கடித்து, குவாலியரின் கோட்டையொன்றைக் கைப்பற்றிக் கொண்டார்கள். வெள்ளையரின் படை குவாலியரைக் கைப்பற்ற முகாமிட்டது. அங்கு கடுமையான தாக்குதலும் எதிர்தாக்குதலும் நடந்தது. கொள்ளையடிப்பதையும் இந்தியாவின் வளங்களைச் சுரண்டும் நோக்கம் மட்டுமே கொண்ட ஆங்கிலேயப்படை கடுமையான தாக்குதலைத் தொடுத்தது.

ஒப்பிட்டு நோக்கும்போது ஆங்கிலேயப் படையின் ஆயுதங்களும், அளவும் தங்கள் தேசம் காக்கப் போராடிய வீரர்களிடம் இருந்ததைவிட மிகவும் அதிகம். இருப்பினும் அவர்கள் கடுமையாகப் போர் புரிந்தனர். ஆங்கிலேயர்கள் கடந்து வந்த பாதைகள் முழுவதும் கொடூரமான கொலைகளைச் செய்து

வந்தனர். அவர்கள் வந்த பாதைகளில் உள்ள மரங்களில் எவ்வளவு கிளைகள் இருந்தனவோ அவ்வளவு கிளைகளிலும் இந்திய சிப்பாய்களின் உடல்கள் உயிரற்றுத் தொங்கின. இந்தியா முழுமைக்கும் அவர்கள் ஒரு அச்சத்தை உருவாக்கத் திட்டமிட்டு செயலாற்றினர்.

1858ஆம் ஆண்டு ஜூன் 17ஆம் தேதி, கோட்டாகி சேராய் என்ற இடத்தில் வெள்ளையரை எதிர்த்து ஜான்சிராணி வீரத்துடன் போரிட்டார். கொஞ்சமும் சளைக்காமல் போரிட்ட இந்த வீராங்கனை, இந்த வீரமிக்க போரின்போது படுகாயமடைந்து விழுந்தார். அவரது உயிர் அவரிடமிருந்து மெல்ல மெல்ல பிரிந்துகொண்டிருந்தது. அத்தினத்திலேயே வீரமரணம் அடைந்தார். எப்போதும் அந்நியருக்கு அடிபணியாத, அவர்கள் மிரட்டல்களுக்கு செவிமடுக்காத, ‘மலையளவு பணம் தருகிறோம் இன்பமாய் ஒவ்வெடுங்கள்’ என்ற ஆசை வார்த்தைக்கு இணங்காத, வீழும் வரை போரிடு! விழும்போது விதையாய் விழு! என்ற வார்த்தைகளை உயர்த்திப் பிடித்த அந்த மகத்தான வீரம் தனது சுவாசத்தை நிறுத்திக்கொண்டது. அன்றிலிருந்து மூன்று நாட்களுக்குப் பின்னர் குவாலியரை ஆங்கிலேயர்கள் கைப்பற்றினர்.

ஆங்கிலேயர்களின் படையை வழி நடத்திய ஹ்யு ரோஸ் ‘‘அனைத்துப் புரட்சித் தலைவர்களிலும் மிகவும் ஆபத்தானவர்’’ என்றும், ‘‘வீரத்துக்காகவும் விவேகத்துக்காகவும் விடாமுயற்சிக்காகவும்’’ குறிப்பிடத்தக்கவர்» என்றும் ஜான்சிராணியைப் புகழ்ந்தான். இவரது வீரதீரச் செயல்களும் ஆங்கிலேயரை எதிர்த்து இவர் புரிந்த போரும் இன்றும் நாட்டுப்புறப் பாடல்களாகவும் நாடகங்களாகவும் பலரால் போற்றப்படுகின்றன. அமரத்துவம் பெற்ற ஒரு வீராங்கனையாக என்றென்றும் இவர் பெயர் அழியாப் புகழ் பெற்றுள்ளது.

6

தியாகத்தின் மானுட உருவம் ஜல்காரி பாய்

1857-ல் முதல் சுதந்திர போராட்டத்தில் ஜான்சிராணி லட்சுமிபாய் போர்க் களத்திலிருந்து, இன்னும் வீரர்களைத் திரட்ட தலைமறைவானார். அவரைப் போலவே வேடமிட்ட ஒரு பெண் போர்க்களத்திலிருந்து அவரைத் தப்பிக்க வைத்தார். அந்த 27 வயதுடைய வீரப்பெண்ணின் பெயர் ஜல்காரிபாய். தனது ராணிக்காக தனது உயிரைக்கூட தூக்கியெறிய துணிந்த விசுவாசத்தின் மானுட ரூபம் அவர்.

1830ஆம் ஆண்டு நவம்பர் 22ஆம் தேதி ஜான்சிக்கு அருகிலுள்ள போஜ்லா எனும் கிராமத்தில் பிறந்தார். கடுமையான உழைப்பைச் செலுத்தும் விவசாயிகளான சடோபா சிங் - ஜமுனா தேவி தம்பதியினருக்குப் பிறந்தவர் ஜல்காரிபாய். தாயின் அரவணைப்பும், அன்பும் அவருக்கு நீண்ட நாள் கிடைக்கவில்லை. அவரது சிறு வயதிலேயே தாயான ஜமுனா தேவி இறந்தார். அதன் பின்னர், சோகத்தை சுமந்த சடோபா சிங் இவரை தாயுமானவனாய் வளர்த்தார். சர்வ

சுதந்திரத்துடன் அன்பு மகளை வளர்த்தார். அக்கால சமூக நிலைமையின்படி, ஜல்காரிபாய் முறையான கல்வியைப் பெறமுடியவில்லை.

ஆனால் ஜல்காரிபாய் குதிரையேற்றத்தையும் ஆயுதங்களைக் கையாளும் விதத்தையும் மிகவும் நுட்பத்துடனும், வீரத்துடனும் கற்றுக் கொண்டார். இதனால் விரைவிலேயே நன்றாகப் பயிற்சி பெற்ற வீராங்கனையாக வளர்ந்தார். அடர்த்தியான காட்டில் ஒரு புலியால் தாக்கப்பட்டபோது, தனது கோடாரியைப் பயன்படுத்தி புலியைக் கொன்றதாக ஒரு சம்பவத்தின் செய்தி பரவியது. இது புந்தேல்கண்டில் ஜல்காரிபாயின் புகழ் பரவ காரணமாய் அமைந்தது. இன்னொரு சந்தர்ப்பத்தில் செல்வர் ஒருவரின் வீட்டில் கொள்ளையிட வந்த ஆயுதம் தாங்கிய கூட்டத்தை சவால் விட்டு, நேரடியாய் மோதி அவர்களைப் பின்வாங்கச் செய்த கதையும் இவர் குறித்து இருக்கிறது.

ராணியிடம் அறிமுகம்..

அதைவிட அதிசயம் ஜல்காரிபாய், தோற்றத்தில் ராணி லட்சுமிபாய் போலவே இருந்ததுதான். ஜல்காரிபாய் வாழ்க்கையின் மிக முக்கியமான சந்தர்ப்பம் ராணி லட்சுமிபாயின் பீரங்கிப் படையைச் சேர்ந்த பூரண் சிங்கைச் சந்தித்ததுதான். இருவருக்கும் அன்பு மலர்ந்து, பூரண் சிங்கை ஜல்காரிபாய் திருமணம் செய்து கொண்டார். தனது அன்பு மனைவியை பூரண் சிங், ஜான்சிராணி லட்சுமிபாயிடம் அறிமுகம் செய்து வைத்தார். ஜான்சிராணிக்கு ஜல்காரிபாயின் தோற்றம் முதல் வியப்பென்றால், அவரது திறமையும், மதிநுட்பமும் மிக, மிக வியப்பாக இருந்தது. ஜல்காரிபாயின் நடவடிக்கைகள் ஜான்சிராணியை மிகவும் ஈர்த்தன. அது போலவே ஜான்சி ராணியின் ஆளுமை ஜல்காரிபாயை மிக இயல்பாக அவர்பக்கம் ஈர்த்தது.

இதன்பின்னர், ஜல்காரிபாயை ஜான்சி ராணி லட்சுமிபாய் தனது பெண்கள் படையில் முக்கிய வீரராக இணைத்துக்கொண்டார். இதை தனது வளர்ச்சிக்குக் கிடைத்த மிகவும் சிறந்த வாய்ப்பாக ஜல்காரிபாய் பயன்படுத்திக் கொண்டார், ஜான்சி ராணியின் படையில் இணைந்ததிலிருந்து போர் முறைகளின் அனைத்துப் பிரிவுகளிலும் மேலும் மிகச் சிறந்த நிபுணத்துவத்தைப் பெற்றுக் கொண்டார். துப்பாக்கி சுடுவதிலும், பீரங்கிகளை இயக்குவதிலும் தனது திறமையை வளர்த்துக் கொண்டார். பார்ப்பதற்கு தன்னைப்

போல் இருப்பதால் ராணி லட்சுமிபாய்க்கு ஜல்காரிபாயின் மேல் ஒரு அன்பும், கரிசனமும் உண்டாகியது. ராணி லட்சுமிபாய்க்கு மிகவும் பிடித்த போர் வீராங்கனையாக, உற்ற தோழியாக விளங்கினார் ஜல்காரிபாய்.

*1857-58*ஆம் வருடங்களில் ஜான்சி கோட்டையின் மீது ஆங்கிலேய அரசு பல முறை படை எடுத்தது. ஒவ்வொரு முறையும் ராணி லட்சுமிபாய் அந்தப் படையெடுப்புக்களைச் சாமர்த்தியமாக எதிர்கொண்டு முறியடித்தார். *1858*ஆம் ஆண்டு ஏப்ரல் 3ஆம் தேதி ஹ்யு ரோஸ் மிகப் பெரிய படையுடன் வந்து ஜான்சியை முற்றுகையிட்டான். ஜான்சி ராணி லட்சுமிபாய் அந்த அசுரப் படையை எதிர்த்து வீரம் நிறைந்த போராட்டத்தை நடத்தினார். ஆனால் தொடர்ந்து போர் புரியக்கூடிய நிலையில் அவர் இருக்கவில்லை. காரணம் அவர் கல்பியிலுள்ள ஆங்கிலேயர்களை எதிர்த்து சங்கமித்த ஏனைய புரட்சிப் படைகளுடன் இணைவதற்குத் திட்டம் போட்டிருந்தார்.

மாறுவேடத்தில் ராணியாய்..

எப்படி கல்பிக்குச் சென்று பெரும்படை திரட்டுவது என குழப்பத்திலும், சிந்தனையிலும் ஆழ்ந்தனர் அனைவரும். ஜல்காரிபாய் தான் ஜான்சி ராணி போல் முன்னின்று போர் புரிவதாகவும் அச்சந்தர்ப்பத்தில் ராணி லட்சுமிபாய் கோட்டையை விட்டுத் தப்பிச் செல்ல முடியும் என்று ஒரு வேண்டுகோளை ராணி லட்சுமிபாயிடம் முன்வைத்தார். நீண்ட ஆலோசனைக்குப் பின்னர் இதை அனைவரும் ஏற்றுக் கொண்டனர். இம்முடிவை தனது வாழ்நாளின் மிகப் பெரிய கவுரவமாக ஏற்றுக் கொண்டார் ஜல்காரிபாய். அவருடன் அவரது பெண் படையைச் சேர்ந்த சிலரும் மிகவும் திட்டமிட்டு ஜான்சி ராணி லட்சுமிபாயை மிகுந்த சிரமத்துடன் தப்பிச் செல்ல வைத்தார்கள்.

ஏப்ரல் 4ஆம் தேதி நிலவு கண்மூடிய இரவில் ஜான்சி ராணி லட்சுமிபாய் கோட்டையிலிருந்து தப்பித்துக் கல்பிக்கு விரைந்து சென்றார். அதே சமயத்தில், ஜல்காரிபாய் ஜான்சி ராணி லட்சுமிபாயைப் போல் உடை அணிந்து கொண்டு, மிகுந்த தீரத்துடன் படைக்குத் தலைமை தாங்கியபடி ஹ்யு ரோஸின் முகாமை நோக்கி முன்னேறிச் சென்றார். ஜல்காரிபாய் மிகுந்த திறமையுடன், மதிநுட்பத்துடன் ஆங்கிலேயப் படைகளை

எதிர்த்துச் சண்டையிட்டார். ஆனால், இந்திய நாட்டின் செல்வங்களை கொள்ளயடித்து, இங்கிருப்பவர்களை வைத்து நவீன ஆயுதங்களுடன், பீரங்கிகளுடன் பிரம்மாண்டமான படை நடத்திய வெள்ளையர்களிடம் கடைசியில் பிடிபட்டார்.

போர்க்களத்தில் அடிமேல் அடிவாங்கிய ஆங்கிலேய அதிகாரிகள், தாங்கள் ராணி லட்சுமிபாயை உயிருடன் பிடித்ததாக எண்ணி கொண்டாட்டங்களை நடத்தினர். தங்களது மேதாவிலாசத்தை பெருந்தன்மை என காட்டிட, ஜல்காரிபாயிடம் அவரை என்ன செய்ய வேண்டும் என்று கேட்டனர். பெண்தானே, உயிர் பிச்சை கேட்பார் என நினைத்தனர். ஆனால் அவர்கள் ஜான்சி ராணி என நினைத்த, உழைக்கும் வர்க்கத்தைச் சேர்ந்த வீராங்கனை ஜல்காரிபாய் ''துணிச்சலுடன் தூக்கிலிடுங்கள்!'' என்று கூறினார். ஆனால் ஆங்கிலேயர்கள் பிரச்சினையின் உண்மையைச் சிறிது தாமதமாகத்தான் ஒரு ஒற்றன் மூலம் அறிந்து கொண்டனர்.

ஆனால், அதற்குள் ராணி லட்சுமிபாய் நீண்ட தூரம் சென்றிருந்தார். ஆங்கிலேய அதிகாரிகளுக்கு தங்கள் எதிரில் நின்ற ஜல்காரிபாயின் வீரமும், தியாகமும், தேச விசுவாசமும் தெரிந்தது. அவரது தேசப்பற்றும், தியாகமும் மிகவும் பிடித்துப் போயிற்று. ஆகவே, அவர்கள் ஜல்காரிபாயை மிகுந்த மரியாதையாக நடத்தி விடுதலையும் செய்தனர். ஜல்காரிபாயின் பிற்கால வாழ்க்கை பற்றிய மூலாதாரங்கள் மிகச் சிலவே கிடைத்துள்ளன. ஜான்சி போரில் ஜல்காரிபாய் இறந்ததாகச் சில ஆதாரங்கள் குறிப்பிடுகின்றன. ஆனாலும் சில ஆதாரங்கள் ஜல்காரிபாய் ரோசால் விடுதலை செய்யப்பட்டு 1890 வரை வாழ்ந்ததாகக் குறிப்பிடுகின்றன. இவைகளில் உண்மை எதுவாகினும் அவரது வீரமும், தியாக குணமும் அசாதாரணமானது. இந்த தேசத்தின் மீது அவர் வைத்த நம்பிக்கையில் இரண்டு கருத்துகள் இருக்க முடியாது.

7

அயோத்தியின் விடுதலை கீதம் பேகம் ஹசரத் மஹல்

அயோத்தியின் ராணி பேகம் ஹசரத் மஹல் போராளியாக 1857 முதல் விடுதலைப் போரில் தலைமை தாங்கிய பின்னணி மிகவும் முக்கியமானது. கிழக்கிந்தியக் கம்பெனியினர் அயோத்தியின் மன்னர்கள் ஆட்சியை மெல்ல மெல்ல அபகரித்தனர். மொகலாய மன்னன் ஷா ஆலம், பீகாரின் மீது படையெடுத்தபோது அயோத்தியின் நவாப்பான சுஜா உத்-தவுலவும் அவருடன் சேர்ந்து கொண்டார். அவர்கள் இருவரின் படைகளும் பக்ஸார் எனும் இடத்தில் 1764ஆம் ஆண்டு சர் ஹெக்டர் மன்றோவால் தோற்கடிக்கப்பட்டது. இந்த வெற்றிக்குப் பின் ஆங்கிலேயர் அரசியல் வெற்றியும் அடைந்தனர். அயோத்தி நவாப் ஆங்கிலேயரைத் தவிர வேறு வெளிநாட்டினருடன் தொடர்பு வைத்துக் கொள்ளக்கூடாதென கட்டுப்படுத்தபட்டார்.

அதன் பின் நவாபுகள் பரம்பரையாக அப்படியே நடந்தனர். ஆனாலும் கிழக்கிந்திய கம்பெனியினர் கொஞ்சம் கொஞ்சமாக நயவஞ்சகத்தால் நாட்டை தங்கள் வயப்படுத்தினர். சுஜா உத்-தவுலவுக்குப் பிறகு

அவரது மகன் ஆஸாப் உத்-தவுலா பட்டத்திற்கு வந்தார். அவருக்குப் பின் அவரது பதவிக்கு வர அவரது மகன்கள் மிஸ்ரா அலிக்கும் காசியில் ஆங்கிலேயரின் கையாளாக இருந்த சதாத் அலிக்குமிடையே கடுமையான போட்டி இருந்தது. ஆங்கிலேயர் சதாத் அலி பக்கம் நின்றனர். 1814 ஆம் ஆண்டு சதாத் அலி இறந்தார். அதன் பிறகு அவரது மகன் காஸியுத்தீன் ஆங்கிலேயருக்கு உதவிகளை செய்து மன்னன் பட்டம் பெற்றார். பின் நஸீருதின் ஹைதர், முஹம்மத் அலிஷா, அம்ஜத் அலி ஆகியோர் தொடர்ந்து ஆட்சி செய்தனர்.

1847ஆம் ஆண்டு வாஜீத் அலிஷா பட்டத்திற்கு வந்தார். இவர் இவரது முன்னோடிகளைப் போல ஆங்கிலேயர்களுக்கு அடங்கி நடக்கவில்லை. பல ஆங்கிலேய நடவடிக்கைகளை கட்டுப்படுத்தினார். பாடல்களில், நல்ல கவிதைகளில் நாட்டம் கொண்டவர். அதனால் இவர் மக்களை மறந்து சிற்றின்பங்களில் ஈடுபட்டு ஆட்சியை நாசப்படுத்துவதாக பிரச்சாரம் செய்யப்பட்டது. இவரது அன்பு மனைவி பேகம் ஹசரத் இவருக்கு எல்லாவற்றிலும் உறுதுணையாக இருந்தார். ஆங்கிலேயர்களை எதிர்த்த காரணத்தினால் அவரது ஆட்சி 1856 ஆம் ஆண்டு பிப்ரவரி மாதம் பறிக்கப்பட்டது. மன்னர் கொலை செய்யப்பட்டார்.

எப்போது வாய்ப்பு வரும்..

அயோத்தி ஆங்கிலேயர் ஆட்சியின்கீழ் வந்ததும் அங்கிருந்த அதிகாரிகள் அரசாங்கத்தின் உயர் பதவிகளிலிருந்து தூக்கி எறியப்பட்டனர். உயர் பதவிகள் எல்லாம் ஆங்கிலேயருக்கே கொடுக்கப்பட்டன. அரசரின் படையில் இருந்த அறுபதாயிரம் வீரர்கள் உடனடியாக வேலை நீக்கம் செய்யப்பட்டனர். ஆட்சி மாற்றத்தால் பலதரப்பட்ட மக்கள் அல்லலுற்றனர். மன்னனை நம்பி வாழ்ந்த கம்மியர்களும், கைவினைத் தொழிலாளிகளும் வேலையின்றி, வாழ வழியின்றித் தவித்தனர். முஸ்லீம்களால் மிகப் புனிதமானதாகக் கருதப்பட்ட, நபிகள் நாயகத்தின் பாத அடையாளமுள்ள ஒரு கல் இருந்த ‘கதம் ரஸல்’ என்ற கட்டிடம் ஆங்கிலேயர்களால் ஆயுத தளவாடக் கிடங்காக மாற்றப்பட்டது. கடுமையான வரிகள் விதிக்கப்பட்டன. இக்கொடுமைகளைக் கண்டு சினம் கொண்ட ராணி பேகம் ஹசரத் மஹல் தக்க சமயத்திற்காக காத்திருந்தாள்.

ராணி பேகம் ஹசரத் மஹல் காத்திருந்த காலம் 1857ல் வந்தது. இந்திய நாட்டின் பல பகுதிகளில் குறிப்பாக டெல்லி,

கான்பூர், பீஹார், ஜான்சி, பஞ்சாப், ராஜபுதனம் மற்றும் மத்திய இந்தியாவில் ஆங்கிலேயர்களின் அடக்குமுறையால் அவர்களது படைகளில் இருந்த சிப்பாய்கள் கொதித்துக் கொண்டிருந்தனர். அந்த கொதிநிலை அயோத்தியையும் எட்டியது. ஆங்கிலேயர்களை எதிர்த்த அயோத்தியின் படை வீரர்கள் கடுமையாக தண்டிக்கப்படனர். கொடூரமான தண்டனைகளாக அவை இருந்தன. அதுவரை பொறுத்திருந்த பேகம் ஹசரத் மஹல் பொங்கி எழுந்தார். ஆங்கிலேயர்களை எதிர்த்து படைவீரர்களைத் தூண்டிவிட்டார். தாக்குதல் நடத்த உத்தரவிட்டார்.

1857 ஜூன் மாதம் ஆங்கிலேயர்களை எதிர்த்த கலகம் கெய்ராபாத் தலைநகரான சீத்தாபூரில் துவங்கியது. அந்த தாக்குதல் நவம்பர் மாதம் வரை தொடர்ந்தது. பல ஆங்கிலேய அதிகாரிகள், ராணுவ அதிகாரிகள் கொல்லப்பட்டனர். நூற்றுக்கணக்கான ஆங்கிலேய வீரர்கள் உயிரிழந்தனர். குதிரைப்படையினர், ஆயுதப்படையினர், காலாட்படையினர் என அனைவரும் ஒருங்கிணைந்தனர். முற்றுகை யுத்தம் எனில் அப்படி ஒரு யுத்தம் நடந்தது. அப்போது இருந்த நிலை கீழிருந்தவாறு கொடூரமாய் இருந்ததாக ஆங்கிலேயர்கள் பதிவு செய்தனர்.

“முற்றுகையிட்டு ஆங்கிலேயர்கள் தாக்கப்பட்டபோது சுற்றித் திரிந்த கால்நடைகளால் பெரும் தொல்லை ஏற்பட்டது. அவைகளைக் கவனிக்க யாரும் இல்லை. உணவு தேடி அவை அலைந்தன. கிணறுகளில் சில காலிடறி விழுந்து மாண்டன. சடலங்கள் தண்ணீரை அசுத்தப்படுத்தின. சில குண்டடிப்பட்டு இறந்தன. அவற்றின் சடலங்கள் அழுகி நாற்றமடித்தன. அவற்றை அப்புறப்படுத்த சில குழுக்கள் அமைக்கப்பட்டன. தீனி இல்லாததால் குதிரைகள் அவிழ்த்து விடப்பட்டுத் துரத்தி விடப்பட்டன. பீரங்கிகளை இழுக்கும் எருதுகளைக் கொன்று இறைச்சி பெற்றனர்.”

பேகம் ஹசரத் மஹல் லக்னோவில் தங்கியிருந்தார். அங்கிருந்துதான் அவர் அயோத்தியை ஆங்கிலேயர் கைப்பற்றியதை எதிர்த்து தொடர்ந்து மக்களைத் திரட்டி புரட்சியில் ஈடுபட்டார். ஒன்பது மாத காலம் புரட்சியாளர்கள் பேகம் ஹசரத் மஹல் தலைமையில் ஆங்கிலேயப் படையை எதிர்த்துப் போர் புரிந்தனர். பேகம் ஹசரத் மஹலின் சாதுர்யமும் சமயோசிதத் தாக்குதலும் ஆங்கிலேயர்களுக்கு வியப்பாகவும் அதிர்ச்சியாகவும் இருந்தது. பல இடங்களில் முற்றுகையிடப்பட்ட ஆங்கிலேயர்கள்

கடுமையாகத் தாக்கப்பட்டனர். அயோத்தியிலிருந்து முற்றிலுமாக கிழக்கிந்தியக் கம்பெனியைத் துடைத்தெறியும் நேரம் நெருங்கியதாகவே அனைவரும் நினைக்கும் தருணம் நெருங்கியது. ஆனால் டெல்லி உள்ளிட பல இடங்களில் போராட்டம் முடியும் தருவாயில் இருந்ததால் மேலும் அதிக ஆங்கிலேயப் படைகள் அயோத்தியை நோக்கித் திருப்பப்பட்டன.

காடுகளில் அலைந்த வீரம்..

இறுதியில் ஆங்கிலேய இராணுவத்தின் கை ஓங்கியது. எதிர்புரட்சியாளர்களை ஆங்கிலப்படை கடுமையாகப் பழி வாங்கியது. வீதிகள் எங்கும் இரத்தம் தோய்ந்த வாட்களும், கோடாரிகளும் சிதறிக் கிடந்தன. வழக்கம்போல பல இந்திய பேஷ்வா மன்னர்களும், ஆங்கிலேயர்களுக்கு விசுவாசமான சிப்பாய்களும் போரில் பயன்படுத்திக் கொள்ளப்பட்டனர். அஞ்சாமல் தீரத்துடன் போரிட்ட பேகம் ஹசரத் மஹல் வேறு வழி இல்லாமல் பின்வாங்கும் நிலைக்குத் தள்ளப்பட்டார். போர்க்களத்தில் ஜான்சிராணி, வேலுநாச்சியார் போன்ற மங்காத வீரம் கொண்டவர்களுக்கு இணையாக நின்ற பேகம் ஹசரத் மஹல் தனது மகன் பிரிஜிஸ் காதிருடன் இமயமலை காடுகளை நோக்கிச் சென்றார். பல மன்னர்களிடம் உதவி கேட்டும் யாரும் உதவ முன்வராத நேரத்தில் நேபாளத்திற்குத் தப்பிச் சென்றார். நேபாள எல்லையில் ஆங்கிலேயர்களால் அவரும் அவரது மகனும் கொல்லப்பட்டனர்.

வரலாற்றின் வீதிகளில் அந்த மகத்தான வீரப்புதல்வி அனாதைப் பிணமாகக் கிடந்த சோகம் மறக்க முடியாதது. ஆங்கிலேயர் கால்களை நக்கிப் பிழைத்த மன்னர்களை உயர்த்திப் பேசும் பாரம்பரியத்தை அவரது மரணம் வெட்கப்பட வைத்தது. இந்த நாட்டின் விடுதலைப் போராட்ட வரலாற்றை இஸ்லாமியர்களின் உதிரமும், தியாகமும் இல்லாமல் யாரும் எழுத முடியாது. அப்படி எழுதுபவர்கள் பேகம் ஹசரத் மஹல் என்கிற அயோத்தியின் விடுதலை கீதத்தை இசைக்காமல் இருக்க முடியாது.

8

மறக்க முடியாத குயிலி என்ற படைத் தளபதி

சூறைக்காற்று எழுந்ததால் சூழ்ந்த புயலும், அதனால் எழுந்த கடலின் அலையும் ஓங்கியடித்து ஓய்ந்த கடற்கரையாய் தேசம் கிடந்த 1857 ன் மாபெரும் எழுச்சியின் பாரம்பரியத்தை, அதன் வரலாற்றை, அதன் நினைவுகளை அசைபோட ஆயிரமாயிரம் இருந்தது இந்திய மக்களுக்கு.

வேலுநாச்சியை நினைக்கும் எந்த ஒரு வரலாற்று ஆசிரியனும் அவரது வெற்றிக்கு அச்சாரம் போட்ட, அல்லது வெள்ளையர்கள் வெல்ல முடியாதவர்கள் அல்ல, ஆங்கிலேயர்கள் அசைக்க முடியாதவர்கள் அல்ல என பாடம் நடத்திய குயிலியின் வரலாற்றை மறக்க முடியாது அல்லது மறைக்க முடியாது. வேலு நாச்சியாரின் போர்ப்படையில் வாள் படை, வளரிப் படை, பெண்கள் படை ஆகிய மூன்றும் பிரதானமானவை. வாள் படைக்குத் தலைமை ஏற்றவர் சின்னமருது, வளரிப்படைக்குத் தலைமை ஏற்றவர் பெரிய மருது. பெண்கள் படைக்குத் தலைமையேற்றவர்தான் குயிலி. குயிலி தலைமையிலான

பெண்கள் படைக்கு ‹உடையாள் பெண்கள் படை› எனப் பெயர் சூட்டியிருந்தார் இராணி வேலு நாச்சியார்.

உடையாள் என்பவள் ஒரு மாடு மேய்க்கும் சிறுமி. அரியாகுறிச்சி அருகில் வேலுநாச்சியார் சென்று திரும்பிய போது எதிரிகள் உடையாளிடம் வேலுநாச்சியார் சென்ற பாதை குறித்துக் கேட்டபொழுது காட்டிக் கொடுக்க மறுத்தாள். ஆகவே, எதிரிகளால் தலை வேறு முண்டம் வேறாக உடையாள் வெட்டிப் படுகொலை செய்யப்பட்டாள். அவள் நினைவாக அப்படைப் பிரிவுக்கு அவள் பெயர் வந்தது. குயிலி வேலுநாச்சியிடம் வந்தது சுவராசியமான கதையாகும்.

வேலு நாச்சியாரின் போர்ப் பயிற்சிக்கான ஆசிரியர்களில் சிலம்பு வாத்தியார் வெற்றிவேலு மிக முக்கியமானவர். வேலுநாச்சியாரை சிறுவயது முதலே கண்காணித்து வருபவர். வேலுநாச்சியார் தனது கணவருடன் தேனிலவுக்காக மேற்குத் தொடர்ச்சி மலைக்குச் சென்றிருந்த சமயத்தில்கூட பாதுகாவலராக அரண்மனையால் அனுப்பப்பட்டவர் வெற்றிவேலு. அதேபோல், தன் கணவரைப் பறிகொடுத்த பிறகு திண்டுக்கல் - விருப்பாச்சி பாளையத்தில் தங்கியிருந்து படை திரட்டிய கால கட்டத்தில் தன் மெய்க்காப்பாளராக வேலுநாச்சியார், சிலம்புவாத்தியார் வெற்றிவேலுவையே நியமித்திருந்தார். இவ்வளவு நம்பிக்கைக்குரியவராக விளங்கிய சிலம்புவாத்தியார் எதிரிகளால் விலை பேசப்பட்டார். வேலு நாச்சியாரின் திட்டங்களை, ஆதரவு சக்திகளை, அன்றாட நிகழ்வுகளை எதிரிகளுக்குக் காட்டிக்கொடுத்து வந்தார்.

ஒரு நாள் குயிலியின் தாயார் உடல்நிலை சரியில்லாததால், குயிலி சிவகங்கைக்குச் செல்ல விருந்தார். இதை அறிந்த சிலம்பு வாத்தியார் அவளை அனுகி, ‘‘பெண்ணே, உனக்கு எழுதப் படிக்கத் தெரியுமா?’’ என்று கேட்டார். குயிலிக்கு எழுதப் படிக்கத் தெரிந்திருந்தும் ‘‘தெரியாது’’ எனக் கூறினார். எனவே ஒரு கடிதத்தைக் கொடுத்து சிவகங்கை அரண்மனைக்கு அருகிலிருக்கின்ற மல்லாரிராயன் என்பவரிடம் ஒப்படைக்கச் சொன்னார். அன்று இரவு ஓய்வாக இருக்கும் நேரத்தில் கடிதத்தில் என்ன எழுதப்பட்டிருக்கிறது என்பதை குயிலி படித்துப் பார்த்தார். வேலுநாச்சியாரின் அன்றாட அசைவுகளையும், அவரை வீழ்த்திட அடுத்து எதிரிகள் மேற்கொள்ள வேண்டிய பணிகள் குறித்தும் சிலம்பு வாத்தியார் அதில் குறிப்பிட்டிருந்தார்.

நம்பிக்கைக்குரியவராக இருந்த சிலம்பு வாத்தியார் ராணியின் காலைச் சுற்றியிருந்த நச்சுப்பாம்பு என அறிந்து அவரை குயிலி விரைந்து சென்று மகாராணியின் பாதுகாவலனான அவனை படுகொலை செய்தார். சம்பவத்தை அறிந்த வேலுநாச்சியார் தன் மீதும் நாட்டின்மீதும் கொண்ட பற்றின் காரணமாக ஒரு பெண் துணிச்சலாக மேற்கொண்ட செயலைக் கண்டு அகமகிழ்ந்தார். கூட்டத்தில் பத்தோடு பதினொன்றாகப் பார்க்கப்பட்ட குயிலி அன்றிலிருந்து இராணி வேலுநாச்சியாரின் மெய்க் காப்பாளரானார்.

இச்சூழலில் சிவகங்கைச் சீமையில் ஆற்காடு நவாப்பும் ஆங்கிலேயரின் கைக்கூலிகளான மல்லாரிராயனும், அவன் தம்பி ரங்கராயனும் குயிலியை மையப்படுத்தி சாதிவெறிக்குத் தூபமிட்டுக்கொண்டிருந்தனர். அதாவது மேல்சாதியைச் சார்ந்த சிலம்பு வாத்தியார் வெற்றிவேலுவை கீழ்சாதிப் பெண்ணான குயிலி குத்திக் கொலை செய்திருக்கிறார். ஒடுக்கப்பட்ட சமூகமான சக்கிலியர் குலத்தில் பிறந்த குயிலிக்கு ஆதரவாக வேலுநாச்சியார் செயல்பட்டால் நம் சாதி கவுரவம் என்ன ஆவது? தாழ்த்தப்பட்டவர்கள் நம்மை எள்ளி நகையாட மாட்டார்களா? என குயிலியின் செயலுக்கு சாதிய நியாயம் பேசிக் கொண்டிருந்தார்கள்.

ஆனால் இதைப்பற்றியெல்லாம் வேலுநாச்சியார் கவலைப்படவில்லை. குயிலியை பெண்கள் படைப்பிரிவுக்குத் தலைவியாக்கி அழகுபார்த்தாள். நாட்கள் கடந்தன. பல ஆண்டுகளுக்குப் பிறகு போருக்குத் தேவையான தளவாடங்கள் வந்து சேர்ந்தன. பன்னிரண்டு பீரங்கி வண்டிகள், நூற்றுக் கணக்கான துப்பாக்கிகள் திப்பு சுல்தானால் வேலு நாச்சியாரிடம் ஒப்படைக்கப்பட்டன. 1780ஆம் ஆண்டு ஐப்பசி மாதம் 5ஆம் நாள் விருப்பாச்சி பாளையத்திலிருந்து சிவகங்கையை நோக்கி வேலு நாச்சியாரின் படை புறப்பட்டது. உடையாள் பெண்கள் படைக்குத் தலைமையேற்று குயிலி கம்பீரமாக வந்து கொண்டிருந்தார்.

முதலாவதாக வேலுநாச்சியாரின் படையை மதுரை கோச்சடையில் எதிர்த்து நின்றான் மல்லாரி ராயன். ஒரு மணி நேரப் போரிலேயே மல்லாரி ராயன் குத்திக் கொலை செய்யப்பட்டான். வேலு நாச்சியாரின் படைகள் வீறு நடைபோட்டன. அடுத்து திருப்புவனத்தில் மல்லாரிராயனின் தம்பி ரங்கராயன் பெரும்படையோடு எதிர்த்து நின்றான். மருது சகோதரர்கள் அவனைத் தவிடுபொடியாக்கினர். அடுத்து வெள்ளைக்கார அதிகாரிகள் மார்டின்ஸ், பிரைட்டன் மற்றும்

நவாபின் படைத் தளபதி பூரிகான் ஆகியோர் தலைமையில் மானாமதுரையில் மாபெரும் படை எதிர்த்து நின்றது. வேலு நாச்சியாரின் பீரங்கிப்படை அதனை விரட்டியது.

வேலுநாச்சியாரின் படைகள் சிவகங்கைச் சீமையில் வெற்றி முழக்கத்துடன் நுழைந்தன. ஆனால் அங்குதான் யாரும் எதிர்பாராத ஆபத்து காத்துக்கொண்டிருந்தது. தனது நயவஞ்சகத்தால் மறைந்திருந்து வேலு நாச்சியாரின் கணவரது உயிரைப் பறித்த கொடுங்கோலன் ஆங்கிலத் தளபதி பாஞ்சோர் காளையார் கோவிலிலிருந்து சிவகங்கை அரண்மனை வரையிலும் அடிக்கு ஒரு போர் வீரனை நிறுத்தியிருந்தான். அனைவரது கைகளும் துப்பாக்கி ஏந்தியிருந்தன. பீரங்கிகளும் அரண்மனையைச் சுற்றி நிறுத்தப்பட்டிருந்தன. ஆயிரக்கணக்கான துப்பாக்கிகளும் வெடிபொருட்களும் அரண்மனைக் கிட்டங்கியில் பதுக்கி வைக்கப்பட்டிருந்தன.

தொடர்ந்து போரில் ஈடுபட்டு வந்த போராளிகளுக்கு இது சோர்வை உருவாக்கினாலும், போற்களத்தில் பின்வாங்கும் முடிவை அவர்கள் யாரும் நினைத்துக்கூட பார்க்கவில்லை. என்ன செய்வது? இதுமட்டுமே அவர்கள் சிந்தனையில் இருந்தது...

9

என்றும் நிலைத்திருப்பார்கள் குயிலியும் அவந்திபாயும்..

போரில் பின்வாங்கும் முடிவை அவர்கள் யாரும் யோசிக்கக்கூட இல்லை. ஆனால் என்ன செய்வது என்ற குழப்பம் அவர்களிடம் மிச்சம் இருந்தது. அப்போது ராணியின் உடையாள் படைத் தளபதியும், சக்கிலிய சமூகத்தை சார்ந்தவள் என பலரால் ஏளனம் செய்யப்பட்ட குயிலி தயக்கத்துடன் மெல்ல முன் வந்து சொன்னாள் ''மகாராணி என்னிடம் ஒரு யோசனை உண்டு சொல்லலாமா?'' வீரத்திற்குப் பெயர் போன பெரிய மருது, சின்ன மருது இருந்த சபை அது, வேலுநாச்சியின் அபிமானம் பெற்றிருந்த காரணத்தாலும், எப்படியும் முற்றுகையை உடைக்க வேண்டிய நிர்ப்பந்தம் இருந்ததாலும் அவள் துணிச்சலுடன் சொல்லிவிட்டாள்.

நெருக்கடியான சமயம் அப்போது கிடைத்த எந்த ஆலோசனையையும் இழக்க விரும்பவில்லை. எல்லோரும் அவளையே பார்த்தனர். புன்னகையுடன் வேலுநாச்சி குயிலியின் ஆலோசனை என்னவென்று

கேட்டார். «நாளை விஜயதசமித் திருவிழா. சிவகங்கையில் உள்ள இராஜராஜேஸ்வரி கோவிலில் பெண்கள் மட்டும் வழிபாட்டிற்காக அழைக்கப்படுவர். இதை நீங்கள் ஏன் பயன்படுத்தக் கூடாது?

“மகாராணி, ஆங்கிலேயர்கள் நம்மைவிட நவீன ஆயுதங்களை வைத்திருப்பதுதான் அவர்களது பலம், அந்த பலம்தான் நமது பலவீனமாகவும் இருக்கிறது. எனவே அவர்களது ஆயுதக் கிடங்கை நாம் எப்படியேனும் அழித்துவிட்டால் நாளை வெற்றி நம் வசப்படும்'' என்றாள். அவளது ஆலோசனையை அந்த சபை உற்சாகத்துடன் வரவேற்றது. எல்லோர் முகத்திலும் பரவசம். மிகவும் அற்புதமான ஆலோசனைதான், வெற்றி கண்களில் பனிக்க அனைவரும் ஆமோதித்தனர். ஆனால் எப்படி செய்வது? யார் செய்வது? எப்போது செய்வது? என்ற கேள்விகள் அலைமோதியது அந்த ஆலோசனைகூடத்தில்.

தீரம் மிகுந்த வீராங்கனையான குயிலிக்கு எந்த குழப்பமும் இல்லை. அந்த பணியை மிகவும் பெருமையுடன் ஏற்றுக்கொண்டாள். இவள் செய்வாளா? எப்படி செய்வாள்? எப்போது செய்வாள்? என்ற குழப்பம் நிலவிய நேரத்தில் வேலுநாச்சி அவளை நம்பி அந்த மகத்தான பணியை ஒப்படைத்தாள்.

குயிலியின் தலைமையிலான பெண்கள் படையோடு வேலு நாச்சியாரும் மறுநாள் இராஜராஜேஸ்வரி அம்மன் கோவிலுக்குள் நுழைந்தார். ஆயிரக்கணக்கான உடையாள் பெண்கள் படையினர் கைகளில் ஆயுதங்களோடும், உள்ளத்தில் உறுதியோடும் வேலுநாச்சியாருடன் கோவில் புகுந்தனர். கடுமையான போர் மூண்டது. அரண்மனைக்கு வெளியிலிருந்து மருது சகோதரர்கள் தாக்குதலைத் தொடங்க, உள்ளிருந்து வேலுநாச்சியாரும் குயிலியும் தாக்குதல் தொடுக்க, ஆங்கிலத் தளபதி பாஞ்சோர் நிலைகுலைந்து நின்றான். ஆனால் ஆங்கிலேயரின் நவீன ஆயுதங்களுக்கு முன்பு வேலுநாச்சியாரின் படை தாக்குப் பிடிக்க முடியவில்லை. இழப்பு அதிகமானது. நாச்சியாரின் வீரர்கள் எண்ணிக்கை குறைய அரண்மனையின் ஆயுதக் கிட்டங்கியிலிருந்து மேலும் மேலும் ஆயுதங்கள் ஆங்கிலப் படைகளுக்குச் சென்றதுதான் காரணம்.

தோல்வியின் அருகில் சுதேசப்படை, என்ன செய்வதென சிந்திக்கக் கூட முடியாத சூழலில் அந்தச் சம்பவம் நிகழந்தது. ஓர் உருவம் தன் உடலில் நிறைய சேலைகளை சுற்றிக்கொண்டு எரிநெய்யை தன் உடல் முழுவதும் ஊற்றிக்கொண்டு அரண்மனை

ஆயுதக் கிட்டங்கியில் தீப்பிழம்பாய் குதித்தது. நொடிகூட தாமதம் இல்லாமல் ஆயுதக் கிட்டங்கி வெடித்துச் சிதறியது. விழுந்த உடலின் சாம்பல்கூட மிஞ்சவில்லை. வேலுநாச்சியாரின் வெற்றிக்கு இந்த ஆயுதக்கிடங்கின் அழிப்பே அடிப்படையானது. பல்லாயிரக்கணக்கானோர் மண்ணில் வீழ்ந்தார்கள். ஆங்கிலத் தளபதி பாஞ்சோர் வேலுநாச்சியாரிடம் மன்னிப்புக் கேட்டு புதுக்கோட்டைக்கு ஓடினான்.

வேலுநாச்சியார் வெற்றி பெற்றதாக அறிவிக்கப் பட்டது. வெற்றியின் கொண்டாட்டத்தில் எல்லோரும் இருந்தனர் அந்த ஒருத்தியைத் தவிர. தன் தளபதிகளெல்லாம் நெருங்கிக் கொண்டிருந்தபொழுது குயிலியைத் தேடினார் வேலுநாச்சியார். அவள் அங்கு மட்டுமல்ல; இந்த மண்ணிலும் இல்லை. ஆம், அந்த ஆயுதக்கிடங்கில் குதித்தது, இந்திய வரலாற்றில் முதல் மனித வெடிகுண்டாய் இருந்தது வீரப்புதல்வி குயிலிதான். தனது உதிரம் சுண்டிய உணர்வுடன் அந்த தியாகிக்கு வீரவணக்கம் செய்தார் நாச்சியாள். இந்த மண்ணின் வாசனையை முகர்ந்தால் இப்போதும் அவளது சாம்பல் உங்கள் நாசிகளை தழுவலாம்.

இவள் இப்படியெனில் வீராங்கனை ராணி அவந்திபாய் வேறு ஒரு வீர சரித்திரம். ராம்கட் நாட்டின் ராஜா விக்ரமாதித்ய சிங் உடல் நலம் குன்றி, தனது மதிப்புமிக்க மனைவியான அவந்திபாயை நிர்க்கதியாக விட்டுவிட்டு இறந்தார். மாடமாளிகையும், கூட கோபுரமும், பணிபுரிய ஆயிரமாயிரம் சேவகர்கள் இருந்தும், அவரது உடல் நலக்குறைவிலிருந்து அவரது உயிரை பாதுகாக்க முடியவில்லை. அவர் ஆட்சியின் போது ஆங்கிலேயர்கள் பலமுறை அவரது நாட்டை தங்கள் நிர்வாகத்தின் கீழ் கொண்டு வர முயற்சி செய்தனர். பல்வேறு தந்திரங்களையும் கடைப்பிடித்தனர். மிரட்டியும், நயந்து பேசியும் அவரை திசைதிருப்ப முயன்றனர். ஆனால் அவர் எதற்கும் அடிபணிய மறுத்தார்.

காலம் கனியும் நேரம் பார்த்திருந்தனர் ஆங்கிலேயர்கள். மன்னனின் ஆட்சியில் அடுத்து அமர்வதற்கு அவருக்கு பிள்ளை வாரிசு இல்லை என்று அவர்களுக்குத் தெரியும். அவர் மரணமடைந்த இந்த நிலையில், ஆங்கிலேய அரசு அவர்களது நாட்டை சட்டத்தின் பாதுகாப்பின் கீழ் வைத்தது. ஆட்சியை முழுமையாக எடுத்துக்கொள்ளத் திட்டமிட்டது. இதை அவந்திபாய் ஏற்றுக் கொள்ளவில்லை. இப்படி பிரதேசங்களைக்

கொள்ளையடிக்கும் ஆங்கிலேயர்களின் கொட்டத்தை அடக்கி ஒரு மாற்றத்தை எற்படுத்த விரும்பினார். தனது நாட்டை ஆங்கிலேயர்களிடமிருந்து மீட்க உறுதி பூண்டார் அவந்திபாய். எதற்கும் துணிந்த, தேசத்தை நேசிக்கும், நான்காயிரம் வீரர்களைத் திரட்டிக் கொண்டு 1857 ஆம் வருடம், ஆங்கிலேயர்களுக்கு எதிராகப் படையெடுத்துப் புறப்பட்டார் அவந்திபாய்.

மிகவும் தைரியமாகப் போர் புரிந்தும், தீரத்துடன் எதிர்த்து நின்றும் கூட ஆங்கிலேயர்களின் பெரும் படைக்கு முன் அவந்திபாயால் தாக்குப் பிடிக்க முடியவில்லை. தனது தோல்வியைத் தெரிந்து கொண்ட ராணி அவந்திபாய், 1858 ஆம் வருடம், மார்ச் மாதம் 20 ஆம் தேதி தனது வாளைக் கொண்டு தன்னைத் தானே மாய்த்துக் கொண்டார். வீரமரணம் இது. தனது நாட்டிற்காக தனது உயிரை போர்க்களத்தில் முன் வைத்த தியாகம் இது.

இப்படி பதிவு செய்யப்பட்ட வரலாறுகளைவிட பதிவு செய்யப்படாத வரலாறுகளே அதிகம். இன்னும் ஆயிரக்கணக்கான பெண்கள் இந்த காலகட்டத்தில் விடுதலை போராட்டத்தில் தங்கள் இன்னுயிரை இழந்ததும் அவர்களது வீர காவியமும் பதிவுசெய்யப்பட்டாத வரலாறுகளாகும். இந்தப் பின்னணியில் பகதூர்ஷா கைதுடன் முதல் விடுதலைப் போராட்டம் ஒடுக்கப்பட்டது. இதன் பின்பு கிழக்கிந்தியக் கம்பெனியிடமிருந்து பிரிட்டிஷ் ஏகாதிபத்தியம் இந்திய ஆட்சி நிர்வாகத்தை நேரடியாக ஏற்றுக்கொண்டது. இந்திய வரலாற்றில் ஒரு மயான அமைதி சூழ்ந்த காலமாய் பின் வந்த சில ஆண்டுகள் கழிந்தன. ஆனால் பெரும் வெடியோசை எதிரில் காத்திருந்தது...

10

களமாடிய போராளிகளின் முடிவின் துவக்கம்

1857-ல் நடந்த எழுச்சிகள் கடுமையாக அடக்கப்பட்டன. கொடூரமான ரத்த வெள்ளத்தில் மூழ்கடிக்கப்பட்டது. பல்வேறு இடங்களில் மக்கள் திரளாக இந்தப் போராட்டங்களில் பங்கேற்றனர். ஆங்கிலேயர்களுக்கு ஆச்சரியம் எதுவெனில், வரி விதித்து மக்களைச் சுரண்டும் மன்னர்களுக்கு ஆதரவாக மக்கள் களமாடமாட்டார்கள் என அவர்கள் நினைத்தது பொய்த்துப் போனதுதான். ஆனால் அதற்கான காரணங்கள் இருந்தன.

முதலாம் இராஜேந்திர சோழன் காலத்தில் இந்தியா வந்து பதிமூன்று ஆண்டுகள் சுற்றுப்பயணம் செய்த அரபு நாட்டு அறிஞர் அல்பர்னி கங்கை கண்ட சோழபுரம் ஏரியை பார்த்துவிட்டு ‘‘இது போன்ற ஏரியை எம் மக்கள் நினைத்துப் பார்க்கவே முடியாது. பிறகு எப்படி கட்ட முடியும்!’’ என அதிசயித்தார். இந்திய மன்னர்கள் அந்த அளவிற்கு நீர்ப்பாசனத்தின் முக்கியத்துவத்தை உணர்ந்து பல நீர்த் தேக்கங்களை கட்டி வைத்திருந்தனர். ஆனால், இருந்த

நீர்த்தேக்கங்களைப் பராமரிக்கக் கூட எத்தகையதோர் ஏற்பாட்டையும் ஆங்கிலேயர்கள் செய்யவில்லை. 1854 ஆம் ஆண்டு பொதுப்பணித்துறை ஏற்படுத்தப்பட்டது. ஆனாலும் நில வரி வசூலில் ஒரு சதவீதம் மட்டுமே நீர்ப் பாசனத்திற்கு செலவிடப்பட்டது.

ஆங்கிலேயர்கள் தாங்கள் கைப்பற்றிய இடங்களில் இந்திய மக்களை கொடூரமாகச் சுரண்டினர். இவர்களது சுரண்டல் இந்திய மன்னர்களுக்குச் சாதகமானது. உதாரணத்திற்கு, இந்திய விவசாயிகள் மிகவும் ஏழையாக்கப்பட்டு தூர தேசத்திற்கு பிழைப்புக்காக அலையும் நிலை உருவானது. 1815ஆம் ஆண்டு சென்னை ஆளுநர் இலங்கை காப்பி தோட்டத்தில் வேலை செய்ய தொழிலாளர்களை அனுப்ப ஏற்பாடு செய்யுமாறு தஞ்சாவூர் மாவட்ட ஆட்சியரை வேண்டியபோது, அந்த மாவட்டத்து மக்கள் மலிவான வாழ்க்கை வழங்கும் சொந்த மண்ணை விட்டு வெளியேற விருப்பமற்றவர்கள் எனவும், இலங்கை அரசு பிரத்தியேக ஊக்கத் திட்டங்கள் மூலமே அவர்களை தாய்நாட்டை விட்டு வெளியேறச் செய்ய முடியும் எனவும் கடிதம் எழுதினார்.

ஆனால், அடுத்த 20 ஆண்டுகளில் காலனி அரசின் நிலவரிக் கொள்கையால் ஏற்பட்ட இரு பஞ்சங்கள் (1843-1833) மற்றும் ஆங்கில அரசின் தலையிடாக் கொள்கை எத்தகைய ஊக்க நடவடிக்கையும் இல்லாமலேயே மக்களை வெளிநாடுகளுக்கு குடியேறச் செய்தது. 1843 துவங்கி அடுத்த இரு பத்தாண்டுகளில் சென்னையிலிருந்து இலங்கைக்கு 14 லட்சத்து 46 ஆயிரத்து 407 நபர்கள் ஒப்பந்தக் கூலிகளாகச் சென்றிருந்தனர்.

இத்தகைய நெருக்கடிகளை கொடுத்து, மக்களைச் சுரண்டிதான் ஆங்கில ஏகாதிபத்தியம் காலனி ஆட்சியை நடத்தியது. எனவே தவிர்க்க முடியாமல் அவர்கள் மீதான கோபம் மக்களுக்கு இருந்தது. இதை மிகச் சரியாக பல மன்னர்கள் பயன்படுத்திக் கொண்டனர். முதல் விடுதலை எழுச்சி என்ற போர்க்களம் ஆங்கிலேயர்களால் நிர்மூலமாக்கப்பட்டதும் 1858 ஆம் ஆண்டு பிரிட்டிஷ் பேரரசின் கீழ் நாட்டு நிர்வாகம் கொண்டு வரப்பட்டது. இதனைத் தொடர்ந்து அவர்களது சுரண்டல் மேலும் மேலும் அதிகமானது. 1858 ஆம் ஆண்டுக்கும் 1900 ஆண்டுக்கும் இடையில் கொடுமையான பஞ்சங்கள் இந்தியாவை ஆட்டிப் படைத்தன. இதில் மூன்று பஞ்சங்கள் மிகவும் கொடுமையானவை.

1776-78ல் 36 லட்சம் மக்கள் செத்து மடிந்தனர். 1896-97ல் எழுந்த பஞ்சத்தில் 96 லட்சம் மக்கள் மாண்டனர். 1899-1900ல் எழுந்த பஞ்சத்தில் 60 லட்சம் மக்கள் மாண்டனர். இதிலிருந்து, இந்தியாவிலிருந்து செல்வங்களைக் கொள்ளையடித்து தங்களது நாட்டிற்கு அனுப்புவதைத் தவிர இந்திய மக்களைப் பற்றி கொஞ்சமும் ஆங்கிலேயர்கள் கவலைப்படவில்லை என்பது விளங்கும். பஞ்சம் என்பது உணவுப் பொருட்கள் இல்லாததால் வந்ததல்ல. ஆட்சியாளர்களின் கொடுமையான கொள்கையால் வந்தது என்பதுதான் உண்மை. 78-1776 பஞ்சம் குறித்து 1881ல் ஒரு விசாரணைக் குழு அமைக்கப்பட்டது. அந்தக் குழுவின் ஆய்வின்படி அப்பஞ்சத்தின்போது 5 லட்சம் டன் உணவு தானியங்கள் இருப்பில் இருந்தது.

இந்திய நாட்டு வளங்களை மொத்தமாக கொள்ளையடித்தது மட்டுமல்ல; மலைச்சரிவில் காப்பி, தேயிலை, சணல் போன்றவற்றை சாகுபடி செய்யும் முறையை அறிமுகம் செய்து, மலைகளில், வனங்களில் காலம் காலமாக வாழ்ந்து வந்த அந்நிலங்களின் சொந்தக்காரர்களான ஆதிவாசிகளை அப்புறப்படுத்தினர். 1865ஆம் ஆண்டு வனப் பாதுகாப்பு சட்டம் இயற்றப்பட்டது. தமது உரிமைகளுக்காகப் போராடிய கோல்கள், சந்தாலியர்கள், பில் இனத்தவர், முண்டா போன்ற ஆதிவாசி மக்களை 1878 குற்றப் பரம்பரை சட்டம் மூலம் முடக்கினர். பலர் அழித்தொழிக்கப்பட்டார்கள்.

ஆனால், இதற்கிடையில் இவர்கள் கொண்டுவந்த கல்வி முறை இந்தியாவில் ஒரு படித்த மேல்தட்டு வர்க்கத்தை உருவாக்கியது. ஆனால், இவர்கள் கொடுத்த கல்வி இந்தியர்கள் மத்தியில் நாட்டு நிலையை அசை போட, வறுமையை ஒப்பிட, மாற்றம் கோரவும் தூண்டியது. அதனால்தான் முதல் விடுதலை போராட்டம் முடிந்து பல ஆண்டுகள் கடந்தும் இந்திய விடுதலை போராட்ட கனல் அணையாமல் அடைகாக்கப்பட்டது.

புரட்சிக்குப் பிறகான பத்தாண்டுகளில் படித்தவர்களிடம், இந்திய தேசிய தலைவர்களிடம் பிரிட்டிஷ் ஆட்சி ஓரளவு மக்களுக்கு நல்லது செய்யும் என்ற நம்பிக்கை இருந்தது. ஆனால் அனுபவம் வேறு மாதிரியாக இருந்தது. வறுமை சுழன்றடித்தது. இந்தியாவின் வறுமை (1876) என்ற தனது நூலில் தாதாபாய் நௌரோஜி விளக்கி இருந்தார். 1885ல் இந்திய தேசிய காங்கிரஸ் உருவாக்கப்பட்டது. துவக்கத்தில் மனு கொடுக்க மட்டுமே

என்றாலும் அது மட்டுமே அவர்களால் கொடுக்க முடியவில்லை. வேறு வழி இல்லாமல் போராட்டங்களையும் துவக்க வேண்டி வந்தது.

“அவன் தனது சக்தியை இழந்துவிட்டான். அவனது ஜீவன் உறிஞ்சப்பட்டுவிட்டது. சொல்லப் போனால் பொருளாதார ரீதியில் அவன் காய்ந்த எலும்புகள் வைக்கப்பட்டுள்ள ஒரு பையை விடக் கீழானவன். அவன் அரை வயிறு சாப்பிடுகிறான். அரை குறையாக உடுத்தியுள்ளான். சிறிதளவு சோறு, நிறைய இலைகள், வேர்கள் இவைதான் அவனது அன்றாட உணவு, சுவையான உணவை அவன் தன் வாழ்நாளில் சாப்பிட்டதேயில்லை. அவன் ஆடைகள் கந்தல்கள். அவனது இருப்பிடம் அழுக்கான சிறு குடிசை. பருவநிலையின் கடுமைகளிலிருந்து அது அவனை காப்பாற்றாது» என சுலப் தைனிக் எனும் வங்கப் பத்திரிக்கை அன்றைய நிலையை படம் பிடித்துள்ளது.

*1893*ல் பாலகங்காதர திலகர், தேசிய கண்ணோட்டம் எவ்விதம் மாறியது என்பதை படம் பிடித்துக் காட்டுகிறார். பிரிட்டிஷாரின் ஒழுக்கம், ரயில், தந்தி, சாலைகள், பாலங்கள், பள்ளிகள் ஆகியவற்றைப் பார்த்து மக்கள் எப்படி திகைத்தார்கள் என்று எழுதியுள்ளார். “கலகங்கள் குறைந்தன. மக்கள் அமைதியாக வாழ்ந்தார்கள். கண் தெரியாத ஒருவர் கைக்கம்பில் தங்கத்தை கட்டிக்கொண்டு எப்படி பத்திரமாக காசியிலிருந்து ராமேஸ்வரம் செல்லமுடிகிறது என்றெல்லாம் மக்கள் பேசினார்கள். நாளாக ஆக தங்கம்தான் அரிதானது என்பதை மக்கள் உணர்ந்தார்கள்.”

இந்த நிலையில்தான் இந்தியா இருந்தது. முதல் விடுதலைப் போரில் வீரத்துடன் போராடிய ஆயிரக்கணக்கான பெண்கள் இனி வரும் காலத்திலும் களத்தில் இருக்கத்தான் போகிறார்கள். ஜான்சிராணி, வீரப்பெண் குயிலி, ஜல்காரிபாய், அவந்திபாய், தியாகத்தின் சின்னம் ஹசரத் பேகம் போன்ற போராளிகளைப் பார்த்த தேசம், இன்னும் ஆயிரமாயிரம் வீரத்திலகங்களைப் பார்க்கத்தான் போகிறது. போர்க்களம் மாறி உள்ளது. படையெடுப்பின் வடிவம் மாறும். ஆனாலும் இந்திய விடுதலைப் போரில் பெண்களின் பங்கெடுப்பு எப்போதும் குறைந்ததில்லை.

11

அன்னி பெசண்ட் அம்மையின் அர்ப்பணிப்பு

முதல் இந்திய விடுதலைப் போராட்டம் இரத்தத்தால் மூழ்கடிக்கப்பட்ட பிறகு ஆங்காங்கே நிசப்தங்கள் நிலவின. ஆனாலும் போரட்ட வடிவங்கள் மாறி மாறி எதிர்ப்புகள் இருக்கத்தான் செய்தன. இந்திய மக்களின் விடுதலை ஆவேசத்தை பெரிய அளவில் கட்டுப்படுத்த முடியவில்லை. இதற்கிடையில்தான் அவர்களது குறைகளை பிரிட்டிஷ் அரசுக்கு எடுத்துரைக்க, விண்ணப்பம் கொடுக்க 1885 ல் காங்கிரஸ் இயக்கம் துவக்கப்பட்டது. துவக்கத்தில் இவர்கள் மனுக்களைக் கொடுத்து வந்தாலும் இந்த இயக்கத்தில் மேலும் மேலும் மக்கள் இணையத் துவங்கியதும் அந்த அளவு மாற்றம் குண மாற்றத்தை கொண்டு வந்தது. அப்படி இணைந்தவர்களில் லண்டனில் பிறந்த ஒரு பெண் இந்த இயக்கத்தின் அகில இந்திய தலைவராக உயர்ந்த கதையும் நடந்தது. அவர்தான் அன்னிபெஸன்ட் அம்மையார் ஆவார். அவரது கருத்துகளில் நமக்கு நிறைய முரண்பாடு இருந்தாலும் அவரது தியாக உழைப்பை, போராட்ட குணத்தைப் போற்றாமல் இருக்க முடியாது.

முதல் விடுதலைப் போராட்டத்திற்கு 10 ஆண்டுகள் முன்பு இந்தியாவுடன் புவியியல் ரீதியாக, கலாச்சார ரீதியாக சம்பந்தமே இல்லாத ஒரு தேசத்தில், ஒரு சாதாரண ஐரியக் குடும்பத்தில் லண்டனில் 1847 ஆம் ஆண்டில் பிறந்தவர் அன்னி வூட். தந்தை வில்லியம் பைஜ்வூட் அயர்லாந்தில் பிறந்து லண்டனில் குடியேறியவர். அன்னி ஐந்து வயதாக இருக்கும் போது தந்தையை இழந்தார். அன்னை ஹரோ நகரில் ஆண்கள் பாடசாலை ஒன்றை நடத்தி வந்தார். அன்னி தனது 19 வது வயதில் 1867 ஆம் ஆண்டில் பிராங்க் பெசண்ட் என்ற 26 வயது மத குருவை மணந்தார். டிக்பி, மேபேல் என்ற இரண்டு பெண் குழந்தைகள் பிறந்தன. கனவருடன் ஏற்பட்ட கருத்து வேறுபாடுகள் அவருடன் இணைந்து வாழ்வதை சிக்கலாக்கியது. பெண்ணுக்கு ஏற்பட்ட நோயும் அவரது வாழ்வியல் சூழலும் அன்னிக்கு கடவுள்மீதான அவநம்பிக்கையை விதைத்தது. கணவர் பெசண்ட், மனைவியை கோயிலுக்குச் செல்லும்படியும், கிறிஸ்தவ மதக் கொள்கைக்கு ஏற்ப நடக்கும் படியும் வற்புறுத்தினார். இதற்கு உடன்பட முடியாமல் சிக்கல்கள் அதிகமாக, 1873 இல் பிரிந்து வாழ முடிவெடுத்தார்.

கணவரிடம் இருந்து பிரிந்த பின்னர் எழுதுவதிலும் சமூகப்பணிகளிலும் நிறைய கவனம் செலுத்தினார். இந்தச் சமயத்தில் அவருக்கு மார்க்சிய அறிஞர்களின் நட்பு கிடைத்தது. துவக்கத்தில் சிறுவர்களுக்கான கதைகள், கட்டுரைகள் எழுதினார். பண்ணை விவசாயிகளின் உரிமைகளுக்காகக் குரல் கொடுத்தார். அவரது அரசியல் செயல்பாடு அதிகரிக்கத் துவங்கியது. குடும்பத்தில் இனி இணைய முடியாத சூழல் முற்றியது இறுதியாக கணவன், குழந்தைகளைவிட்டுப் பிரிந்து லண்டனுக்குத் திரும்பினார். அதிகாரபூர்வமாகப் பிரிவினை கிடைக்கவில்லை. இரண்டு குழந்தைகளும் பிராங்கின் பொறுப்பிலேயே இருந்தனர்.

இதற்கிடையில் லண்டன் பல்கலைக்கழகத்தில் பகுதி நேரப் படிப்பைத் தொடர்ந்தார். மூடப் பழக்க வழக்கங்களுக்கெதிராகப் பிரச்சாரங்களை துவக்கினார். இது அவரது மத சமூகத்தினரின் மத்தியில் நிறைய எதிர்ப்புகளை உருவாக்கியது. ‘‘நியூமால் தூசியன் அமைப்பு’’ என்ற சீர்திருத்தச் சங்கத்துக்குத் தலைவியானார் அன்னி பெசண்ட். நாடாளுமன்ற அங்கத்தினர்கள் கடவுளின் பெயரால் சத்தியம் செய்யத் தேவையில்லை என்று வற்புறுத்தி கூட்டங்களில் பேசினார்.

'லிங்க்' என்ற பெயரில் பத்திரிகையைத் தொடங்கி, இந்தியாவிலும் அயர்லாந்திலும் விடுதலைப் போராட்டங்களுக்கு ஆதரவாக எழுதினார். பெண்கள் விடுதலை, தொழிலாளர் உரிமைகள், குடும்பக் கட்டுப்பாடு போன்ற பலவற்றிலும் தனது கருத்துகளை வெளிப்படையாகத் தெரிவித்தார்.

இப்போதுதான் அவருக்கு பிரும்மஞான சங்கம் என்ற நூலை எழுதிய பிளேவட்ஸ்கி அம்மையாரை பாரிசில் 1889 ஆம் ஆண்டில் சந்திக்கும் வாய்ப்பு கிட்டியது. இது அன்னி பெசண்டின் வாழ்க்கையில் ஆன்மிகம் சார்ந்த மாறுதலை ஏற்படுத்தியது. பிளேவட்ஸ்கியின் பிரும்மஞான சங்கத்தில் உறுப்பினரானார். 1891 இல் பிளேவட்ஸ்கி இறந்ததை அடுத்து பிரும்மஞானத்தில் ஒரு முக்கிய புள்ளியானார் அன்னி பெசண்ட். அச்சபையின் சார்பில் 1893 ஆம் ஆண்டில் சிகாகோவில் இடம் பெற்ற உலக கொலம்பியக் கண்காட்சியில் கலந்து கொண்டார்.

1893 ஆம் ஆண்டில் பிரும்மஞான சபையின் உறுப்பினராக முதற் தடவையாக இந்தியா வந்தார். சபையின் அமெரிக்க கிளையின் தலைவரான வில்லியம் ஜட்ஜ் என்பவருடன் ஏற்பட்ட கருத்து மோதல்களைத் தொடர்ந்து அமெரிக்க கிளை தனியாகப் பிரிந்தது. மீதமிருந்த சபை ஹென்றி ஸ்டீல் ஒல்கொட் என்பவராலும் அன்னி பெசண்டினாலும் தலைமை வகிக்கப்பட்டது.

இந்தியா வந்த அன்னி பெசண்ட், சென்னையில் அடையாறில் பிரும்மஞான சங்கத்தின் தலைமை நிலையத்தை நிறுவினார். இந்து மதம் சார்ந்த பல நூட்களை ஆழ்ந்து படித்துப் பல நூல்களை எழுதினார். பகவத் கீதையை ஆங்கிலத்தில் மொழி பெயர்த்தார். காசியில் சில காலம் வசித்த அன்னி பெசண்ட். இந்திய உடை தரித்து வாழலானார்.

இந்தியாவில் ஆங்கிலேய ஆட்சியை எதிர்த்து நடந்த பல போராட்டங்களைப் படித்தும், நேரில் பார்த்தும் வளர்ந்ததால் ஆங்கில அரசின் அடக்குமுறைகள் அவரை வெகுவாகப் பாதித்தன. இந்திய விடுதலைப் போராட்டத்திற்கு ஆதரவாக 'காமன் வீல்' என்ற வாரப் பத்திரிகையை 1913 ஆம் ஆண்டில் ஆரம்பித்தார். 1914 ஆம் ஆண்டில் சென்னையில் இருந்து நியூ இந்தியா என்ற பெயரில் நாளேடு ஒன்றை ஆரம்பித்து நடத்தினார். இதன் மூலம் அவர் அரசியலில் களம் இறங்கினார்.

1907 ஆம் ஆண்டில் சூரத் நகரில் நடைபெற்ற இந்திய காங்கிரஸ் மாநாட்டில் மிதவாதிகளுக்கும் தீவிரவாதிகளுக்கும்

ஏற்பட்ட கருத்து வேறுபாடுகளினால் பிளவு ஏற்படும் அபாயம் வந்தது. அதைத் தவிர்க்க முயன்றவர்களில் இவரும் முக்கிய பங்கு வகித்தார். இந்தியர்களின் தன்மானத்தைத் தட்டி எழுப்ப ஹோம் ரூல் (சுயாட்சி) இயக்கத்தை தொடங்கினார். அதுவரை இந்தியாவில் யாரும் பூரண சுதந்திரம் என்ற கோஷத்தை முன்வைக்கவில்லை. இவரும் பிரிட்டிஷ் ஆட்சிக்கு உட்பட்ட சுயாட்சியே கோரினார். நாடு முழுவதிலும் அதன் கிளைகள் உருவாயின. விடுதலை இயக்கத்தை வலுப்பெறச் செய்ய நாடு முழுவதும் சுற்றுப் பயணம் மேற்கொண்டார்.

மக்கள் திரண்டபோது ஆட்சியாளர்கள் இவரது இயக்கத்தை உற்றுக் கவனிக்கத் துவங்கினர். அன்னி பெசண்டின் சுற்றுப் பயணங்களுக்கும் பொதுக் கூட்டங்களுக்கும் ஆங்கிலேய அரசு தடை செய்தது. 1917, ஜூன் 15 ஆம் நாள் ஏனைய காங்கிரஸ் தலைவர்களுடன் அன்னி பெசண்டையும் கைது செய்தது. இவர்களின் கைதைக் கண்டித்து காங்கிரஸ் இயக்கம் மற்றும் முஸ்லிம் லீக் ஆகியன சத்தியாக்கிரகம் செய்யப்போவதாக அறிவித்தன. இதனால் நிலைகுலைந்த ஆங்கில அரசு செப்டம்பரில் இவர்களை விடுதலை செய்தது.

டிசம்பர் 1917 ஆம் ஆண்டில் கல்கத்தாவில் நடந்த மாநாட்டில் இந்திய காங்கிரசின் தலைவராக ஓராண்டிற்குத் தேர்வானார். வெளிநாட்டில் பிறந்து இந்திய மக்களின் விடுதலைக்காகப் போராடிய அந்தப் பெண்மணிக்குக் கிடைத்த மகத்தான அங்கீகாரம் இது. இதற்கிடையில் இந்தியாவில் கம்யூனிஸ்டுகள் ஆங்காங்கே வளர்ந்து வந்தனர். தொழிற்சங்க இயக்கங்கள் போராட்டங்களை நடத்தி வந்தன. 1885ஆம் ஆண்டு துவக்கப்பட்ட காங்கிரஸ் கட்சி வைக்க யோசிக்காத ஒரு கோரிக்கையை கம்யூனிஸ்டுகள் முதன்முதலில் முன் வைத்தார்கள். அந்த கோரிக்கை இந்தியாவிற்கு பூரண விடுதலை என்பதாகும். வேறு வழி இல்லாமல் காங்கிரசும் இக்கோரிக்கைக்கு வந்தது.

1929 இல் லாகூரில் ஜவகர்லால் நேருவின் தலைமையில் கூடிய காங்கிரஸ் மாநாட்டில் முழுமையான சுயாட்சி கோரி அறிக்கை வெளியானது. எழுந்துவந்த சோசலிஸ சிந்தனைகள் காங்கிரசையும் விட்டுவைக்கவில்லை. சோசலிசம் சார்பாக கருத்துகளை காங்கிரஸ் வெளியிட்டமை அன்னி பெசண்டின் கொள்கைகளுக்கு உரியதாக இருக்கவில்லை. இதனால் அவர் மகாத்மா காந்தியின் சத்தியாக்கிரக இயக்கங்களில் சேரவில்லை.

காங்கிரசில் இருந்து விலகி இருந்தார். ஆனாலும் இந்திய விடுதலையில் முன்போலவே ஈடுபாடு காட்டி வந்தார். இந்தியாவில் மட்டுமல்லாமல் பிரிட்டிஷ் நாட்டிற்கும் பயணம் மேற்கொண்டு அங்கும் இந்திய விடுதலைக்கு ஆதரவாக பொது மேடைகளில் உரையாற்றினார். தனது நாடு அடிமைப்படுத்திய மற்றொரு நாட்டின் விடுதலைக்காகப் போராடிய தலைவர்களில் அன்னிபெஸன்ட் குறிப்பிடத்தக்கவர் ஆவார்.

தனது 81வது வயதில் தீவிர அரசியலில் இருந்து விலகினார். 1937 ஆம் ஆண்டு செப்டம்பர் 20 இல் சென்னையில் உள்ள அடையாறில் அன்னி பெசண்ட் காலமானார். அன்னி பெசண்ட் அமைத்த பிரும்மஞான சபை சென்னை அடையாறில் உள்ளது.

12

அபாடி பானோ பேகம்: கதர் பெயர் உருவாக்கியவர்

அபாடி பானோ பேகம் உத்திரபிரதேச மாநிலத்தில் மொராபத் மாவட்டத்தில் அம்ரேஹா கிராமத்தில் 1850 ஆண்டு பிறந்தவர் ஆவார். அப்துல் அலி கான் என்பவருடன் ராம்பூரில் திருமணம் நடைபெற்றது. அவர்களுக்கு 16 குழந்தைகள். அதில் இரண்டு குழந்தைகள்தான் பின்னாளில் அலி சகோதரர்கள் என அழைக்கப்பட்டனர். இந்திய சுதந்திரப் போராட்டத்தின் இன்றியமையாத வரலாற்றுப் பக்கங்களில் அலி சகோதரர்கள் என்று அழைக்கப் படும் மௌலானா முகமது அலி மற்றும் சவுகத் அலி ஆகியோருக்கு நீக்கப்பட இயலாத பல பக்கங்கள் சொந்தமாகும். மகாத்மா காந்தி , இந்த சகோதர்களைப் பற்றி ஒரு முறை குறிப்பிடும்போது, “என் தோளின் மீது இரண்டு சிங்கங்கள் அமர்ந்திருக்கின்றன” என்று குறிப்பிட்டுள்ளதைக் காணும் போது, இந்திய சுதந்திரப் போராட்டத்தில் இந்த சகோதர்களின் பங்கு எந்த அளவுக்கு இருந்து இருக்குமென்று நாம் உணரலாம்.

அலி சகோதரர்களின் வீட்டுக்கு வருகை தந்த காந்திஜிக்கு அவர்களின் தாயார் அபாடி பானோ பேகம் தான் தனது கையால் ராட்டையில் நெய்த ஒரு ஆடையைப் பரிசாக வழங்கி “ காந்திஜி! இதைக் கதராக ஏற்றுக் கொள்ளுங்கள்'' என்றார். கதர் என்றால் உருது மொழியில் “கவுரவம்” என்று பொருள். அன்று முதல் கதர் என்பது தனது கரங்களால் தானே நெய்து உடுத்தும் ஆடை - அன்னியக் கலப்பில்லாத ஆடை நாட்டின் மக்களுக்கு கவுரவத்தையும் சுய மரியாதையையும் வழங்கும் தன்மை உடையது என்கிற கோட்பாடு காந்தியால் ஏற்றுக் கொள்ளப்பட்டது.

சுதந்திர இயக்கத்தின் அடையாளமாகக் கருதப் பட்ட கதருக்குப் பெயர் வழங்கியவர் - அதாவது அலி சகோதரர்களின் தாயார் தனது கைகளால் நெய்த துணியை காந்திக்குப் பரிசாக வழங்கியதன் மூலம் அதன் காரணத்தால் அந்தத் துணிக்கு கதர் என்று பெயர் வந்தது. அன்றும் இன்றும் காங்கிரஸ் கட்சியில் இருப்பவர்களின் ஆடை அடையாளமாக விளங்கும் கதருக்குப் பெயரிட்டவர் ஒரு முஸ்லிம் தாய்தான் என்கிறது வரலாறு.

தனது குழந்தைகளை தேசிய இயக்கத்தில் பங்கேற்பவர்களாக வளர்த்ததில் இந்த தாயின் தியாகம் அளப்பரியது. தேசிய இயக்கத்தில் தானும் பங்கேற்று தன்னுடைய குழந்தைகளையும் பங்கேற்கச் செய்தது மட்டுமல்லாது, நிறைய பொருளுதவிகளையும் செய்தார். அலி சகோதரர்களை சிந்தன்வாட் கிராமத்தில் போலிஸ் சுற்றி வளைத்தது. போலிஸ் உயர் அதிகாரிகள் இவர்களை சரணடையச் சொன்னார்கள். ஆனால் அவர்கள் ஆங்கிலக் காவல்துறைக்கு அடிபணிந்தால், என் பிள்ளைகளை நானே சுட்டு கொன்றுவிடுவேன் என்று கர்ஜித்தார் அந்த வீரத்தாய்.

அபாடி பானோ பேகம் மகாத்மா காந்தியை முதன் முறையாக 1917 ஆம் ஆண்டு சந்தித்தார். பின்னர் அவரை தொடர்ந்து விடுதலை இயக்கத் தலைவர்கள் பலரிடம் பேசினார். காந்தி அவர்களுக்கும் கிலாபத் இயக்க தலைவர்களுக்கும் தொடர்ந்து பொருளுதவிகளை செய்து வந்தார். இந்திய தேசிய காங்கிரஸ் மற்றும் முஸ்லிம் லீக் கூட்டங்களில் கலந்துகொண்டு பேசினார். அவர் பேசிய கூட்டங்களிலெல்லாம் ‘‘இந்துக்கள் மற்றும் இஸ்லாமியர்கள் கூட்டுப் போராட்டங்களே உரிய பலனை தரும்'' என்பதை அழுத்தமாகக் கூறுவார். பூனைகள்கூட பிரிட்டிஷ் அரசாங்கத்திடம் அடிமைகளாக இருக்கக்கூடாது என்பார்.

பிரிட்டிஷ் அரசாங்கத்தின் பதிவேடுகளில் அபாடி பானோ பேகம் அவர்களை ஒரு கொடுமையானவளாக முத்திரை

குத்தப்பட்டுள்ளது. நல்லதுதானே பிரிட்டிஷ் ஆட்சியாளர்கள் செருப்பை நக்கி, மன்னிப்பு கடிதம் எழுதி சிறையிலிருந்து நல்ல பெயருடன் விடுதலை ஆன சாவர்க்கரைவிட, பிரிட்டிஷ் ஆட்சியாளர்களால் ''கொடுமையானவள்'' என்ற முத்திரையால் இந்த தாய் இமயமென உயர்ந்து நிற்கிறார்.

கிலாஃபத் இயக்கத்திற்கான ஆதரவைப் பெருக்க இந்தியா முழுவதும் பரவலாகப் பயணம் செய்தார். கிலாபத் இயக்கம் மற்றும் இந்திய சுதந்திர இயக்கத்திற்கான நிதி சேகரிப்பில் அபாடி பானோ பேகம் முக்கிய பங்கு வகித்தார். அவர், மௌலானா ஹஸ்ரத் மோகானியின் மனைவி பேகம் ஹஸ்ரத் மோகனி, பசந்தி தேவி, சரளா தேவி சௌதுராணி மற்றும் சரோஜினி நாயுடு ஆகியோருடன், பெண்கள் மட்டும் கூடும் கூட்டங்களில் அடிக்கடி உரையாற்றி, பாலகங்காதர திலகர் நிறுவிய திலக் ஸ்வராஜ் நிதிக்கு நன்கொடை அளிக்குமாறு பெண்களை அறிவுறுத்தினார். இந்திய சுதந்திர இயக்கத்திற்காக அவர்களை திரட்டினார். ''அம்மிஜான்'' தேசத்தாய் என அழைக்கப்பட்ட அபாடி பானோ பேகம் 13 நவம்பர் 1924 இல் அவர் மறையும் வரை சுதந்திர இயக்கத்தில் தீவிரமாக இருந்தார்.

THE IMMORTALS - **Syed Naseer Ahamed**

மதசாயம் பூசி மறைக்கப்பட்ட வரலாறுகள் - இபுராஹிம் அன்சாரி

13

களத்தில் மட்டுமல்ல– வாழ்விலும் போராடியவர்: சரோஜினி

ஆங்கிலேய ஆட்சியாளர்கள் இந்திய நிர்வாகத்தை மொத்தமாக கைக்கொண்டதும் இந்தியாவின் நிர்வாக அமைபில் பல மாறுதல்களை செய்தனர். குறிப்பாக தங்களுக்கு ஏற்ற ஒரு வர்க்கத்தை உருவாக்க கல்வி அமைப்பில் பல புதிய திட்டங்களைக் கொண்டு வந்தனர். இதன் பயனாக இந்தியாவில் குறிப்பிட்ட வர்க்கத்தினர் கல்வி பெறும் வாய்ப்பை அடைந்தனர். ஆனால் அவர்கள் கொடுத்த கல்வி அவர்களுக்கு எதிராகத் திரும்பியது மட்டுமல்ல; மற்றொரு உபவிளைவாக இந்திய நாட்டின் பெண்களையும் போராட்டக் களத்திற்கு அழைத்து வந்ததுதான் சுவாரசியம்.

அன்னி பெசண்ட் அம்மையார் அன்னிய நாட்டில் பிறந்து இந்திய நாட்டு விடுதலைக்குப் போராடினார். ஆனால், இந்திய மண்ணில் ஒரு பாரம்பரியம் மிக்க குடும்பத்தில் பிறந்த ஒரு பெண்மணி தந்த கல்வியைப் பயன்படுத்தி தனது தேசத்திற்காக

மட்டுமல்லாது பெண் விடுதலை, பெண் சுதந்திரத்திற்காகவும் போராடினார். சென்ற நூற்றாண்டின் தொடக்க வருடங்களில் இவரது செயல்பாடுகள் அசாத்தியமானது.

1879 பிப்ரவரி -13ஆம் தேதி பிறந்த சரோஜினி பிறப்பால் நாயுடு அல்ல. அவரது தந்தை ஒரு வங்காளி பிராமணர். அவர் பெயர் டாக்டர் அகோரநாத் சட்டோபாத்தியாயா. பெரிய கல்வியாளர். விஞ்ஞானத்திலும் உயர் கல்வி கற்றவர்.அன்றைய நிஜாம் சமஸ்தானத்துக்கு வந்து (ஹைதராபாத்) ஒரு கல்லூரியை நிறுவியவர். இதனால் சரோஜினியின் இளம் பருவம் ஹைதராபாத்தில் சுற்றித் திரிந்தது.

இவருடன் பிறந்தவர்கள் மூன்று பெண்கள், மூன்று ஆண் குழந்தைகள், வசதியான குடும்பம். படிப்பில் எப்போதும் சரோஜினி முதல் இடத்தில் இருந்தார். சிறு வயதிலேயே கவிதை எழுதும் ஆர்வம் இருந்தது. இது அவரை மற்றவர்கள் மத்தியில் வேறுபடுத்தி காட்டியது. கொஞ்ச நாள்தான் ஹைதராபாத் படிப்பு தொடர்ந்தது. அவரது தந்தை சிறந்த கல்வியை அளித்துவந்த சென்னைக்கு சென்றால் சரோஜினி படிப்பில் மேலும் சிறக்கலாமென அவரை சென்னைக்கு அனுப்ப முடிவு செய்தார்.

அந்த இளம் வயதிலேயே தனியாக ரயிலேற்றி சென்னைக்கு அனுப்பி விட்டார். சிறப்பாக படித்து பன்னிரெண்டாம் வயதிலேயே மெட்ரிகுலேஷன் தேர்வெழுதி வெற்றிகண்டார். மாநிலத்திலேயே முதல் மாணவியாக வந்தார். ஆகவே அவரை மேல் படிப்புக்கு இங்கிலாந்துக்கு அனுப்பினார் அவரது தந்தை.

-1895ம் வருடம் லண்டனில் கிங்ஸ் கல்லூரியில் கணிதம் படிக்கச் சேர்ந்தார்.தந்தையின் விருப்பம் அது. ஆனால் கணிதத்தைவிட கவிதைகளில் அவரது கவனம் சென்றது. கவிதைகளில் சமூக கருத்துகள் மேலோங்கி நின்றன. எனவே அவரது நண்பர்களான ஆங்கில எழுத்தாளர்களும், கவிஞர்களும் அவரது கவிதைகளைத் தொகுத்து நூலாகக் கொண்டு வர உதவி செய்தார்கள். அவரது எழுத்து திறமை கொட்டும் அருவியைப்போல மடைதிறந்து வந்தது.

-1898ல் சரோஜினிக்கு உடல் நிலை சரியில்லாமல் தனது படிப்பைத் தொடர முடியாமல் ஹைதராபாத்துக்கு திரும்பினார். சரோஜினியின் தந்தைக்கு மகளின் விருப்பம் புரிந்தது.அவரது கவிதைகளை ஆதரித்தார். அச்சமயம் ஹைதராபாத்தில் வசித்து

வந்த மேஜர் கோவிந்தசாமி நாயுடு என்பவரின்மீது அவருக்கு காதல் ஏற்பட்டது. நாயுடு, பிரம்ம சமாஜத்தைச் சேர்ந்தவர். ஏற்கனவே திருமணமாகி, மிக இளம் வயதில் மனைவியை இழந்தவர். தொழில் முறையில் அவர் ஒரு டாக்டர்.

உயர்சாதியினரான சரோஜினி குடும்பம் இக்காதலை ஏற்கவில்லை.அன்றைய தேதியில் இதனைத் தன் தனியொருவரின் பிரச்சினையாகப் பார்க்காமல், ஒட்டுமொத்த சமூகப் பிரச்சனை ஒன்றின் ஒரு எடுத்துக்காட்டாகக் கொண்டார் சரோஜினி. கேவலம், சாதியை முன்னிட்டு காதலை நிராகரிப்பதா என அடங்க மறுத்தார். சாதி மறுப்புத் திருமணத்தில் உறுதியாக நின்றார். அவரது தந்தை அவரது விருப்பத்துக்குக் குறுக்கே நிற்கவில்லை.எனவே அந்த சாதிமறுப்புத் திருமணம் அவரது தந்தையின் ஒப்புதலுடன் நடந்தது.

1885ல் மேல்தட்டு வர்க்கத்தினர் நலனுக்காகவும், எழுந்து வந்த சுதந்திர தாகத்தை தணிய வைக்கவும் மனு கொடுக்கும் இயக்கமாக துவங்கப்பட்ட காங்கிரஸ் கட்சி ஆங்கிலேயர் கொடுத்த கல்வியினாலும், விடுதலை தேசம் குறித்த கனவுகளாலும் விழிப்புணர்வு கொண்ட இளைஞர்கள் கையில் வந்திருந்தது.இதன் விளைவாக தேசம், சுதந்திர தாகம் கொண்டு தவித்த தருணமாய் இருந்தது. பெண்களும் களத்தில் இறங்க வாய்ப்புகள் அழைத்தது. அன்னிபெசண்ட் அதற்கு வழிகாட்டியாக இருந்தார்.

ஆக அத்தகைய சூழலில் தனது மக்களுக்கும் நாட்டுக்கும் ஏதாவது செய்ய வேண்டும் என்கிற உணர்ச்சி மேலோங்கியது. இதன் காரணமாய் கணவரையும், பிறந்த இரு குழந்தைகளையும் அங்கேயே விட்டுவிட்டு தன்னை புரிந்துகொண்ட கணவனை விடுத்து, குழந்தைகளை பிரிந்து பம்பாய்க்கு ரயிலேறினார். தேசம் அழைத்தபோது தனது குடும்பத்தையும், கைக்குழந்தைகளையும் பிரியும் தியாக உள்ளம் அவருக்கு வாய்த்திருந்தது. பொழுதெல்லாம் ‘எம் செல்வம் கொள்ளை கொண்டு போகவோ நாங்கள் சாகவோ’ என விடுதலை கீதம் இசைத்த எட்டையபுரத்தானைப் போல தமது எழுச்சிமிக்கக் கவிதைகளின் மூலம் மக்கள் மத்தியில் சுதந்திரக் கனவை ஊதி வளர்த்தார். பாலகங்காதர திலகர், கோபாலகிருஷ்ண கோகலே, முகமதலி ஜின்னா போன்ற தலைவர்களுடன் பழக வாய்ப்பு கிடைத்தது. அன்னிபெசண்ட் இந்தியா வந்து அப்போதுதான் ஹோம்ரூல் இயக்கப் பணிகளைத் துவக்கியிருந்ததும் சரோஜினிக்கு உற்சாகத்தைக் கொடுத்தது. தில்லையாடி

வள்ளியம்மையின் தீரமிக்க போராட்டத்தால் கவரப்பட்ட காந்தியடிகள் தென்னாப்பிரிக்க இந்தியர் விடுதலைப் போராட்டத்தில் பங்கேற்று இந்தியா திரும்பிய சமயம் அது. மீண்டும் அங்கே பிரச்சனைகள் எழுந்த போது தனது சார்பாக சரோஜினியைததான் அங்கு அனுப்பி வைத்தார்.

மீண்டும் இந்தியா வந்த சரோஜினி காங்கிரசின் கொள்கை பரப்புச் செயலாளர் பணியை மேற்கொண்டார். தென்னிந்தியாவிலும், இலங்கையிலும் அவர் மேற்கொண்ட அயராத சுற்றுப் பயணங்களும், எழுச்சியுடன் அவர் ஆற்றிய உரைகளும் சுதந்திரப் போராட்ட சரித்திரத்தில் மிக முக்கியமான அத்தியாயங்கள். அதுமட்டுமல்ல; காங்கிரசின் செயற்குழு உறுப்பினராக, அக்கட்சியின் தலைவராக ஒவ்வொரு காலக் கட்டத்தில் ஒவ்வொரு பொறுப்பை ஏற்று திறம்பட செயலாற்றினார். அவர் பொதுவாழ்வில் இறங்கிய பின்பு நடந்த போராட்டங்களில் எல்லாம் பங்கேற்றது மட்டுமல்ல, அன்றைய பெண்களின் மனசாட்சியை தட்டி எழுப்பினார். விடுதலைப்போரில் சுடர் விடும் ஒளியாக, இந்திய பெண்களின் போராட்ட கலங்கரை விளக்காக உத்வேகம் ஊட்டினார்.

பல பத்தாண்டு போராட்டத்தில் ஆயிரமாயிரம் மக்களின் உதிரத்தில் விடுதலை பிறந்தது. இந்திய தேசம் சுதந்திரமடைந்த பிறகு இந்தியாவின் முதல் பெண் கவர்னராக சரோஜினி நியமிக்கப்பட்டார். அதுவும் அன்று மாபெரும் மாநிலமாக இருந்த ஐக்கிய மாகாணத்துக்கு (இன்றைய உத்தரபிரதேசம்) நியமிக்கப்பட்டது அவரது நிர்வாகத் திறமைக்கு ஒரு சிறந்த உதாராணமாக இருந்தது. அவர் பலவிதங்களில் ஒரு முன்னோடிப் பெண்மணி. தமது சுய வாழ்வில், சமூக வெளியில் உறுதியுடன் போரிட்டுச் சாதித்தவர். பெண் உரிமை, பெண் சுதந்திரம் என்று பேசுவது மட்டும் விடுதலைக்கு மார்க்கமில்லை, நமது சுதந்திரம் நம்மிடம்தான் இருக்கிறது. அதுவும் வீதியில் போராடாமல் கிடைக்காது என்று தனது வாழ்வால் நிரூபித்தவர் சரோஜினி. வாழ்க்கை முழுவதும் போராட்டக்களத்தில் இருந்த சரோஜினி தமது 70ஆம் வயதில் 1949 மார்ச் -2ஆம் தேதி காலமானார். விடுதலைப்போரில் ஈடுபட்ட பெண் போராளிகளின் வரிசையில் எப்போதும் மறக்க முடியாத இடத்தில் நிறைந்திருப்பார் சரோஜினி.

14

பேகம் நிஷாதுன்னிசா மோஹானி: பூரண விடுதலை கேட்ட மங்கை

இந்தியாவிற்கு பூரண விடுதலை வேண்டும் என்ற முழக்கத்தை காங்கிரஸ் மிகவும் தாமதமாகத்தான் முழங்கியது. காங்கிரஸ் மிகுந்த நெருக்கடிக்கு உள்ளான பிறகே இந்த முழக்கத்தை முன்வைத்தனர். காந்திஜிகூட முதலில் பூரண சுதந்திர முழக்கத்தை முழுமையாக ஏற்றுக்கொள்ளவில்லை. தேசவிடுதலைப் போராட்டத்தில், எந்த வகையான சுதந்திரம் என்பதில் குழப்பத்திலிருந்த இந்திய தேசிய காங்கிரஸ் டொமினியன் அந்தஸ்து கோரிக்கையிலிருந்து முழு சுதந்திரக் கோரிக்கையினை நோக்கி இயக்கம் நடத்த வேண்டி வந்தது.

1921-ல் அகமதாபாத்தில் நடந்த இந்திய தேசிய காங்கிரஸின் மாநாட்டில் கம்யூனிஸ்ட் தலைவர்கள் எம்.என்.ராய், அபானிமுகர்ஜி கையெழுத்திட்ட ஒரு அறிக்கையை மாநாட்டுக்கு வந்திருந்த பிரதிநிதிகள் இடையே கம்யூனிஸ்டுகள் விநியோகித்தனர். அந்த அறிக்கை ஆங்கிலேய ஆட்சியிலிருந்து இந்தியா முழு

விடுதலை பெற வேண்டுமென கோரிக்கையை முன்வைத்தது. பிரிட்டிஷ் பேரரசிடம் இருந்து காங்கிரஸ் கட்சி முழுமையாக தனது உறவுகளைத் துண்டித்துக் கொண்டு, தொழிலாளி வர்க்க, விவசாய பிரிவினரின் போராட்டங்களுக்கு முழு ஆதரவு கொடுக்க வேண்டும் என காங்கிரஸ் கட்சிக்கு அந்த அறிக்கை வேண்டுகோள் விடுத்தது .

மாநாட்டிற்கு வந்திருந்த பிரதிநிதிகள் இடையே அந்த அறிக்கை பெரும் அதிர்வுகளை ஏற்படுத்தியது. இதன் விளைவாக மவுலானா ஹஜ்ரத் மொஹானி என்ற முற்போக்கான காங்கிரஸ் தலைவர், முழு விடுதலை தீர்மானத்தை மாநாட்டில் கொண்டுவந்தார். இந்தத் தீர்மானத்தை, காந்தி உட்பட பெரும்பான்மையான பிரதிநிதிகள் ஏற்றுக்கொள்ளாததால் தீர்மானம் நிராகரிக்கப்பட்டது. எனினும், முழு விடுதலை என்கிற கம்யூனிஸ்டுகளின் கோரிக்கை எந்த அளவிற்கு மிகப் பெரும் தாக்கத்தை அன்று ஏற்படுத்தியிருந்தது என்பதற்கு இந்தச் சம்பவம் ஒரு எடுத்துக்காட்டாகத் திகழ்கிறது.

இந்த பின்னணியில் காந்தியின் இந்தக் கருத்தை எதிர்த்து, பூரண விடுதலைக் கோரிக்கையை காங்கிரஸ் முன்வைக்க வேண்டும் என்று பேகம் நிஷாதுன்னிசா என்ற பெண்மணி அவரிடமே கடுமையான விவாதங்களை செய்தார். அந்த காரணத்தினாலேயே காந்தியடிகளால் பாராட்டப்பட்டார். உத்திரபிரதேச மாநிலத்தில் அவாத் என்ற இடத்தில் 1884 ஆம் ஆண்டு பேகம் நிஷாதுன்னிசா பிறந்தார். ‘இன்குலாப் ஜிந்தாபாத்’ முழங்கிய சுதந்திரப் போராட்ட வீரரான மௌலானா ஹஸ்ரத் மொஹானியை மணந்தார். இவர்தான் காங்கிரஸ் மாநாட்டில் பூரண சுதந்திர முழக்கத்தை எழுப்பியவர். 1925 இல் கான்பூரில் இந்திய கம்யூனிஸ்ட் கட்சியை நிறுவியவர்களில் அவரும் ஒருவர். ஹஸ்ரத் மொஹானி ரஷ்யப் புரட்சியால் ஈர்க்கப்பட்டார். கான்பூரில் உள்ள அவரது இல்லம் டிசம்பர் 1925ல் நடந்த முதல் அகில இந்திய கம்யூனிஸ்ட் மாநாட்டின் தயாரிப்புகளின் மையமாக இருந்தது. மாநாட்டின் வரவேற்புக் குழுவின் தலைவராக ஹஸ்ரத் மொஹானி தேர்ந்தெடுக்கப்பட்டார். மாநாட்டில் தேர்ந்தெடுக்கப்பட்ட மத்திய செயற்குழுவில் ஹஸ்ரத் மொஹானி சேர்க்கப்பட்டார். பின்னர் 1936 இல் லக்னோவில் முற்போக்கு எழுத்தாளர்கள் சங்கத்தின் (PWA) ஸ்தாபக மாநாட்டில் மாநாட்டில் கலந்து கொண்டு சிறந்த பங்காற்றினார்.

மகத்தான கம்யூனிஸ்டைத் திருமணம் செய்துகொண்ட பேகம் நிஷாதுன்னிசா அவருக்கு கொஞ்சமும் சளைக்காமல் உரிமைப் போராட்டத்தில் நின்றார். பிரிட்டிஷ் ஆட்சியை கடுமையாக விமர்சித்தார். விடுதலைப் போராட்ட வீரர்கள் மிதவாதிகள் மற்றும் தீவிரவாதிகள் என இரு கூறாக பிரிந்த போது சுதந்திர இயக்கத்தின் அப்போதைய தீவிரவாத பிரிவுக்கு தலைமையேற்ற பாலகங்காதர திலகரின் பக்கம் இருந்தார். பேகம் நிஷாதுன்னிசா தனது கணவர் ஹஸ்ரத் மொஹானியை தொடர்ந்து போராட ஊக்குவித்து வந்தார். ஹஸ்ரத் மொஹானி ஆங்கிலேயருக்கு எதிரான கட்டுரையை வெளியிட்டதற்காக கைது செய்யப்பட்டார். 'உங்கள் மீது விழும் ஆபத்துகளை தைரியமாக எதிர்கொள்ளுங்கள், என்னைப் பற்றிக் கவலைப் பட வேண்டாம். உங்களிடமிருந்து எந்த பலவீனமும் வெளிப்படக்கூடாது. உங்களை உடலை நன்றாக கவனித்துக் கொள்ளுங்கள்' என்று அவருக்கு கடிதம் எழுதி அவரது போராட்ட குணத்திற்கு வலுசேர்த்தார். சிறையில் இருந்த கனவனை ஊக்குவித்தார். பின்னர், அவர் அரசாங்கத்திற்கு எதிராக பல சட்டப் போராட்டங்களை எதிர்கொண்டார்.

பிரிட்டிஷ் அரசாங்கத்திற்கு எதிராக 'உர்து-இ-முல்லா' என்கிற பத்திரிக்கையை துவக்கிய ஹஸ்ரத் மொகானி அதில் எழுதிய கட்டுரைகளுக்காகத்தான் கைது செய்யப்பட்டார். அவரை கைது செய்து சிறையில் அடைத்த உடன் பேகம் நிஷாதுன்னிசா அந்தப் பத்திரிக்கை தொடர்ந்து நடத்தினார். ஒரு முறை மாண்டேகு பிரபு இந்திட விடுதலைப் போராட்ட வீரர்களை புரட்சியின் பாதையைவிட்டு வெளியேறும்படி கூறியதை கேலி செய்தார், 'அயர்லாந்தில் புரட்சியாளர்களை விடுவிக்கும் நீங்கள் ஏன் இந்தியாவில் கைது செய்யப்பட்ட சுதந்திரப் போராட்ட வீரர்களை விடுவிக்கவில்லை?' என்று வினா எழுப்பினார் அதையே பத்திரிக்கையிலும் எழுதினார்.

பேகம் நிஷாதுன்னிசா கிலாபத், ஒத்துழையாமை மற்றும் பிறவற்றில் தீவிர பங்கு வகித்தார். தேசிய இயக்கங்களின் முக்கிய அம்சமான காதி ஆடைக் கடையான அலிகார் கிலாபத் கடையை மே 19, 1920 இல் 'யங் இந்தியா' பத்திரிகைக்கு நிதியளிப்பதற்காகத் திறந்தது முக்கியமானது. இருப்பினும் பின்னர், அவர் காங்கிரஸை விட்டு வெளியேறி, விவசாயிகள், தொழிலாளர்கள் மற்றும் தொழிற்சங்கங்களின் நலனுக்காக அர்ப்பணித்தார். தேசிய இயக்கத்திற்காக தன்னை அர்ப்பணித்த பேகம் ஏப்ரல் 18, 1937

அன்று உ.பி., கான்பூரில் காலமானார். இருப்பினும் ‘இன்குலாப் ஜிந்தாபாத்’ என முழக்கமிடுவது உட்பட சுதந்திரப் போராட்ட வீரர்களுக்கு அஞ்சலி செலுத்தும் போதெல்லாம் இந்தியர்களின் நினைவில் அழியாமல் அந்த வீரப் புதல்வி வாழ்ந்துகொண்டே இருப்பார்.

15

நீசன் நீல் சிலையை அகற்றச் சென்ற அஞ்சலையம்மாள்

*1920*ஆம் ஆண்டு காந்தியடிகள் துவக்கிய ஒத்துழையாமை இயக்கம் பாதியில் நிறுத்தபட்ட விரக்தி, தேசம் முழுவதும் அதிர்வலைகளை உருவாக்கியது. அதே நேரம் தமிழகத்தில் நீதிக்கட்சி ஒப்பீட்டளவில் பல முற்போக்கான சட்டங்களை கொண்டுவந்த பின்னணி இருப்பினும், விடுதலைப் போராட்டங்கள் ஓய்ந்துவிடவில்லை. தேசத்தின் ஏதோ ஒரு மூலையில் ஏதோ ஒரு வடிவத்தில் விடுதலைகான போராட்டங்கள் நடந்துகொண்டுதான் இருந்தது. குறிப்பாக தமிழகத்தில் பல முனைகளில் காங்கிரஸ் இயக்கம் மக்களை போராட்டத்தில் ஈர்த்துக்கொண்டிருந்தது. அப்போராட்டத்தின்போது மதுரையை சேர்ந்த பத்மாசனி அம்மாளும் கடலூர் அஞ்சலையம்மாளும் *1857*ல் நடந்த மாபெரும் எழுட்சியை, அதன் மக்கள் பங்கெடுப்பை, தியாகங்களைச் சொல்லி மக்களைத் தூண்டியது வீண்போகவில்லை.

அது நெருப்பாய் பற்றிடத்தான் செய்தது. சில ஆண்டுகள் கழித்து இதுவே நீல் சிலை சத்தியாக்கிரகத்திற்கு அச்சாணியாய் இருந்தது. அதுமட்டுமல்ல தமிழகத்தின் பல வீராங்கனைகளை உலகிற்கு அடையாளம் காட்டவும் செய்தது. குறிப்பாக, அன்றைய தென்னார்க்காடு மாவட்டத்தின் தலைநகரான கடலூரில் ஒரு சாதாரண நெசவுக் குடும்பத்தில் பிறந்து மிக உயர்ந்த போராளியாகத் திகழ்ந்த அஞ்சலையம்மாள் முக்கியமானர் ஆவார்.

சாவர்க்கரால் ஆங்கிலத்தில் எழுதப்பட்டு தடை செய்யப்பட்ட ''1857 இந்தியாவில் முதல் சுதந்திரப் போராட்ட வரலாறு'' என்ற புத்தகத்தை, திருமதி டி.வி.எஸ். சௌந்தரம் அவர்கள் அழகு தமிழில் மொழி பெயர்த்து வெளியிட்டார். இந்தப் புத்தகம் இருக்கிறது என்று அரசாங்கத்திற்குத் தெரிந்தால் உடனே அவர்கள் வீட்டில் சோதனை நடக்கும் நிலைதான் அன்று இருந்தது. அன்னிய ஆட்சியாளர்கள் அந்த அளவு அந்த எழுச்சியை வெறுத்தனர். அப்போராட்டத்தின் நினைவுகளை அழிக்க துடித்தனர். அந்த தகிப்பின் உச்சம் அவர்களுக்கு தொடர்ந்தது. இவைகளை அறிந்தும் மிகவும் துணிச்சலுடன் அப்புத்தகத்தைத் தமிழில் கொண்டுவந்தார். எவ்வளவோ கஷ்டங்களிலிருந்தும் தைரியமாகவும், வெற்றிகரமாகவும் இப்புத்தகத்தை பாண்டிச்சேரியிலிருந்து கொண்டுவந்து இவர் எளிய தமிழில் மொழிபெயர்த்து விடுதலைப் போருக்கு உதவினார்.

இப்புத்தகத்தில்தான் அந்த 1857 எழுச்சியை கொடூரமாக அடக்கிய ஆங்கிலேயர்களின் ரத்தம் தோய்ந்த வரலாறு பலருக்கு அறியத்துவங்கியது. இப்புத்தகத்தைப் படித்த பின்னர்தான் பல தேசபக்தர்கள் அப்படியான சம்பவங்களை வெளியே பேசத்துவங்கினர். குறிப்பாக 1857 புரட்சியின் போது ஜேம்ஸ் ஜார்ஜ் ஸ்மித் நீல் செய்த கொடுமைகள் விவாதமானது. அந்த நீல் என்கிற கொடூர மனம் படைத்த அதிகாரி, இந்தியப் போராளிகளை கொடூரமாகச் சுட்டு கொன்றதும், கூட்டங் கூட்டமாய் தூக்கில் தொங்கவிட்டதும், நிராயுதபாணியான தேசபக்தர்கள் மீது பீரங்கித் தாக்குதல் நடத்தி படுகொலை செய்யப்பட்டதும் தெரிந்தது. அந்தப் போராட்டத்தின் போது லக்னோ அருகில் குதிரையிலிருந்து கட்டளையிட்டுக் கொண்டிருந்த நீல் இந்திய போராளிகளால் சுட்டுப் படுகொலை செய்யப்பட்டான். படுகொலைகள் செய்த அவனது வீரத்தை பாராட்டி, சென்னை மவுன்ட் ரோட்டில்

ஆங்கிலேயர்கள் அவனது நினைவாக சிலை வைத்திருந்தனர். இது இந்தியர்களை கடுமையாக எரிச்சல்பட வைத்தது. எனவே இந்த சிலையை அகற்றும் சத்தியாகிரகத்தைத் துவக்கினர்.

இச்சத்தியாகிரகம் 1927 ஆகஸ்ட் மாதம் 11-ஆம் தேதி சென்னை மவுன்ட் ரோட்டிலுள்ள கர்னல் நீலின் சிலையை அகற்றத் தொடங்கப்பட்டது. அக்கொடியவன் சிலையை எப்படியாவது அகற்றிவிட வேண்டுமென்ற தேசபக்தி மேலோங்கியது. உடனே மதுரை ரெ. சிதம்பர பாரதி, ரா. ஸ்ரீநிவாஸ வரதன், பத்மாசனி அம்மாள் ஆகிய மூவரும் போராட்டத்திற்கான திட்டம் வகுத்து, திருநெல்வேலி தேசபக்தரான சுப்பராயலு நாயுடுவையும், இராமநாதபுரம் முகம்மது சாலியாவையும் போராட்டத்தை தொடங்குவதற்கு அனுப்பத் தீர்மானித்தனர். அவர்களுக்கு சென்னை செல்வதற்குரிய செலவை பத்மாசனி அம்மாள் தன் கொலுசை அடகு வைத்து கொடுத்து உதவினார். இருவரும் ஆகஸ்ட் -11ஆம் நாள் தேசியக்கொடி, பூமாலை, உளி, சம்மட்டி, ஏணி முதலியவற்றுடன் சென்று சிலையை உடைக்க ஆயத்தப் பணிகளை ஆரம்பித்தனர். சற்றுநேரத்தில் பதறிப்போன ஆங்கிலேய அரசு அவர்களைக் கைது செய்து காவலில் வைத்தனர்.

தடைகள் பல வந்தபோதும் போராட்டம் தொடர்ந்து நடந்தது. பலர் கைதானார்கள். இப்போராட்டத்தின் சிறப்பே தமிழ்நாட்டின் பல பகுதியிலிருந்தும் பெண்கள் வந்து கலந்து கொண்டதாகும். அவர்களில் ஒருவரான சேலம் அங்கச்சி அம்மாள் செப்டம்பர் 1-ஆம் நாள் கழுத்தில் மாலையுடனும் கையில் கோடரியுடனும் போலீசை மீறி சிலையை உடைக்கச் சென்றபோது கைது செய்யப்பட்டு நீதிமன்றக் காவலும், 7 ரூபாய் அபராதமும் விதித்துத் தண்டிக்கப்பட்டார்.

அப்போதுதான் இப்போராட்டத்தில் கடலூரைச் சேர்ந்த அஞ்சலையம்மாளும் அவர் மகள் அம்மாகண்ணு என்கிற லீலாவதி என்ற 12 வயது சிறுமியும் கலந்து கொண்டு செப்டம்பர் -6ஆம் நாள் கைது செய்யப்பட்டனர். அஞ்சலையம்மாளுக்கு 25 ரூபாய் அபராதமும், அதில் தவறினால் ஒருவார கடுஞ்சிறைத் தண்டனையும், அம்மாகண்ணு என்கிற லீலாவதிக்கு நான்கு வருடம் குழந்தைகள் இல்லத்தில் வைக்கவேண்டும் என்ற தண்டனையும் விதிக்கப்பட்டது.

1890 ஆம் ஆண்டு கடலூர் முதுநகர் சுண்ணாம்புக்கார தெருவில் ஒரு எளிய வீட்டில் பிறந்தவர் அஞ்சலையம்மாள். திண்ணைப் பள்ளியில் 5 ஆம் வகுப்புவரை மட்டுமே படித்தவர். தனது 31ஆம் வயதில் 1921 ஆம் ஆண்டு விடுதலைப்போராட்டத்தில் இறங்கிய அஞ்சலையம்மாவைத் தமிழ்நாட்டில் தெரியாதவர்கள் இருக்கமுடியாது. இவர் பேச்சால் பெண்கள் வசீகரிக்கப்பட்டு தேச பக்தி கொண்டவர்களாகி விடுவார்கள். இவரது போராட்டக் குணத்தால்தான் தென்னாற்காடு மாவட்ட வேலுநாச்சியார் என்று மக்கள் செல்லமாக அழைத்தனர். இவரது கணவர் முருகன் இவருக்கு உற்றதுணையாக போராட்டத்தில் நின்றார். போராட்டத்தில் ஈடுபட்டு நிறைமாத கர்ப்பிணியாக சிறைக்குச் சென்றவர்க்கு அழகிய ஆண் குழந்தை பிறந்தது. அக்குழந்தைக்கு ஜெயில் வீரன் என பெயரிட்டார். அவர் இப்போது ஜெயவீரனாக வாழ்ந்து வருகிறார். மற்றொரு மகனின் பெயர் காந்தி.

இப்போராட்டத்தில் ஓராண்டு சென்னை சிறையில் அடைக்கப்பட்டவர் அதன் பின் தனது போராட்டத்தை இன்னும் தீவிரமாக்கினார். 1931 ஆம் ஆண்டு உப்புச் சத்தியாகிரகத்தில் கடலூர் சிறையில் ஆறு மாதங்கள் அடைக்கப்பட்டார். 1933 மறியல் போராட்டத்தில் ஈடுபட்டு மூன்று மாதம் கடலூர் சிறைக்கு மீண்டும் சென்றார். 1940ஆம் ஆண்டு தனி நபர் சத்தியாகிரகத்தில் ஈடுபட்டு முதலில் 6 மாதம் கடலூர் சிறையிலும் பின்பு 18 மாதம் வேலூர் சிறையிலும், பின்பு 8 மாதம் 2 வாரம் பெல்லாரி சிறையிலும் அஞ்சாது இருந்தார். மொத்தம் 4 வருடம் ஐந்து மாதம் அவரது வாழ்க்கை சிறையில் கழிந்தது. இவரும் பத்மாசனி அம்மாளும்தான் சத்தியாகிரகத்தில் முதலில் சிறைபுகுந்த பெண்கள் என்ற சிறப்புக்குரியவர்கள் ஆவார்கள்.

கள்ளுக்கடை இருக்கும் இடங்களில் எல்லாம் துண்டுப் பிரசுரம் கொடுத்து மறியல் செய்து கைதாவது இவரது இயல்பானது. சென்னையில் தடைவிதிக்கப்பட்ட காங்கிரஸ் மாநாட்டிற்கு பெண்கள் படையுடன் ஊர்வலமாய் சென்று சாதனை படைத்தார். கடலூர் ஜில்லா போர்டு உறுப்பினராகவும், மூன்று முறை சென்னை சட்டமன்ற உறுப்பினராகவும் பணியாற்றினார் அஞ்சலையம்மாள். அவரது சட்டமன்ற உரைகளில் உழைப்பாளிகள் பிரச்சனைகளை பேசியது குறிப்பிடதக்கது. 1927 ஆம் ஆண்டு இவர் நீல் சிலையை அகற்றக்கோரி துவங்கிய

போராட்டம், இவர் சட்டமன்ற உறுப்பினராக இருந்த அவை ராஜாஜி முதல்வராக இருந்த போது, 1937 ஆம் ஆண்டு அகற்றப்பட்டு எழும்பூர் அருங்காட்சியகத்தில் வைக்கப்பட்டது. இன்று அவரது தலைமுறை மிகவும் சிரமத்தில் கடலூரில் வசித்து வருகின்றனர்.

இப்போதுகூட தமிழக சட்டமன்றத்தில் அவரை நினைவு கூர்ந்து காங்கிரஸ்காரர்கள் யாரும் பேசவில்லை. கம்யூனிஸ்டுகளே அவரது நினைவை போற்றுகின்றனர். இத்தகைய போராளிகளை ஒவ்வொரு மாவட்டமாய் தேடத்துவங்கினால் ஆயிரமாயிரம் அஞ்சலையம்மாக்கள் எழுந்து வருவார்கள்.!

16

குழந்தைப் பாசமா? போராட்டக் களமா? : ருக்குமணி எனும் வீராங்கனை

இந்தியாவுக்கு பூரண விடுதலை வேண்டும் என்ற கோரிக்கை எப்போது எழுந்தது? யார் எழுப்பினார்கள்? என்ற கேள்வியை இன்றைய வரலாற்று மாணவர்களிடம் மட்டுமல்ல; இந்தியாவில் யார் எழுப்பினாலும் மிக எளிதாக அதற்கு விடையளிப்பார்கள். காங்கிரஸ் கட்சிதான், அதன் தலைமைதான் என. ஆனால் அது முற்றிலும் தவறான பதிலாகும். ஆம். இது தவறான பதில்தான்.

வரலாற்று உண்மை என்ன? 1885ல் துவக்கப்பட்ட காங்கிரஸ் கட்சி இந்தியாவிற்கு பூரண சுயராஜ்ஜியம் வேண்டும் என 1920ஆம் ஆண்டுவரை கேட்கவில்லை. அதாவது காந்தியடிகள் போராட்ட களத்திற்கு வந்த பிறகும் கூட. ஆனால் காங்கிரஸ் கட்சிக்கும் 35 ஆண்டுகளுக்குப் பிறகு துவக்கப்பட்ட கம்யூனிஸ்டு கட்சிதான் முதன் முதலில் இந்தியாவுக்கு பூரண சுயராஜ்ஜியம் கேட்டார்கள். இந்த உண்மை எத்தனை பேருக்குத் தெரியும். 1921ஆம் ஆண்டு

அகமதாபாத்தில் நடைபெற்ற இந்திய தேசிய காங்கிரஸ் மாநாட்டில்தான் பூரண சுதந்திரம் என்ற கோரிக்கையை அதுவும் காங்கிரஸ்காரர்கள் அல்ல, கம்யூனிஸ்டுகள்தான் தீர்மானமாக முன்மொழிந்தனர். அந்தக் கோரிக்கையை ஏற்றுக்கொள்ளவும் வைத்தனர்.

சுயராஜ்யம் எப்படிப்பட்டதாக இருக்க வேண்டும் என்பதற்கு அழகான விளக்கமும் கொடுத்தனர். ஏகாதிபத்தியத்தை எதிர்ப்பது, நிலவுடைமை ஆதிக்கத்திற்கு முடிவுகட்ட நிலபிரபுத்துவத்தை ஒழிப்பது, பெண்கள் மற்றும் சாதிய ஒடுக்கு முறைகளை ஒழிப்பது, இவைகளை உள்ளடக்கிய சமூக, பொருளாதார மாற்றத்திற்காக உறுதியாகப் போராடுவதுதான் உண்மையான விடுதலை என்றனர். இது காங்கிரசுக்கு கடுமையான நெருக்கடியை தந்தது. இதற்குப் பிறகுதான் எளிய மக்களை காங்கிரஸ் கணக்கில் கொண்டது.

மக்கள் திரளை ஈர்க்கும் போராட்டங்களைத் திட்டமிட்டது. அத்தகைய போராட்டங்களில் முற்போக்குச் சிந்தனை உள்ள பெண்கள் ஈர்க்கப்பட்டார்கள். அப்படி ஈர்க்கப்பட்ட போராளிகளில் ஒருவர்தான் ருக்மணி லட்சுமிபதி. யார் இந்த ருக்மணி லட்சுமிபதி? இவர்தான் தமிழகத்தின் முதல் பெண் அமைச்சர்! அதுவும் சுகாதாரத்துறை அமைச்சராக அவர் பதவியேற்றவர். இது நடந்தது 1946ஆம் ஆண்டு.

இவர் 1934ல் சென்னை மகாஜன சபைத் துணைத் தலைவர்; 1936ல் தமிழ்நாடு காங்கிரஸ் கமிட்டி கூட்டத்துக்கு தலைமை; 1937ல் சென்னை மாநகராட்சி உறுப்பினர்; அதே ஆண்டு சென்னை சட்டசபை மேலவை துணை சபாநாயகர்; 1946ல் அமைச்சர் என இவர் பல பொறுப்புகள் வகித்தவர். அனைத்துப் பொறுப்புகளிலும் திறம்பட செயல்பட்டவர் மட்டுமல்ல அப்பதவிகளை ஏற்றுக்கொண்ட முதல் பெண்மணியும் அவர்தான். ருக்குமணி பதவிப் பிரமாணம் செய்துகொண்டபோது, நல்ல நேரம் எதுவென கேட்டார்கள். அதற்கு அவர் எல்லாம் நல்ல நேரம்தான் ராகுகாலமாவது கேதுகாலமாவது, எதுவந்தால் என்ன? அதுதான், நம் நாட்டைச் சனியனே பிடித்திருக்கிறதே! அப்புறம் என்ன? என்றார்.

இன்றைக்கும் பொருந்தும் இந்த அர்த்தம் நிறைந்த வார்த்தைகளை சனாதனம் கொடிகட்டிப் பறந்த அந்தக் காலத்தில் உதிர்த்தார் என்பதுதான் ஆச்சரியமான உண்மை. இவர் வைதீக

பிராமணக் குடும்பத்தைச் சார்ந்தவர். எனினும் சனாதனப் பழக்க வழக்கங்களை கடுமையாகச் சாடியவர் என்பதில்தான் அவரது வாழ்வின் பெருமை அடங்கி உள்ளது. . மனிதத்தைப் போற்றும் சீனிவாசராவ் சமூகத்தால் ஆச்சாரமாக வளர்க்கப்பட்ட சூடாமணி தம்பதிக்கு 1892ஆம் ஆண்டு டிசம்பர் 6ஆம் நாள் பிறந்தார்.

அவரது வளரிளம் பருவத்தில் அன்றைய வழக்கப்படி அவரது தந்தை இவருக்கு பால்ய விவாகம் செய்து வைத்திட விரும்பினார். அதற்கான ஏற்பாடுகளை செய்தார். ஆனால் தந்தையின் நண்பரான வீரேசலிங்கம் பந்துலு எனும் தேசபக்தப் போராளி அதைத் தடுத்து ருக்மணி தொடர்ந்து படிக்க வழி செய்தார். பக்கத்து வீட்டுக் கிறிஸ்தவப் பெண் குழந்தைகள் படித்து முன்னேறுவதைப் பார்த்து தன் மகள் ருக்மணியை பள்ளிக்கு அனுப்புவது தேவை என தாயும் உடன்பட்டார். ஆனால் இந்த காரணத்திற் காகவே இவரது உறவினர்கள் இவர்களை சாதியிலிருந்து தள்ளி வைத்தனர். வளர்ந்து வந்த ருக்மணியை அன்றைய மாணவர்களை ஈர்த்த தேசபக்த போராட்டம் மெல்ல ஈர்த்தது. அதுகுறித்து நிறைய விவாதங்களை மெற்கொண்டார்.

அந்தச் சமயத்தில் காலில் ஏற்பட்ட காயத்திற்கு வைத்தியம் செய்ய டாக்டர் லட்சுமிபதியிடம் சென்றார். வைத்தியம் செய்கிற காலத்தில் இவருக்கும் டாக்டருக்கும் அன்பு மலர்ந்தது. மனைவியை இழந்த, மூன்று குழந்தைக்குத் தந்தையான லட்சுமிபதி மீது ருக்மணி காதல் கொண்டார். பெற்றோர் கடுமையாக எதிர்த்தனர். வேறு இடத்தில் திருமணம் செய்து வைக்க முயற்சித்தனர். ஆனால் இவரது பிடிவாதமும் தந்தையின் மரணத்தைத் தொடர்ந்து குடும்பச் சூழலில் ஏற்பட்ட மாறுதல்களும் திருமணத்தைச் சாத்தியமாக்கியது. தன்னுடைய மனைவியின் படிப்பார்வத்திற்கு லட்சுமிபதி குறுக்கே நிற்காமல் அவரை தொடர்ந்து படிக்க வைத்தார். அதுவும் மருத்துவ கல்வி. ஆனால் இயற்கை பெண்களுக்கு கொடுத்த சாபமான குழந்தை பேறு அவரது படிப்பை பாதியில் நிறுத்தியது.

அவர் திருமணம் செய்துகொண்ட லட்சுமிபதி ஒரு தேசியவாதி. எனவே அவரது இல்லம் தேசியவாதிகளின் வருகை கூடமாக இருந்தது. ருக்மணி அவர்கள் அழைப்பின்பேரில் கள்ளுக்கடை மறியல், சத்தியாகிரகம் உட்பட பல போராட்டங்களில் ஈடுபடலானார். தன் குழந்தைகளுக்கும் முரட்டு கதராடை துணிகளையே உடுத்தி தேசபக்தராக அழகு பார்த்தார். ருக்மணி

வைணவ பிராமணக் குடும்பம். லட்சுமிபதி அதிலேயே வேறு பிரிவு. இந்தச் சிறு கலப்பே அன்றைக்கு ஏற்கப்படாத ஒன்றாக இருந்தது. இவர்களோ சாதி, மத வேறுபாடுகளைக் கடந்து மக்கள் தொண்டாற்றினர். குறிப்பாக முஸ்லிம் பெண்கள் மத்தியில் தொண்டு செய்து அவர்கள் அன்பையும் மரியாதையையும் ருக்மணி ஈட்டினார்.

ருக்மணி பெண் விடுதலைக்கு குரல் கொடுத்தார். கொடுஞ் செயலான பால்ய விவாகத்தை எதிர்த்தார். பெண்கள் முன்னேற்றம் அடைய பெண்கல்வியை வற்புறுத்தினார். இந்தியாவின் விசித்திரப் பழக்கமான தீண்டாமையை அறவே வெறுத்தார். அதை நடைமுறையில் நிரூபணம் செய்ய, முதலில் தன் வீட்டில் பிராமணரல்லாத ஒருவரை சமையல் பணியாளராக அமர்த்தினார். அப்போதும் மனம் திருப்தி கொள்ளாமல் தாழ்த்தப்பட்ட ஒரு சகோதரியை அழைத்து வந்து அவருக்குச் சமையல் பயிற்சி அளித்து தன் வீட்டில் அமர்த்திக் கொண்டார். பிராமணச் சமூகத்தின் எதிர்ப்பைக் கேட்கவும் வேண்டுமோ?

*1930*ஆம் ஆண்டு வேதாரண்யத்தில் நடைபெற்ற உப்பு (சத்தியா கிரகத்தில்) பங்கேற்றார். ராஜாஜி அப்போராட்டத்தில் தலைமையேற்றார். போராட்டக் களத்தில் இருந்த போது அவரது மகளின் உடல்நலம் சீர் கெட்ட செய்தி அறிந்தார். தேச விடுதலை போராட்டக் களமா அல்லது குழந்தை பாசமா என்ற கேள்வி அவர் முன் எழுந்தது. அவர் எவ்வித தயக்கமும் இல்லாமல் தேசமே முதலில் என முடிவெடுத்தார். போராட்டத்தின் நடுவில் போக மறுத்தார். ஆயினும் சக போராளிகள் வற்புறுத்தலால் வீடு சென்றார். மருத்துவரான அவரது கணவனின் கவனிப்பால் அவரது செல்ல மகள் உடல் தேறிய செய்தி கிடைத்தது. அதை அறிந்து சிறிதும் தாமதிக்காமல் மீண்டும் போராட்டக் களம் புகுந்தார். உப்புக் குவியலின் மேலே படுத்து மறியல் செய்து கைதானார். ஓராண்டு சிறைப்படுத்தப்பட்டார்.

*1932*ஆம் ஆண்டு ஜனவரி *26* காங்கிரஸ் கட்சி அறிவித்த சுதந்திர தினம் கடைப்பிடிக்கும் போராட்டத்தில், காசா அப்பாராவ் என்ற தேசபக்தர் போலீஸ் தடியடியால் காயமுற்றுக்கிடந்தபோது கட்டுக்காவலை மீறி நுழைந்து அவருக்கு முதல் உதவி செய்தார். போலீஸாருடன் நீண்ட நேரம் வாதாடியே இதை அவரால்

செய்யமுடிந்தது. உப்பு சத்தியாகிரகத்தின் போதும், தனிநபர் சத்தியாகிரகத்திலும் ஈடுபட்டு இரண்டு முறை சிறைப்பட்டு தண்டனை அனுபவித்தார்.

1946ல் இவர் அமைச்சராக பொறுப்பேற்றபோது அன்றைக்கு சர்ஜன் ஜெனரல் பதவியிலிருந்த வெள்ளையரை நீக்கிவிட்டு இந்தியரை நியமித்தார். தேச விடுதலைக்கு பிறகும் இவர் அஞ்சா நெஞ்சுடன் வாழ்ந்தார். பேச்சிலும் செயலிலும் சீர்திருத்தமும், தேசபக்தியும் இழையோட வாழ்ந்து வழிகாட்டினார். 1951 ஆகஸ்ட் 7ஆம் நாள் மறைந்தார்.பெண் விடுதலை, பெண் உரிமை, பெண்கள் மேம்பாடு இவற்றில் இவர் காட்டிய ஆர்வமும் அக்கறையும் வரலாற்றுத் தடங்களில் இவரை என்றும் வைத்திருக்கும்.

இத்தகைய நூற்றுக்கணக்கான போராட்டங்கள் ஊடாகத்தான், இதைப்போல ஆயிரக்கணக்கான தியாகங்கள் வழி நடந்துதான் தேசம் விடுதலை அடைந்தது. அந்த வழியில் தேச விடுதலையுடன் இணைந்து உழைப்பாளி மக்களுக்காக போராடிய வீர மங்கைகளையும் நாம் கவனத்தில் கொள்ள வேண்டியுள்ளது... அவர்கள் இனி வருவார்கள். யார் அவர்கள்? இந்த தேசத்திற்கு பூரண விடுதலையைக் கோரி நின்ற பரம்பரையின் வாரிசுகள் அவர்கள்!

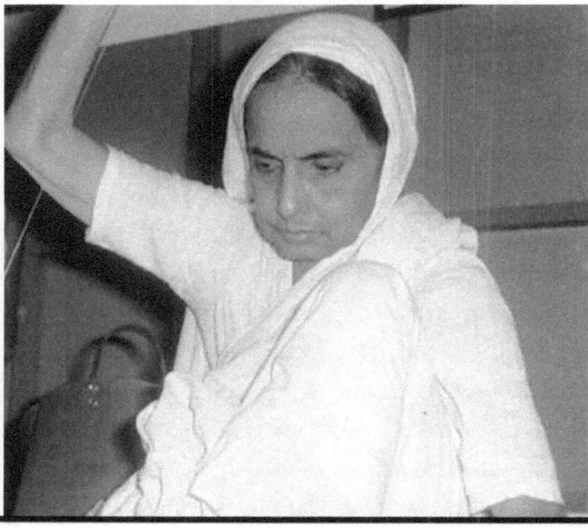

17

ஒடிசா மக்களின் தாய்: இரமாதேவி சௌத்ரி

ஒடிசா வரலாற்றில் மறக்க முடியாத பெயர் இரமாதேவி ஆகும். இவர் குடும்பப் பின்னணி மிகவும் முக்கியத்துவம் வாய்ந்தது. சுதந்திர இயக்கத்தில் ஈடுபட்ட கோபால் பல்லவ் தாசின் மகள் மட்டுமல்ல. ஒடிசா மக்களால் குலபிருத்தா (ஆகப் பெரிய மனிதர்) என்றும் உத்கல் கவுரப் (உத்கலத்தின் பெருமை) என்றும் அழைக்கப்பட்ட மதுசூதன் தாஸ் இவரது மாமனார் ஆவார். மதுசூதன் புலவரும் விடுதலைப் போராட்ட வீரரும் ஆவார். மக்களால் ‘மது பாபு’ என்று அன்போடு அழைக்கப்பட்ட மதுசூதன், ஒடிசா மக்களின் அரசியல், சமூக மற்றும் பொருளாதார முன்னேற்றத்துக்காக பாடுபட்டார். ஒரு சிறந்த கவிஞராகவும், சமூக சீர்திருத்தவாதியாகவும், நாட்டுப் பற்றாளராகவும் விளங்கினார். அவர் தொடங்கிய உத்கல் சம்மிலானி என்ற இயக்கம் ஒடிசாவில் சமூக மற்றும் தொழில் புரட்சி ஏற்படக் காரணமாக இருந்தது. அவரது நெடிய அரசியல் போராட்டத்தால் சிதறி இருந்த ஒடிசா மாநிலத்தை ஒன்றிணைத்து 1936ஆம் ஆண்டு ஏப்ரல் முதலாம் நாள் புதிய ஒடிசா மாநிலம் உருவாக்கப்பட்டது.

1899 திசம்பர் 3இல் பிறந்த இரமாதேவி, தனது 15 வயதில், அப்போதைய துணை ஆட்சியராக இருந்த கோபபந்து சௌத்ரி என்பவரை மணந்தார். தனது கணவருடன் சேர்ந்து, 1921இல் இந்திய சுதந்திர இயக்கத்தில் ஈடுபட்டார்._மகாத்மா காந்தியின் கொள்கைகளால் இராமாதேவி மிகவும் ஈர்க்கப்பட்டார். அதன் காரணமாக ஒத்துழையாமை இயக்கத்தில் தீவிரமாக பங்கேற்றார். அவர் பங்கேற்றது மட்டுமல்ல, சுதந்திர இயக்கத்தில் சேர பெண்களை ஊக்குவிப்பதற்காக இவர் ஒவ்வொரு கிராமமாகச் செல்வதை வழக்கமாக கொண்டிருந்தார். மகாத்மா காந்தி மட்டுமல்ல; ஜெய் பிரகாஷ் நாராயண், வினோபா பாவே மற்றும் இவரது மாமா மதுசூதன் தாஸ் ஆகியோர் இவரைப் பாதித்த தலைவர்களாகத் திகழ்ந்தனர்.

1921ஆம் ஆண்டில், தனது 22 வது வயதில், தனது கனவருடன் மகாத்மா காந்தியை முதன்முதலாக சந்தித்தார். அந்த ஆண்டு இந்திய தேசிய காங்கிரசில் சேர்ந்து இருவரும் கதர் ஆடையை அணியத் தொடங்கினர். 1930ஆம் ஆண்டில், இவர் ஒரிசா மாவட்டத்தில் உப்பு சத்தியாக்கிரக இயக்கத்தில் தீவிரமாக பங்கேற்றார். கிரான்பாலா சென், மாலதி தேவி, சரளா தேவி, பிராணகிருட்டிணா பதியாரி போன்ற பிற ஆர்வலர்களுடன் இஞ்சூடி மற்றும் சிறீஜாங்கில் நடைபெற்ற சத்தியா கிரக போரட்டத்தில் பங்கேற்றனர். இவரும் இவரது சகாக்களும் 1930 நவம்பரில் கைது செய்யப்பட்டு ஆங்கிலேயர்களால் வெவ்வேறு சிறைகளில் அடைக்கப்பட்டனர். 1921, 1930, 1936, 1942 ஆகிய ஆண்டுகளில் இவரும் சரளா தேவி, மாலதி சவுத்ரி போன்ற பிற பெண்களும் கைது செய்யப்பட்டு சிறைக்கு அனுப்பப்பட்டனர்.

1931 ஆம் ஆண்டு கராச்சியில் நடைபெற்ற காங்கிரஸ் மாநாட்டில் கலந்து கொண்டார். அதன் பின் போராட்டத்தில் ஈடுபட்டதற்காக இரமாதேவி ஹசாரிபாக் சிறையில் அடைக்கப்பட்டார். 1932ஆம் ஆண்டில் சிறையிலிருந்து இருந்து விடுவிக்கப்பட்ட பின்னர், ஒடுக்கப்பட்ட மக்கள் நலனில் தீவிரமாக ஈடுபட்டார். தீண்டாமையை ஒழிப்பதற்காக காந்திஜியின் அறிவுறுத்தலின் கீழ் “அஸ்ப்ருஷ்யாதா நிபரண சமிதி” என்ற நிறுவனம் ஒன்றை ஏற்படுத்தினார். இந்த நிறுவனம் பின்னர் ஹரிஜன் சேவா சங்கம் என மறுபெயரிடப்பட்டது. 1932 மற்றும்

1934 ஆம் ஆண்டுகளில் காந்திஜி ஒரிசா வருகையின் போது இவர் முழுமையாக உடன் இருந்தார். கஸ்தூரிபாய், சர்தார் படேல், ராஜேந்திர பிரசாத், மௌலானா ஆசாத், ஜவகர்லால் நேரு போன்றவர்களிடமும் இவர் நேரடித் தொடர்பு கொண்டிருந்தார்.

சேவைப் பணிகளைச் செய்வதற்காக இரமாதேவி பாரியில் ஒரு ஆசிரமத்தைத் தொடங்கினார், காந்திஜி அதற்கு "சேவகர்" என்று பெயரிட்டார். 1942ஆம் ஆண்டு வெள்ளையனே வெளியேறு இயக்கத்தின் போது, இவரது கணவர் கோபபந்து சௌத்ரி உட்பட இரமா தேவியின் முழு குடும்ப உறுப்பினர்களும் கைது செய்யப்பட்டனர். கஸ்தூரிபாய் காந்தியின் மரணத்திற்குப் பிறகு, கஸ்தூரிபாய் அறக்கட்டளையின் ஒரிசா பகுதியின் பிரதிநிதியாக காந்திஜி இவரை நியமித்தார்.

இந்தியா சுதந்திரத்திற்குப் பிறகு பங்கு

இத்தகைய மகத்தான போராளிகள் பங்கேற்போடு 1947ல் தேசம் விடுதலை அடைந்தது. தேசம் விடுதலை பெற்றாலும் இவர்கள் பணிகள் முடியவில்லை. இந்திய சுதந்திரத்திற்குப் பிறகு இரமாதேவி உத்கல் காதி மண்டலத்தை அமைக்க உதவியதுடன், ராம்சந்திரபூரில் ஆசிரியர் பயிற்சி மையத்தையும் ஒரு பால்வாடியையும் நிறுவினார். 1950 ஆம் ஆண்டில் தும்பருகேடாவில் ஒரு பழங்குடி நல மையத்தை உருவாக்கினார். 1951 பஞ்சத்தின் போது இவரும் இவரது சகாக்களும் கோராபுட்டில் பஞ்ச கால நிவாரணத்தில் பணியாற்றினர்.

ஆச்சார்யா வினோபா பாவேவின் நிலக்கொடை இயக்கத்தில் இரமாதேவி தன்னை அர்ப்பணித்துக் கொண்டார். 1952ஆம் ஆண்டில் இவர் தனது கணவருடன் சேர்ந்து நிலமற்ற மற்றும் ஏழைகளுக்கு நிலத்தையும் செல்வத்தையும் கொடுக்கும் செய்தியை பரப்புவதற்காக மாநிலம் முழுவதும் சுமார் 4000 கிலோமீட்டர் தூரம் பயணம் செய்தார். நினைவில் வைத்துக்கொள்ளுங்கள், அப்போது அவருக்கு வயது 53. 1962ல் இந்திய-சீனப் போரினால் பாதிக்கப்பட்ட வீரர்களுக்கு உதவ இவர் பணியாற்றினார். இக்காலகட்டத்தில் இமராதேவி கட்டாக்கில் சிசு விகார் என்ற ஒரு ஆரம்ப பள்ளியையும் மற்றும் ஒரு புற்றுநோய் மருத்துவமனையையும் நிறுவினார்.

விடுதலைப் போராட்டத்தில் ஆங்கிலேயர்களின் அடக்குமுறையை எதிர்த்துப் போராடியவர்கள் இந்தியாவில்

எதேசதிகார அரசால் கொண்டுவரப்பட்ட நெருக்கடி நிலை கண்டு மனம் சகிக்காமல் களத்தில் இறங்கி மக்கள் உரிமைகளுக்காக குரல் கொடுத்தனர். ஹரேகிருஷ்ணா மகதாப் மற்றும் நீலாமணி ரௌத்ரி ஆகியோருடன் தனது சொந்த செய்தித்தாளை வெளியே கொண்டு வந்து எதிர்ப்பு தெரிவித்தார். கிராம் சேவக் பதிப்பகம், அரசாங்கத்தால் தடைசெய்யப்பட்டு, ஒரிசாவைச் சேர்ந்த, நபக்ருஷ்ண சவுத்ரி, ஹரேகிருஷ்ணா மகதாப், மன்மோகன் சவுத்ரி, திருமதி. அன்னபூர்ணா மகாராணா, ஜெய்க்ருஷ்னா மொஹந்தி மற்றும் பலர் கைது செய்யப்பட்டனர்.

நினைவுச் சின்னங்கள்

தேசத்திற்கான இவரது சேவையை அங்கீகரிக்கும் விதமாக, இரமாதேவிக்கு 1981ஆம் ஆண்டு நவம்பர் 4ஆம் தேதி ஜம்னாலால் பஜாஜ் விருதும் மற்றும் 1984 ஏப்ரல் 16 ஆம் தேதி உத்கல் பல்கலைக்கழகத்தால் தத்துவவியலில் முனைவர் பட்டமும் வழங்கப்பட்டது. 2015 ஆம் ஆண்டு இவரது நினைவாக புவனேசுவரில் இரமாதேவி மகளிர் பல்கலைக்கழகம் இயங்கி வருகிறது. இது கிழக்கு இந்தியாவின் முதல் மகளிர் பல்கலைக்கழகமாகும். பல்கலைக்கழக வளாகத்திற்குள் இவருக்காக அர்ப்பணிக்கப்பட்ட ஒரு அருங்காட்சியகம் உள்ளது. கட்டாக்கில் இவர் ஆரம்பித்த பள்ளியான சிசு விகார் இப்போது இரமாதேவி சிசு விகார் என்று பெயரிடப்பட்டுள்ளது. மகத்தான போராளியான ஒடிசா மக்களின் தாய் இரமாதேவி கடந்த 1985 ஜூலை மாதம் 22 இல் இயற்கை எய்தினார்.

https://www.rdwuniversity.nic.in/university-history.html

18

கதராடை ஹாஜரா பீவி

ஆந்திர மாநிலம், குண்டூர் மாவட்டம், தெனாலி என்ற கிராமத்தில் பிறந்த ஜரா பீபி அவர்கள், இந்திய சுதந்திரப் போராட்டத்தில் வெள்ளை பிரிட்டிஷ் ஏகாதிபத்திய ஆட்சி எதிர்ப்பின் ஒரு குறியீடாக கதராடைப் பிரச்சாரத்தை தன் வாழ்நாள் முழுவதும் நடத்தியதால் கதராடை ஹாஜரா பீபி என்று அப்பகுதி மக்களால் அன்போடு அழைக்கபட்டவர் ஆவார்.

இவருடைய கணவர் பெயர் முகம்மது இஸ்மாயில் சாஹிப். இஸ்மாயில்தான் குண்டூர் மாவட்டத்திலேயே முதன் முதலில் கதர் ஆடைகளை மட்டுமே விற்பனை செய்யக்கூடிய ஒரு பிரத்தியேகமான கதர் துணிக்கடையை துவக்கியவர். அதனால்தான் அவர் குண்டூர் மாவட்டம் முழுவதும் கதர் இஸ்மாயில் என்று அன்போடு அழைக்கப்பட்டார். ஆக குடும்பமே கதர் குடும்பம் என்றானது. அதுவும் வெள்ளைய ஏகாதிபத்திய எதிர்ப்பின் அடையாளமாக கதர் துணி மாறிப்போன சூழலில், எப்போது பிரிட்டிஷ் காவல் துறை கைது செய்யும் என்ற காலத்தில் இந்தப் பணி எத்தனை மகத்தானது என்பதை எண்ணிப்பார்க்க வேண்டும்.

காந்தியக் கொள்கையால் ஈர்க்கப்பட்ட இந்தத் தம்பதிகள் தங்கள் வாழ்நாள் முழுவதும் காவி இயக்கத்தில் ஈடுபட்டனர். நாம் நினைப்பது போல அக்காலத்தில் ஒரு கதர் துணிக்கடையை வைத்து குழந்தைகளுடன் ஜீவிதம் நடத்துவது அத்தனை எளிதல்ல. அதுமட்டுமல்ல அவர்கள் குடும்பம் இன்னொரு முக்கிய பிரச்சனையையும் எதிர்கொள்ள வேண்டியிருந்தது. அது மிகவும் கடினமானது. அதாவது, முஸ்லீம் லீக் கட்சிக்கு ஆந்திராவில் தெனாலி தான் தலைமையிடமாக இருந்தது. இஸ்லாமியர்களான இவர்கள் முஸ்லீம் லீக் கட்சியில்தான் இருந்திருக்க வேண்டும். ஆனால் இவர்கள் மகாத்மா காந்தியின் கொள்கையின்வழி நின்றதால், அவர்களுக்கு பல மிரட்டல்களும் தொல்லைகளும் கொடுத்தார்கள் முஸ்லிம் லீக் இயக்கத்தினர்.

ஆனால் ஹாஜரா பீபி அவர்கள் தன் கணவருக்கு வந்த பல மிரட்டல்களை துணிவோடு எதிர் கொண்டார். மதத்தை முன்வைத்து தங்களை முஸ்லீம் லீக் கட்சியில் இணைய சொல்லி மிரட்டுவதை ஒருக்காலும் ஏற்றுக்கொள்ள முடியாது என மறுத்தது மட்டுமல்ல, தன் கணவருக்கு தேசிய போராட்ட இயக்கத்திலும். கதர் விற்பனை இயக்கத்திலும் உற்ற துணையாக இருந்தார். உறுதுணையாக இருந்தது மட்டுமல்ல அவரும் பல்வேறு போராட்டங்களில் தொடர்ந்து ஈடுபட்டார். பல்வேறு தேசியத் தலைவர்கள் இவர்கள் வீட்டில் பலமுறை வந்து தங்கியுள்ளார்கள் பலமுறை இவருடைய கணவர் கைது செய்து சிறையில் அடைத்த போதும் ஹாஜரா பீபி மனம் தளராமல் சுதந்திர வேட்கையோடு தேசிய இயக்கத்தில் ஈடுபட்டார்.

தேசிய இயக்கத்தைப் பற்றியும், தேசியத்தைப் பற்றியும் தங்கள் பிள்ளைகள் தெரிந்து கொள்ள வேண்டும் என்பதற்காக தேசபக்தி உருவாக்கக்கூடிய பள்ளியைத் தேடி அதில் அவர்களைச் சேர்த்தனர். தன் சொந்த மதத்தில், உள்ள பல்வேறு மூட நம்பிக்கைகளையும், முரண்பாடுகளையும் துணிச்சலோடு எதிர்த்து நின்றதால். சமூகப் புறக்கணிப்புக்கு ஆளாகினர். விடுதலைப் போராட்டத்துடன் இணைத்து சாதி மத மூடநம்பிக்கைகளை எதிர்த்திட எத்தனை அரசியல் புரிதல் வேண்டும் என்று புரிந்து கொள்வது எளிதல்ல. இதனால் ஏற்படப்போகும் பின்விளைவுகள் பற்றி கவலைப்படாமல் காந்தியின் வழியில் தொடர்ந்து நடைபோட்டனர்.

தொடர் போராட்டங்கள், சிறைவாசங்கள் என்று அலைந்ததின் விளைவாக உடல் நலம் கடுமையாக பாதிக்கப்பட்டு பீபியின் கணவர் முகமது இஸ்மாயில் சாஹிப் 1948 ல் காலமானார். அவரின் மறைவிற்குப் பிறகு இவர்கள் குடும்பத்திற்கு, விடுதலைபெற்ற இந்திய அரசு கொடுத்த நிலத்தை வாங்க மறுத்தார் ஹாஜரா பீபி. அதுமட்டுமல்ல; தனது கணவருக்கு, கொடுத்த வாக்குறுதியின்படி தங்களுக்குச் சொந்தமான நிலத்தை கூட "கவ்ரு வினயாஷ்ரம்" என்ற பள்ளிக்கு தானமாகக் கொடுத்தார்.

கனவரின் மறைவிற்குப் பிறகு தன் பிள்ளைகளோடு சேர்ந்து கதர் துணிக் கடை நடத்தி வந்தார். தேசியத்தையும் கதராடை இயக்கத்தையும் தன் கண்களை போல பாதுகாத்து வந்து தன் வாழ்நாளின் கடைசி வரை கதர் ஆடைகளை உடுத்தி வந்தார். அப்படிப்பட்ட தியாகச் செம்மல் ஜரா பீபி 1994 ஜூன் 16ல் காலமானார்.

எட்டப்பன் வேலை செய்த மைசூர் மகாராஜா அரண்மனை எப்படி கம்பீரமாக நிற்கிறது. ஆனால் ஸ்ரீரங்கப்பட்டணத்தில் மாவீரன் திப்பு சுல்தான் கோட்டை மண்மேடாய்கிடக்கிறது. வரலாற்றை பாதுகாக்கும் நமது தேசத்தின் ஞானம் இதுதான். இதோ தேசத்திற்கு உழைத்த இந்த மாதரசியின் பிறந்த நாள் உட்பட பல செய்திகளும் பதிவாகாமல் போனது வரலாற்றுச் சோகமே.

THE IMMORTALS - **Syed Naseer Ahamed**

19

காந்தியடிகளால் ‘‘அம்மா ஜான்’’ என அழைக்கப்பட்ட ஹாஜியா

ஸையத் ஃபக்ருல் ஹாஜியா ஹாசன், சொந்த நாடான ஈராக்கிலிருந்து இந்தியாவிற்கு வந்து இறுதியாக ஹைதராபாத்தில் குடியேறிய ஒரு குடும்பத்தைச் சேர்ந்தவர், ஒரு சுதந்திரப் போராட்ட வீரராக மட்டுமல்லாமல், தேசிய இயக்கத்தில் தனது குடும்பத்தை பங்கேற்க வற்புறுத்தினார். அவர்களுடன் நாட்டு நடப்புகளைப் பேசினார். தேச விடுதலையின் அவசியத்தை கோடிட்டுக் காட்டினார். அவர்களின் அரசியல் உணர்வை உயர்த்தினார். அவர்களை அனைவரையும் தேசிய இயக்கத்தில் பங்கேற்க வைத்தார். அவர் ஹைதராபாத் அரசாங்கத்தில் உயர் அதிகாரியாக இருந்த தனது கணவர் அமீர் ஹாசனுடன், நாட்டில் பல இடங்களுக்குப் பயணம் செய்தார். இந்த சுற்றுப்பயணங்களின் போது, பல்வேறு இடங்களைச் சேர்ந்த இந்தியர்களின் கலாச்சாரம், பழக்கவழக்கங்கள் மற்றும் சாதாரண வாழ்க்கையைப் புரிந்து கொள்வதிலும் அவர்கள் குறித்து கவனத்துடன் படிப்பதில் மிகுந்த ஆர்வம் காட்டினார்.

அவர் தனது தொடர்ச்சியான ஆர்வமான முயற்சியின் மூலம் ஆங்கிலம், மராத்தி, கன்னடம், குஜராத்தி, தெலுங்கு, உருது போன்ற பல மொழிகளைக் கற்றுக்கொண்டார். பாலின வேறுபாடு, பெண்களின் துயரம் மற்றும் பெண் குழந்தை வளர்ப்பு ஆகியவற்றை அவர் முனைப்புடன் பகுப்பாய்வு செய்தார். வெளிநாட்டுப் பொருட்களைப் புறக்கணிக்க வேண்டும் என்று காந்தியடிகள் அறிவித்தபோது, அந்த இயக்கத்தில் தீரமுடன் பங்கேற்று ட்ரூப் பஜார் என்ற இடத்தில் காவல்துறையினரின் கடுமையான அச்சுறுத்தலை மீறி, பிரிட்டிஷார் பொருட்களை கொளுத்தியது, சுற்றிநின்றோர் மனதில் சுதந்திரக் கனலை மூட்டியது.

அத்துடன் நிற்கவில்லை வீரத்தாய் ஹாஜியா, ‘கிலாபத் இயக்கம்’ மற்றும் ‘ஒத்துழையாமை இயக்கம்’ ஆகியவற்றில் பங்கேற்று தனது தேசபக்தக் கடமையை நிறைவேற்றினார். தங்குமிடம் நிதி மற்றும் பிற வசதிகளை அளித்து சுதந்திரப் போராட்ட வீரர்களுக்கு முழு மனதுடன் ஆதரவளித்தார். ஹைதராபாத் சமஸ்தானத்தை எதிர்த்த போராட்டத்தில் முன் நின்றார். பின்னர் அவர் சரோஜினி நாயுடுவுடன் சேர்ந்து ‘‘ஆசாத் ஹிந்த்’’ இயக்கத்தின் கைதிகளின் விடுதலைக்காக கடுமையாக உழைத்தார். அந்த தேச பக்தர்களை விடுவிப்பது தேச மக்களின் கடமை என வலியுறுத்தினார். அது என்ன ஆசாத் ஹிந்த்?

இரண்டாம் உலகப் போரில் பிரித்தானியப் படைக்கு எதிரான நாடுகளை குறிப்பாக ஜெர்மனி, இத்தாலி ஆகிய நாடுகளின் ஆதரவுடன் இந்தியச் சுதந்திரத்தை அடைய விரும்பிய சுபாஷ் சந்திர போஸ் அந்நாடுகளிடம் உதவி கேட்டார். ஜெர்மனி, இத்தாலியின் உதவி கிடைக்காது போகவே, ஜப்பான் செல்ல முடிவு செய்து, போர் காலத்தில் நீர் மூழ்கிக் கப்பல் மூலம் ஜப்பான் சென்று ராணுவ ஜெனரல் டோஜோவை சந்தித்து உதவி கேட்டார். பிரித்தானிய அரசுக்கு எதிராக உருவாகி செயல்படாமல் இருந்த இந்திய தேசிய ராணுவத்தை மீள் உருவாக்கம் செய்து அதன் தலைவரானார் சுபாஷ். சுதந்திரத்திற்காக போராடி நாட்டிற்காக உயிர் தர இளைஞர்கள் வேண்டுமென ஆட்கள் திரட்டி பயிற்சி அளிக்கப்பட்டது. 1943 அக்டோபர் 21 இல் சிங்கப்பூரில் போஸ், ‘‘ஆசாத் ஹிந்த்’’ என்ற சுதந்திர அரசு பிரகடனத்தை வெளியிட்டார். டிசம்பர் 29 ஆம் தேதி அரசின்

தலைவராக தேசிய கொடியை ஏற்றினார். அவற்றை ஜப்பான், இத்தாலி, ஜெர்மனி, சீனா உட்பட 9 நாடுகள் ஆதரித்தன.

அத்தகைய இந்திய தேசிய இராணுவ வீரர்களுக்கு ஆதரவாகத்தான் ஹாஜியா ஹாசன் குரல் கொடுத்தார். இந்திய சுதந்திரப் போராட்டத்தின் மகத்தான தலைவர்களான மகாத்மா காந்தி, நேரு, சுபாஷ் சந்தர போஸ், அபுல் கலாம் ஆசாத் போன்றவர்களால் மதிக்கப்பட்டார், அவர்கள் அவரை 'அம்மா ஜான்' என்று அழைத்தனர். விடுதலைப் போராட்ட வீரர்களால் தேசம் முழுவதும் அறியப்பட்டார். அவர் தனது மூன்று குழந்தைகளையும் சுதந்திர இயக்கத்தில் சேரத் தூண்டினார். அவர்களைப் போராடத் தூண்டியது மட்டுமல்ல; அவரும் போர்க்களத்தில் நாயகியாக நின்றார்.

மூத்த மகன் பெயர் பத்ருல் ஹாசன். இவர் மகாத்மா காந்தியை நிழல் போல தொடர்ந்த நெருங்கிய சீடரானார், இரண்டாவது மகன் ஜாபர் ஹாசன். இவர் மிக சிறந்த தேசியவாதி, ஹைதராபாத் அரசாங்கத்தில் மதிக்கத்தக கல்வியாளரானார். இளையவர், அபித் ஹாசன். இந்திய தேசிய இராணுவத்தை அமைத்த மகத்தான தலைவர் நேதாஜி சுபாஷ் சந்திர போஸின் சீடரானார். இந்திய சுதந்திரப் போராட்டத்தின் இலக்கிய வரலாற்றில் மறக்க முடியாத முழக்கமான 'ஜெய் ஹிந்த்' என்ற முழக்கத்தை உருவாக்கிவர் இவர்தான்.

சமீப காலங்களில் இந்தியாவில் இஸ்லாமிய வெறுப்பை அதிகரிக்க இந்து மத அடிப்படைவாதிகளால் முழங்கும் முழக்கமாகவே மாறிவிட்ட ''ஜெய் ஹிந்த்'' என்ற மகத்தான முழக்கத்தை உருவாக்கியது ஒரு இஸ்லாமியர் என்ற வரலாற்று உண்மை எத்தனை பேருக்கு தெரியும். அந்த முழக்கம் இந்திய மக்களை ஒன்றினைத்த முழக்கம், அந்த முழக்கத்திற்கு மதச் சாயம் கிடையாது, சையத் ஃபக்ருல் ஹாஜியா ஹாசன் என்ற மகத்தான போராளியின், அம்மா ஜான் என்று தேசத்தலைவர்கள் புகழ்ந்த ஒரு வீரத்தாயின் இளைய மகன் உருவாக்கிய முழக்கம் இது என எத்தனை பேருக்கு தெரியும்.

தனது தாய் மண்ணுக்காகவும், பெண் உரிமைகளுக்காகவும் அர்ப்பணிப்புடன் போராடிய அம்மா ஜான் 1970 இல் தனது செயல்பாட்டை நிறுத்திக்கொண்டார்.

20

முகமது கவுஸ் கத்தூன்: பாறையைப் போல நின்றவர்

தியாகம், வீரம், அர்ப்பணிப்பு, சகிப்புத்தன்மை, தன்னல மறுப்பு முதலான குணங்களுடன் தேசிய விடுதலைப் போரில் அரும்பங்காற்றிய முகமது கவுஸ் காத்தூன் போராட்ட வீரர் முகமது கவுஸ் பெய்கின் துணைவியார். இவரது கணவர் குறித்து அறிந்து கொண்டால்தான் இவரின் தியாகத்தை புரிந்துகொள்ள முடியும். தனது கணவனின் போராட்ட வாழ்க்கையில் அவரது பாதுகாப்பிற்காக அவர் பின்னால் பாறையைப்போல நின்றவர் இந்த பெண் போராளி.

இந்திய தேசிய இயக்கத்தின் ஒரு பகுதியாக ஆந்திராவில் நடந்த 'சிரலா-பேரலா' போராட்டத்தில் தீவிர பங்கு வகித்த முகமது கவுஸ் பெய்க், 1885ஆம் ஆண்டு செப்டம்பர் 12ஆம் தேதி ஆந்திரப் பிரதேசத்தின் பிரகாசம் மாவட்டத்தில் உள்ள சிராலா மண்டலத்தில் உள்ள கந்தயபாலம் கிராமத்தில் பிறந்தார். அவர் 1907 இல் மாணவராக இருந்தபோது சுதந்திர இயக்கத்தில் நுழைந்தார். 1920 ஆம் ஆண்டு கல்கத்தாவில் நடைபெற்ற

அகில இந்திய காங்கிரஸ் மாநாட்டில் ஆந்திராவின் புகழ்பெற்ற சிராலா-பேராலா இயக்கத்தின் தலைவராக இருந்த துக்கிராலா கோபாலகிருஷ்ணாவுடன் பெய்க் கலந்து கொண்டார்.

ஆங்கிலேய அரசு சிராலா மற்றும் பெரலா கிராமங்களை ஒரு நகராட்சியாக இணைத்து மக்கள் மீது அதிக வரிகளை விதித்தது, இது மக்களின் கிளர்ச்சிக்கு வழிவகுத்தது. அதிக வரி விதிக்கப்பட்டதை எதிர்த்த பெய்க், வரி செலுத்தாத இயக்கத்தில் பங்கேற்று, பாதிக்கப்பட்ட மக்களுக்கு நிதி உதவி செய்தார். அவர் கிலாபத் மற்றும் ஒத்துழையாமை இயக்கத்திலும் பங்கேற்றார், அதற்காக அவர் சிறையில் அடைக்கப்பட்டார். துக்கிரலா கோபால கிருஷ்ணய்யாவால் உருவாக்கப்பட்ட ‘ராமதாண்டு’ படைக்கு அவர் தலைமை தாங்கினார். 1930-32 இல் உப்புச் சத்தியாக்கிரகத்தில் கலந்து கொண்ட இளைஞர்களுக்கு முகம்மது கவுஸ் பெய்க் தலைமை தாங்கினார்.

மேற்கண்ட பின்னணி கொண்ட முகம்மது கவுஸ் பெய்க் வாழ்க்கையில் அவருக்கு உறுதுணையாக மட்டுமல்ல, அவரோடு சிராலா-பேராலா போராட்டம், உப்புச் சத்தியாக்கிரகம் போன்ற இயக்கங்களில் மகத்தான போராளியாகப் பங்கேற்ற அம்மையார் காத்தூன் அவர்களின் வீரமிக்க நடவடிக்கை மகாத்மா காந்தி அவர்களாலேயே பாராட்டப்பட்டது. போகராஜு பட்டாபி சீதாராமையா, துர்காபாய் தேஷ்முக், டங்குடுரி பிரகாஷம் பந்துலு போன்ற புகழ்பெற்ற சுதந்திரப் போராட்ட வீரர்களுக்கு தன்னுடைய வீட்டில் அடைக்கலம் கொடுத்து உதவினார். ஏனைய விடுதலைப் போராட்ட வீரர்களையும் பாதுகாத்தார். முடிந்த வரையில் அவர்களுக்கு உதவிகள் செய்தார். அதுமட்டுமல்ல அவர்களுக்கு வேண்டிய பொருளுதவி செய்தார்

பலருக்கு புகலிடமாகத் திகழ்ந்தது அவருடைய சிறிய வீடுதான். 1921 இல் நடைபெற்ற கிலாபத் மற்றும் ஒத்துழையாமை போராட்டத்தில் பங்கேற்பதற்காக அவருடைய கணவர் சிறையில் அடைக்கப்பட்டார். அந்த நேரத்தில் கலங்கி நிற்காமல் தன் நகைகளை விற்று கணவரை மீட்ட நிகழ்ச்சிகளும் உண்டு. மீண்டும் ஒருமுறை பேட்டை நடுப்புள்ளி மறுப்பு இயக்கத்திற்காக கணவருடன் சென்ற பலரையும் சிறையிலிருந்து மீட்டு வந்தார். பணக்காரக் குடும்பப் பின்னணியில் கூட அவருடைய வாழ்க்கை மிகவும் எளிமையாக விளங்கியது. அவரது கணவரின் சொத்துகளை பிரிட்டிஷ் அரசு பறிமுதல் செய்தபோது, அந்தக் கொடுமையை

இன்முகத்தோடு ஏற்றார். குடும்பச் சொத்துகள் எல்லாவற்றையும் அப்படியே இழந்து நின்ற போதும் கிஞ்சித்தும் கலங்காமல் தேச நலனுக்காக அவைகளை ஏற்றுக் கொண்டார்.

அவருடைய கணவர் பல முறை சிறை சென்று வந்ததை மிகவும் பெருமை பொங்கக் கூறிவந்தார். இவர் கணவருடன் போராட்ட இயக்கங்களில் பங்கேற்றதுமட்டுமல்ல, அவர் சிறையில் இருந்த போதும் போராட்டங்களில் பங்கேற்றார். மேலும் கதர்த்துணி இயக்கத்தில் மிகவும் தீவிரமாக ஈடுபட்டார். எப்போதும் கதர் துணிகளையே உடுத்தினார். தனது கணவனின் மரணம்வரை அவரது பின்னால் பாறை போல நின்று அவரை காத்தார். தேசிய விடுதலைப் போராட்டத்தில் முழுமையாக தன்னை அர்ப்பணித்துக்கொண்ட முகமது காத்துன் 1990 நவம்பர் 20 இல் மறைந்தார்

www.alhaqeeqa.org : Mohammad Ghouse Khatoon: who stood behind her husband like a rock in struggle for independence

21

முதல் பெண் அமைச்சர் மசூமா பேகம்

ஆந்திர மாநில அமைச்சரவையில் அமைச்சராகப் பொறுப்பேற்ற முதல் பெண்மணி மசூமா பேகம் ஆவார். 1902 ஆண்டு அக்டோபர் 8 ஆம் தேதி இன்று ஆந்திராவின் தலைநகராக விளங்கும் ஹைதராபாத்தில் பிறந்தார். அவரது தந்தையார் பெயர் காதிப் ஜங். தாயார் பெயர் தியாபா பேஹம் பில்கிராமி ஆகும். மசூமா பேகத்தின் தாயார் நிரம்ப படித்தவர் ஆவார். நூலைப் போலத்தானே சேலையும் இருக்கும். தாயாரைப் போலவே மசூமா பேகமும் கல்வியில் அதிக ஆர்வம் காட்டினார்.

மசூமா பேகம் இளம் வயதில் ஹைதராபாத்தில் உள்ள மெகபூபா பெண்கள் உயர் நிலைப் பள்ளியில் கல்வி கற்றார். 1922 ஆம் ஆண்டு ஆக்ஸ்போர்டில் படித்து பின்னர் உஸ்மானியா பல்கலைக்கழகத்திற்கு தலைமை தாங்கிய தனது உறவினரான ஹுசைன் அலிகானை மணந்தார். இஸ்லாமிய மார்க்கப்படி பெண்கள் பர்தாவில் இருந்த வீட்டில் அவர் வளர்க்கப்பட்டாலும், அவரது கணவர் அந்த பர்தா

பழக்கத்தைக் கைவிடும்படியும் ஊக்குவித்தார், மேலும் அவர் உதவியுடன் மசூமா பேகம் படிப்படியாக அதைச் செய்து, சமூகத்தில் அதற்கு எதிராகவும் வாதிட்டார். இந்தியா சுதந்திரம் அடைந்த பிறகு, அவர் பர்தா அணிவதையோ அல்லது பர்தாவை பராமரிப்பதையோ முற்றிலும் நிறுத்திவிட்டார். மசூமா பேகம் பாரசீகம், உருது, ஆங்கிலம் ஆகிய மொழிகளை சரளமாகப் பேசினார், படித்தார். அலிகானும் சிறந்த அறிவுஜீவியாவார். அதுமட்டுமல்ல; தாரா குணமுடையவர். எனவே மசூமா பேகம் பல்வேறு சமூக பணிகளை செய்திட அவர் ஆர்வமுடன் உதவியது மட்டுமல்ல; பக்கபலமாகவும் இருந்தார்.

இந்த ஒத்துழைப்பின் காரணமாக மசூமா பேகம் பெண்களுக்கு கல்வி கற்பிக்கவும், விழிப்புணர்வு ஏற்படுத்தவும் துவக்கப்பட்ட அஞ்சுமன் என்ற இயக்கத்திற்கு தலைமையேற்று சிறப்பாக செயல்பட்டார். அங்கு கல்வி கற்க வரும் பெண்களுக்கு சமூக உணர்வையும், அரசியல் அறிவையும் புகட்டி இந்திய சுதந்திர போராட்டத்தில் பங்கெடுக்க வைத்தார். அவரும் விடுதலைப்போரில் பங்கேற்றார்.

இந்தியா விடுதலைப் பெற்ற பின்னர் இந்திய தேசிய காங்கிரஸ் கட்சியில் சேர்ந்தார். அடுத்து நடந்த 1952 ஆம் ஆண்டு தனது முதல் தேர்தலில் வெற்றி பெற்று, ஹைதராபாத் தொகுதியில் இருந்து ஆந்திர பிரதேச சட்டமன்ற உறுப்பினரானார். 1957 ஆம் ஆண்டு அவர் அகில இந்திய காங்கிரஸ் கட்சியின் துணைத் தலைவராக நியமிக்கப்பட்டார். மேலும் 1960 ஆம் ஆண்டு அவர் ஆந்திரப் பிரதேச அரசாங்கத்தில் சமூக நலன் மற்றும் சமய அறநிலையத்துறை அமைச்சரானார்.

பேகம் 1927 ஆம் ஆண்டு முதல் பெண்களின் உரிமைகள் மற்றும் நலன்களுக்காகவும் விடுதலை போராட்டத்தை முன்னெடுக்கவும் துவக்கப்பட்ட அமைப்பான அகில இந்திய மகளிர் காங்கிரசில் (AIWC) முழுமையாக ஈடுபட்டார், மேலும் அதன் துணைத் தலைவராக இரண்டு முறை பணியாற்றினார். 1957 இல் அவர் அகில இந்திய மகளிர் காங்கிரசின் சர்வதேச உறவுகள் மற்றும் தொடர்புகள் பொறுப்பில் பணியாற்றினார். மேலும் 1962 இல் அவர் அகில இந்திய மகளிர் காங்கிரசின் தலைவராக நியமிக்கப்பட்டார். அவர் அகில இந்திய மகளிர் காங்கிரசில் இருந்த காலத்தில், 1955 இல் கொழும்பில் நடைபெற்ற பெண்களின் சர்வதேசக் கூட்டமைப்பின் பொன்விழாவிற்கு ஒரு தூதுக்குழுவை

அழைத்துச் சென்று சிறப்பான பங்களிப்பைச் செய்தார். 1959 இல், அவர் ஜெனீவாவில் நடந்த ஐக்கிய நாடுகளின் அரசுசாரா அமைப்புகளின் இரண்டாவது மாநாட்டின் இடைக்காலக் குழுவின் உறுப்பினராகத் தேர்ந்தெடுக்கப்பட்டார், மேலும் யூகோஸ்லாவியா மற்றும் இந்தோனேசியாவில் நடந்த சர்வதேச பெண்ணிய மாநாடுகளுக்கு அகில இந்திய மகளிர் காங்கிரசின் சார்பில் சென்ற பிரதிநிதிகளுக்கு தலைமையேற்று வழிநடத்தினார்.

இந்தியாவில் குடும்பக் கட்டுப்பாட்டை அமல்படுத்தும் முயற்சிகளில் பேகம் தீவிரமாக இருந்தார். 1970களில், இந்தியாவில் கருக்கலைப்புகளை சட்டப்பூர்வமாக்குவது பற்றிய கேள்வியை ஆய்வு செய்ய இந்திய அரசாங்கம் ஒரு குழுவை நியமித்தது. அக்குழுவில் அவபாய் வாடியாவுடன் பேகம் பணியாற்றினார். மேலும் 1972 இல் இது தொடர்பான சட்டம் அறிமுகப்படுத்தப்பட்டது. பல முஸ்லீம் தலைவர்கள் சர்தா சட்டத்தை ஆதரித்து வாதிட்டனர், இது இந்தியாவில் குழந்தைத் திருமண நடைமுறையை குற்றமாக்கியது.

ஹைதராபாத்தில், பேகம் பல சமூக நல அமைப்புகளுடன் நெருங்கிய தொடர்பு கொண்டிருந்தார். அவர் ஹைதராபாத்தில் உள்ள ஒரு அரசு அமைப்பான மத்திய சமூக நல வாரியத்தின் தலைவராக நியமிக்கப்பட்டார், மேலும் செஞ்சிலுவைச் சங்கம், லேடி ஹைடாரி கிளப் மற்றும் அஞ்சுமன்-இ-கவாடீன் போன்ற பல அரசுசாரா நிறுவனங்களின் வாரியங்களிலும் பணியாற்றினார். முஸ்லீம் பெண்களுக்கான கல்வியை ஊக்குவிக்க அவர் தொடங்கினார்.

1974 ஆம் ஆண்டில், அவர் இந்திய அரசாங்கத்தால் வழங்கப்படும் ஒரு சிவிலியன் விருதான பத்மஸ்ரீ விருதைப் பெற்றார்.

22

அருணா: தோட்டாக்களுக்கு மத்தியில் தேசிய கொடியேந்திய வீராங்கனை

இந்த தேசத்திற்காக உழைத்தவர்கள் எப்போதுமே தாமதமாகத்தான் கவுரவம் செய்யப்பட்டிருக்கின்றனர். இந்த உதாரணத்தின் ஒரு எடுத்துக்காட்டு அருணா. இந்திய விடுதலைப் போரில் ஈடுபட்ட பெருமைமிகு இப்போராளி 87 ஆண்டுகள் இந்த மண்ணின் மக்களை நேசித்த ஒரு உன்னதம் அவர். அவர் இறந்த அடுத்த ஆண்டான 1997 -ல் தான் அவருக்கு பாரத் ரத்னா விருது வழங்கப்பட்டது. இந்திய அரசு அவரை மிக தாமதமாக பாரத் ரத்தினமாய் ஏற்றுக்கொண்டாலும் அவர் உண்மையில் இந்தியாவின் நவரத்தினாமக தனது வாழ்க்கை மூலமாக ஜொலித்தார்.

1909 ஆம் ஆண்டு இன்று அரியானா மாநிலத்தில் உள்ள கல்காவில் பிறந்தார். வங்க குடும்பத்தில் பிறந்த அவரது தந்தையின் பூர்வீகம் கிழக்கு வங்காளம் ஆகும். அவர்கள் கொல்கத்தாவில் அவரது பணி நிமித்தமாக நிறந்தரமாக தங்கினர். அவரது தந்தை உபேந்திரநாத் கங்குலி சிறந்த பத்திரிக்கையாளராகத் திகழ்ந்தார். அருணா லாகூரில் கத்தோலிக்க கிருத்துவப் பள்ளியில் கல்வி கற்றார். அவருக்கு கிருத்துவ மதத்தின் மீது

அளவிடமுடியாத பற்றுதல் ஏற்பட்டது. படிப்பில் சிறந்த மாணவியாகத் திகழ்ந்த அவர் ஒரு சமயத்தில் திருமணம் செய்துகொள்ளாமல் இறை சேவையிலேயே வாழ்வைக் கழிக்க எண்ணினார். ஆனால் அவரது அடுத்த கல்வி நிலையமான நைனிடாவில் உள்ள பிராட்டடஸ்டன்ட் அக்கருத்தை மாற்றி அமைத்தது.

அச்சமயம் அவருக்கு மாப்பிள்ளை பார்க்கும் படலத்தை குடும்பத்தில் துவக்கினர் ஆனால் அவர் அதற்கு விருப்பம் தெரிவிக்கவில்லை. மேலும் உயர் கல்விக்கான படிப்பு செலவை தானே சமாளித்து நிற்பதற்காக ஒரு பள்ளியில் ஆசிரியர் பணியில் சேர்ந்தார். அருணாவின் சகோதரி பூர்ணிமா தனது கணவருடன் அலகாபாத்தில் வசித்துவந்தார். கோடை விடுமுறை காலத்தில் அலகாபாத் சென்று சிலகாலம் அருணா தங்கி இருந்தார். அங்குதான் அவர் இலக்கிய ஆர்வமும், அரசியல் வேட்கையும் நிறைந்த போராளியான ஆசாப் அலியைச் சந்தித்தார்.

இலக்கியம், அரசியல் என துவங்கிய இவர்கள் விவாதம் காதல் என்ற புள்ளியில் சந்தித்தது. இருவரும் மனதார விரும்பினர். ஆனால் குடும்பத்தில் பிரச்சனை, மாற்று மதங்களைச் சார்ந்தவர்கள் என்பதால் மட்டும் வரவில்லை, இருவருக்குமான வயது வித்தியாசம் ஒரு தடையாக சுட்டிக்காட்டப்பட்டது. ஆம், அப்போது ஆசாப் அலிக்கு 41 வயது, அருணாவுக்கு 18 வயது. இருப்பினும் இருவரும் மணம் புரிந்துக்கொண்டனர். லாலா லஜபதிராயை தடியால் அடித்து கொலை செய்த சாண்ட்ரஸை பக்தசிங் சுட்டுக் கொன்ற அதே 1928 ஆம் ஆண்டுதான் அருணா - ஆசாப் அலி இருவருக்கும் திருமணம் நடந்தது. இந்தச் சம்பவம் ஏன் இங்கு சுட்டிக்காட்டப் படுகிறது எனில், ஆசாப் அலி இந்திய தீவிரவாத இயக்கங்களின் நியாயத்தை தொடர்ந்து கவனித்து வந்தார். கவனித்து வந்தது மட்டுமல்ல; பகத்சிங், பி.கே.தத் ஆகியோருக்காக பின்னாளில் வாதடிய வழக்கறிஞரும் இவர்தான்.

இதற்கிடையில் இளம் பெண்ணான அருணாவுக்கு இந்திய அரசியல் செல்லும் பாதை வேதனையை கொடுத்தது. விடுதலைப் போரில் தானும் முழுமையாக ஈடுபட விரும்பினார். இதற்கு அசாப் அலி மிகவும் உற்சாகம் கொடுத்தார். தன்னுடைய முழு திறமையையும், வாய்ப்புகளையும் பயன்படுத்திக்கொண்டார். ஆசாப் அலி முஸ்லீம் லீக்கில் பணியாற்றினாலும் அருணா காங்கிரஸில் பற்று கொண்டு உழைத்தார். கணவரிடமிருந்து உருது

மொழி கற்றுக்கொண்டு வங்க மொழிக்கு நிகராக அம்மொழியிலும் மேடையில் சிறப்பாக பேசினார். காங்கிரஸ் சோசலிஸ்டாக அவர் அறியப்பட்டார்.

காந்தியடிகள், மௌலானா ஆசாத் போன்ற தலைவர்களின் கூட்டங்களில் உத்வேகம் அடைந்த அவர், ஜெயபிரகாஷ் நாராயணன், அச்சுத்பட்டவர்தன், ராம் மனோகர் லோகியா போன்ற சோசலிஸ்ட் அரசியல் தலைவர்களுடன்தான் போர்க் கொடி ஏந்தி களம் கண்டார். எதையும் வைராக்கியத்துடன் செய்யும் ஆற்றல் கொண்ட அருணா விடுதலைப்போரில் தீவிரமாக இறங்கினார். 1930 களில் நடந்த உப்புச் சத்தியாக் கிரகத்தில் ஈடுபட்டு சிறைக்குச் சென்றார். அவரது கணவரும் கைது செய்யப்பட்டார். மாபெரும் பேரணிக்கு தலைமையேற்றுச் சென்றதால் அருணா கைது செய்யப்பட்டார். காந்தி - இர்வின் ஒப்பந்தப்படி அனைத்து அரசியல் கைதிகளும் விடுதலை செய்யபட்டாலும் அருணாவை மட்டும் பிரிடிஷ் அரசாங்கம் விடுதலை செய்யவில்லையெனில் அதிலிருந்து அவரது தீவிரத்தை புரிந்துகொள்ளலாம். அவரது விடுதலைக்காக கடுமையான போராட்டங்கள் நடந்தபிறகுதான் அவர் விடுதலை செய்யப்பட்டார்.

மீண்டும் 1932 ஆம் ஆண்டு நடைபெற்ற போராட்டத்தில் பங்கு கொண்டு சிறைக்குச் சென்றார். நீதிமன்றம் அவருக்கு 200 ரூபாய் அபராதம் விதித்தது. அவர் அதைக் கட்ட மறுத்ததால் சிறை இருப்பது தொடர்ந்தது. இவர் அபாயமானவர் என அறிவித்து அவரை மட்டும் அரசாங்கம் அம்பாலா சிறைக்கு மாற்றியது. 1940ஆம் ஆண்டு காந்தியடிகள் ஒத்துழையாமை இயக்க போராட்டத்திற்கு தேர்ந்தெடுத்த தலைவர்களில் அருணாவும் ஒருவர். இதிலேயும் சிறைக்குச் சென்றார். அச்சமயம் காங்கிரஸ் கட்சியின் அகில இந்திய செயற்குழு உறுப்பினராகத் தேர்ந்தெடுக்கப்பட்டார்.

1942 ஆம் ஆண்டு பம்பாயில் துவங்கிய, வெள்ளையனே வெளியேறு இயக்கத்தில் தீவிரமாக பங்கேற்றார். அந்த ஆண்டு ஆகஸ்ட் மாதம் 8ஆம் தேதி வரலாற்று முக்கியத்துவம் வாய்ந்த, வெள்ளையனே வெளியேறு தீர்மானம் நிறைவேற்றப்பட்டது. இரவோடு இரவாக அனைத்து தலைவர்களும் கைதுசெய்யப்பட்டனர். அடுத்த நாள் பம்பாயின் புகழ் பெற்ற கோவாலி டேங்க் மைதானத்தில் வெள்ளையனே வெளியேறு இயக்கத்தின் துவக்க நிகழ்ச்சி இருந்தது. எங்கும் பரபரப்பாக இருந்தது, காவல்துறையும்,

ராணுவமும் ஆயுதங்களுடன் சுற்றிலும் நின்றது. இந்த இயக்கத்தை தேசியக்கொடியை ஏற்றி வைத்து மௌலானா ஆசாத் துவக்குவதாக அறிவிக்கப்பட்டிருந்தது. ஆனால் அவர் முந்நாள் இரவே கைது செய்யப்பட்டிருந்தார். மைதானத்தில் குழப்பம், எப்படியும் தேசியக்கொடியை ஏற்றுவது, வெள்ளையனே வெளியேறு இயக்கத்தைத் துவக்குவது என்பது நடக்கத்தான் போகிறது. ஆனால் முதல் அடியை யார் எடுத்து வைப்பது? காவல்துறையும் இராணுவமும் உயர்த்திய தடிகடிளையும், துப்பாக்கிகளையும் வைத்து குறிபார்த்துக்கொண்டிருந்தது.

திடீரென 'வந்தே மாதரம்' என்ற முழக்கமும், இன்குலாப் ஜிந்தாபாத் என்ற முழக்கமும் விண்ணை முட்டுமளவு உயர்ந்தது. காரணம், அருணா என்ற வீரமங்கை எதற்கும் அஞ்சாமல் தேசியக்கொடியை கம்பீரமாக ஏற்றிக்கொண்டிருந்தார். இதை சற்றும் எதிர்பார்க்காத காவல்துறையும், இராணுவமும் கண்ணீர் புகைக்குண்டுகளை வீசினர், கூட்டம் அசராமல் முழக்கமிட்டது. திடீரென தோட்டாக்கள் சீறிப்பாய்ந்தன. பலர் சுருண்டு விழுந்து இறந்தனர். அருணாவை அங்கிருந்து தேசபக்தர்கள் தப்பவைத்தனர். அருணாவின் தலைக்கு ஆங்கிலேய அரசு ஐந்தாயிரம் விலை வைத்தது. அன்று தலைமறைவான அந்த வீராங்கனை 1946 ஆம் ஆண்டுதான் வெளியில் வந்தார்.

இந்த தலைமறைவு காலத்தில் அவரது தாயார் மரணமடைந்தார், கணவர் உடல் நலம் குன்றி மருத்துவமனையில் அனுமதிக்கப்பட்டார். அருணாவின் சொத்துக்களை அரசாங்கம் கைப்பற்றியது, கொடுமையான வாழ்க்கை, இருப்பினும் மனம் தளராமல் போராட்டங்களில் ஈடுபட்டுக்கோண்டே இருந்தார். சோசலிஸ்ட், கம்யூனிஸ்ட் கட்சியின் கொள்கைகளை அவர் உள்வாங்கிப் பணியாற்றியது பின்னாளில் நடந்தது.

இந்தியா விடுதலை பெற்றதும் அவர் டெல்லியின் முதல் மேயராக தேர்ந்தெடுக்கப்பட்டார். அமைதிக்கான லெனின் விருதை 1975 ஆம் ஆண்டும், சர்வதேச புரிதலுக்கான நேரு விருதை 1991 ஆண்டும் அவர் பெற்றார். 1996 ஆம் ஆண்டு அவர் மரணம் அடையும் வரை, மக்களை நேசித்து வந்தார். எல்லா வளங்களும் கொண்ட குடும்பத்தில் பிறந்து, போராட்டக் களத்தையே தனது வாழ்க்கையாக மேற்கொண்டு, தனது சொந்த இழப்புகளைப் பொருட்படுத்தாமல் வாழ்ந்து மறைந்த போராளி அவர். விடுதலைப் போராட்டத்தில் அருணாவைப் போல மகத்தானவர்கள் நம்முடைய ஈர்ப்பு சக்தியாக விளங்குகின்றனர்.

23

பன்னிரண்டாவது சர்வாதிகாரி அக்கம்மா செரியன்

அஞ்சா நெஞ்சுடன் ஆங்கிலேயர்களை எதிர்த்து நின்ற மகத்தான பெண் போராளிகளில் கேரள மண் கொடுத்த அக்கம்மா, மகாத்மா காந்தியால் திருவிதாங்கூர் ஜான்சி ராணி என்று அழைக்கப்பட்டு புகழ் பெற்றவர் ஆவார்.

தலைமை ஆசிரியராக

அக்கம்மா 1909 பிப்ரவரி 14இல் பிறந்தார், செயிண்ட் தாமஸ் கிறித்துவர்களான, நசரானி குடும்பத்தில் திருவாங்கூரின், கஞ்சிரப்பள்ளியில் தோமன் செரியன் மற்றும் அன்னம்மா கரிப்பப்பரம்பிள் ஆகியோருக்கு இரண்டாவது மகளாகப் பிறந்தார். இவர் கஞ்சிரபள்ளியில் உள்ள அரசு மகளிர் உயர்நிலைப் பள்ளியிலும், சங்கனாச்சேரி புனித சூசையப்பர் உயர்நிலைப் பள்ளியிலும் தன் பள்ளிப்படிப்பை மேற்கொண்டார். எர்ணாகுளம் புனித தெரசாள் கல்லூரியில் வரலாற்றில் இளங்கலை பட்டம் பெற்றார்.

1931 ஆம் ஆண்டு தனது கல்வியை நிறைவு செய்த பின்னர், இடக்கரை புனிதமேரி ஆங்கில வழி பள்ளியில் ஆசிரியராகப் பணியாற்றினார். தனது சிறப்பான பணியின் காரணமாக பின்னர் இப்பள்ளியின் தலைமை ஆசிரியராக உயர்ந்தார். ஆறு வருடங்கள் இந்தப் பள்ளியில் பணிபுரிந்தார். இப்பள்ளியில் அனைவரின் அன்பையும் பெற்றார். இக்காலகட்டத்தில் இவர் திருவனந்தபுரம் பயிற்சிக் கல்லூரியில் எல்.டி. பட்டம் பெற்றார். கற்பிப்பது மட்டுமல்ல; கற்பதும் தனது கடமை என நினைத்தார்.

விடுதலைப் போராட்டக் களத்தில்

1938 பிப்ரவரியில், திருவாங்கூர் மாநில காங்கிரஸ் கட்சி உருவானது. விடுதலைப் போராட்டத்தில் ஈடுபட தனது கற்பிக்கும் பணியிலிருந்து அக்கம்மா விலகினார். தான் மிகவும் நேசித்த ஆசிரியர் பணியைவிட தேச விடுதலையே முக்கியம் என முடிவு செய்து விடுதலைப் போரில் களம் கண்டார். மாநில காங்கிரசின் ஒருங்கிணைப்பில் திருவாங்கூர் மக்கள் பொறுப்பான அரசாங்கத்திற்காக போராட்டத்தைத் தொடங்கினர். திருவாங்கூர் திவான், சி.பி. ராமசாமி ஐயர், இந்தப் போராட்டத்தை நசுக்க முடிவு செய்தார். சி.பி. ராமசாமி ஐயர் 1920ல் இருந்து 1923 வரை சென்னை மாகாணத்தின் தலைமை வழக்குரைஞராகவும், 1923ல் இருந்து 1928 வரை சென்னை ஆளுநரின் நிர்வாகக் குழுவில் சட்ட உறுப்பினராகவும், 1931ல் இருந்து 1936ல் வரை இந்திய கவர்னர்-ஜெனரல் நிர்வாகக் குழுவின் சட்ட உறுப்பினராகவும் மற்றும் 1936 இருந்து 1947 வரை திருவிதாங்கூர் சமஸ்தானத்தின் திவானாக இருந்தார். எனவே தேசிய இயக்கத்தை அடக்கி ஆங்கிலேயரிடம் நற்பெயர் எடுக்க அடக்குமுறையை ஏவினார்.

1938 ஆகஸ்ட் 26 அன்று ஒத்துழையாமை இயக்கத்தைத் தடை செய்தார். இதை தொடர்ந்து ஒத்துழையாமை இயக்கத்தில் ஈடுபட்ட மாநில காங்கிரசின் பட்டம் தாணு பிள்ளை உட்பட முக்கிய தலைவர்கள் கைது செய்யப்பட்டனர். இதனால் மாநில காங்கிரசானது தனது போராட்ட முறையை மாற்றியது. அதன் செயற்குழு கலைக்கப்பட்டு தலைவருக்கு அனைத்து அதிகாரங்களும் அளிக்கப்பட்டன. மேலும் தனக்கு அடுத்த தலைவரை நியமிக்கும் உரிமையையும் அளிக்கப்பட்டது. மாநில காங்கிரசின் பதினொரு ‹சர்வாதிகாரிகள்› (தலைவர்கள்) அடுத்தடுத்து கைது செய்யப்பட்டனர். குட்டநாடு ராமகிருஷ்ண பிள்ளை, அவரது

கைதுக்கு முன்னதாக, அக்கம்மா செரியனை பன்னிரண்டாவது சர்வாதிகாரியாகப் பரிந்துரைத்தார்.

கௌடியர் அரண்மனையை நோக்கி

அக்கம்மா செரியனின் வீரம் மிக்க தலைமையில், தம்பானூரிலிருந்து மகாராஜா சித்திரைத் திருநாள் பலராம வர்மாவின் கௌடியர் அரண்மனையை நோக்கி மாபெரும் பேரணி புறப்பட்டது. அடக்குமுறைகளை ஏவிவிடும் திவான் சி. பி ராமசாமி ஐயரை பதவி நீக்கம் செய்ய வேண்டும் என்ற அவரது கோரிக்கை வலுவடைந்தது. அடக்குமுறைக்கு எதிராக மக்கள் ஆயிரமாயிரமாய் அணி திரண்டனர். ஏறக்குறைய 20,000 க்கும் அதிகமான மக்கள் உத்வேகத்துடன் கலந்து கொண்ட இந்தப் பேரணி ஆட்சியாளர்களை திகைக்க வைத்தது .

ஆத்திரத்துடன் திரண்ட மக்களை துப்பாக்கியால் சுடுமாறு பிரிட்டிஷ் காவல்துறைத் தலைவர் தனது படைகளுக்கு உத்தரவிட்டார். இதற்கு அக்கம்மா செரியன், ‘‘நான்தான் தலைவர், நீ மற்றவர்களை கொல்லுவதற்கு முன்னர் முதலில் என்னைத் துப்பாக்கியால் சுடு’’ என்றார். இவரது இந்த உறுதியான சொற்கள், காவல் அதிகாரிகளை திகைக்க வைத்தது. தங்கள் உத்தரவைத் திரும்பப் பெறும் கட்டாயத்துக்கு தள்ளப்பட்டனர். இந்த செய்தியை அறிந்த மகாத்மா காந்தி இவரை ‘திருவாங்கூர் ஜான்சி ராணி’ என்று புகழ்ந்தார். 1939 ஆம் ஆண்டில் தடை உத்தரவுகளை மீறியதற்காக இவர் கைது செய்யப்பட்டுத் தண்டிக்கப்பட்டார்.

தேசசேவகிகள் சங்க உருவாக்கம்

1938 அக்டோபரில் மாநில காங்கிரசு கட்சியின் செயற்குழுவானது, அக்கம்மா செரியனை தேச சேவகிகள் சங்கத்தின் (மகளிரணி) அமைப்பாளராக நியமித்தது. இவர் மாநிலத்தின் பல்வேறு பகுதிகளுக்கு சுற்றுப்பயணம் மேற்கொண்டு தேசசேவகிகள் சங்கத்தின் உறுப்பினர்களாகச் சேருமாறு பெண்களுக்கு அழைப்பு விடுத்தார். விடுதலைப் போராட்டத்தின்போது அக்கம்மா செரியன் இருமுறை சிறையில் அடைக்கப்பட்டார்.

மாநில காங்கிரசின் முதல் ஆண்டு மாநாடானது தடையை மீறி, 1938 திசம்பர் 22, 23 நாட்களில் வத்தியூர்காவில் நடைபெற்றது. கிட்டத்தட்ட மாநிலத்தின் அனைத்துத் தலைவர்களும் கைது

செய்யப்பட்டு சிறையில் அடைக்கப்பட்டனர். அக்கம்மா, தனது சகோதரி ரோசம்மா புன்னோசுடன் (இவரும் ஒரு விடுதலைப் போராட்ட வீராங்கனை. பிற்காலத்தில் சட்டமன்ற உறுப்பினராகவும், 1948 க்குப் பிறகு இந்திய கம்யூனிஸ்ட் கட்சி தலைவராக இருந்தவர்), 1939 திசம்பர் 24 அன்று கைது செய்யப்பட்டார். இவர்கள் இருவருக்கும் ஓராண்டு சிறைத்தண்டனை விதிக்கப்பட்டது. சிறையில் அடைக்கப்பட்ட இவர்களை அச்சுறுத்தலுக்கு ஆளாக்கி அடிபணிய வைக்க முயன்றது ஆங்கில அரசாங்கம். சிறை அதிகாரிகளின் தூண்டுதலினால், சில கைதிகள், இவர்களை தவறான, மோசமான சொற்களைக் கொண்டு வசைபாடினர். இந்த நிகழ்வு குறித்து பட்டம் தாணு பிள்ளையால் காந்திக்கு எழுதப்பட்டது. இந்நிகழ்வை சி. பி. ராமசாமி அய்யர் மறுத்தார். அதன்பின் அச்சுறுத்தல் குறைந்தது. மற்றொரு பக்கம் அக்கம்மாவின் சகோதரரான, கே. சி. வர்கி கரிப்பாபரம்பிலும் விடுதலை இயக்கத்தில் கலந்து கொண்டார்.

வெள்ளையனே வெளியேறு இயக்கம்

அக்கம்மா, சிறையில் இருந்து விடுதலையான பிறகு, மாநில காங்கிரசின் முழு நேர ஊழியர் ஆனார். 1942 இல், அதன் செயல் தலைவராக ஆனார். தனது தலைமை உரையில், 1942 ஆகத்து 8 அன்று இந்திய தேசிய காங்கிரசின் பம்பாய் மாநாட்டில் நிறைவேற்றப்பட்ட வரலாற்று சிறப்புமிக்க வெள்ளையனே வெளியேறு இயக்கத் தீர்மானத்தை வரவேற்றார். இதனையடுத்து கைது செய்யப்பட்ட இவருக்கு ஓராண்டு சிறைத்தண்டனை விதிக்கப்பட்டது. 1946 இல், தடையை மீறியதற்காக கைது செய்யப்பட்டு ஆறு மாதங்கள் சிறையிலடைக்கப்பட்டார். தனித் திருவாங்கூர் நாட்டைக் கோரிய சி. பி. ராமசாமி அய்யரின் கோரிக்கைக்கு எதிராக தனது குரலை உயர்த்தியதால் 1947 இல் மீண்டும் கைது செய்யப்பட்டார்.

சுதந்திர இந்தியாவில் வாழ்க்கை

1947 இல் விடுதலைக்குப் பிறகு, திருவாங்கூர் சட்டமன்றத்துக்கு காஞ்சிரப்பள்ளியில் இருந்து போட்டியின்றித் தேர்ந்தெடுக்கப்பட்டார். விடுதலைப் போராட்ட வீரரும், திருவாங்கூர் - கொச்சி சட்டமன்ற உறுப்பினராக இருந்த வி. வி. வர்கி மன்னபிளாக்லை 1951 ஆம் ஆண்டு, திருமணம் செய்து கொண்டார். இவர்களுக்கு ஜார்ஜ் வி. வர்கி என்ற ஒரு மகன் பிறந்தார். பின்னாளில் இவர் சிறந்த பொறியாளராகத் திகழ்ந்தார்.

1950 களின் துவக்கத்தில், மக்களவைக்கு சீட்டு மறுக்கப்பட்டதைத் தொடர்ந்து காங்கிரசு கட்சியிலிருந்து அக்கம்மா விலகினார். 1952 ஆம் ஆண்டில் நடந்த தேர்தலில் மூவாட்டுப்புழா தொகுதியில் சுயேட்சையாகப் போட்டியிட்டுத் தோல்வியடைந்தார். 1950 களின் முற்பகுதியில், கட்சிகளின் சித்தாந்தங்கள் மாறியதால், அக்கம்மா அரசியலைவிட்டு ஒதுங்கினார். இவரது கணவர் வி.வி.வர்கி 54 - 1952 முதல் கேரள சட்டமன்ற உறுப்பினராக இருந்தார். 1967 ஆம் ஆண்டில் கஞ்சிராப்பள்ளி சட்டசபை தேர்தலில் காங்கிரஸ் வேட்பாளராக போட்டியிட்ட அக்கம்மா கம்யூனிஸ்ட் கட்சியின் வேட்பாளரால் தோற்கடிக்கப்பட்டார். பின்னர், இவர் விடுதலைப் போராட்ட வீரர்களின் ஓய்வூதிய ஆலோசனைக் குழு உறுப்பினராக இருந்தார்.

அக்கம்மா செரியன் பூங்கா

மகத்தான விடுதலைப் போராட்ட வீரரான அக்கம்மா செரியன் 5 மே 1982 அன்று இறந்தார். திருவனந்தபுரம், வெள்ளியம்பலம் பகுதியில் இவருக்கு மரியாதை செய்யும் விதமாக ஒரு சிலை வைக்கப்பட்டுள்ளது. அவ்விடத்திற்கு அக்கம்மா பூங்கா என பெயர் சூட்டப்பட்டது. இவரது வாழ்க்கை குறித்து ஸ்ரீபால கே. மேனனால் ஒரு ஆவணப்படம் தயாரிக்கப்பட்டது

24
“சுப்ரீம் சோவியத்” ஹஜ்ரா பேகம்

அடிமைத் தளையிலிருந்து நம் நாட்டை விடுவிக்கப் போராடியது மட்டுமல்ல, இந்திய நாட்டின் தொழிலாளர்களுக்காக தன் வாழ்நாள் முழுவதும் வீரச் சமர் புரிந்த பல்துறை வித்தகர் தோழர் ஹஜ்ரா பேகம். இவர் 1910 டிசம்பர் 22 ஆம் தேதி பிறந்தார். இணைய பொது வெளியில் அவர் ஒரு இந்திய அரசியல்வாதி என்றே குறிக்கப்படுகிறார். ஆனால் தேச விடுதலைக்காக ஆயிரமாயிரம் தோழர்களை களத்தில் பலி கொடுத்த இந்திய கம்யூனிஸ்ட் கட்சியின் மகத்தான தலைவர் ஆவார். அது மட்டுமல்ல; இந்திய தேசிய மாதர் சம்மேளனத்தின் பொதுச் செயலாளராக 1954 முதல் 1962 வரை செயல்பட்ட பெண்ணுரிமை போராளியுமாவார்.

ஹஜ்ரா பேகம் அவர்கள் ஒரு பணக்காரக் குடும்பத்தில் பிறந்தார். ராம்பூரில் வளர்ந்தார். அவரது தந்தை மீரட்டில் காவல்துறை அதிகாரியாக இருந்தார். ஜோரா சேகல் அவரது சகோதரி. ஜோரா சேகல் திரைப்பட நடிகையும், நடன இயக்குநரும் ஆவார். சோரா சேகல் 1935 ஆம் ஆண்டில் உதய சங்கரின் நடனக் குழுவில் இணைந்து உள்ளூரிலும், அமெரிக்கா,

ஜப்பான் போன்ற நாடுகளிலும் 8 ஆண்டுகள் நடனமாடினார். 60 ஆண்டுகளுக்கு மேலாகப் பல ஹிந்தி திரை உலகில் நடித்துவந்தார். இந்தியாவின் தமிழ் உட்பட பல்வேறு மொழி திரைப்படங்களில் நடித்துள்ளார். 1998 ஆம் ஆண்டில் இவருக்கு பத்மஶ்ரீ விருதும், 2001 இல் காளிதாஸ் சம்மன் விருதும், 2004 இல் சங்கீத நாடக அகாதமி விருதும் வழங்கப்பட்டது. இவரது வாழ்நாள் சாதனைக்காக சங்கீத நாடக அகாதமி_ விருதும் வழங்கப்பட்டது. 2010 ஆம் ஆண்டில் இந்தியாவின் இரண்டாவது அதி உயர்ந்த விருதான பத்ம விபூசண் விருது வழங்கப்பட்டது. இவர் 2014 ஆண்டு தனது 102 வது வயதில் காலமானார்.

ஹஜ்ரா பேகம் தனது சகோதரிகளுடன் பர்தா பள்ளியில் கல்வி கற்றார், பின்னர் லாகூரில் உள்ள குயின் மேரி பள்ளியில் பயின்றார். தேசிய விடுதலைப் போராட்ட சூழல் ஒத்துழையாமை இயக்கத்தின் முக்கிய கட்டத்தில் இருந்தது. இஸ்லாமிய உலகம் கலிபாவை மீட்டெடுப்பதற்கான அழைப்பை விடுத்திருந்தது. இவை இரண்டும் அவரை ஆழமாக பாதித்தது. மற்றொரு பக்கம் சர்வதேச அரசியல் பேசிய கம்யூனிஸ்ட் கட்சியின் அர்த்தம் மிக்க வாழ்க்கை அவரை சுண்டி இழுத்தது. கலீஃபாவை மீட்டெடுக்க இஸ்லாமிய அழைப்பு, கம்யூனிச போதனைகள் மற்றும் ஆங்கிலேயரை எதிர்த்துப் போராடுவதற்கான தேசியவாத வைராக்கியம் அனைத்தும் அவரது இளம் மனத்தில் தாக்கத்தை ஏற்படுத்தியது. சித்தாந்தங்களை கம்யூனிஸ்ட் V/S தேசியவாதமாகவும், அதற்கு நேர்மாறாகவும் நெறிப்படுத்துவது மிகவும் பிற்கால கட்டத்தில் நடந்தது. ஆனால் ஹஜ்ரா பிற்காலத்தில் தேச முன்னேற்றத்திற்கு "பெண்கள் ஏன் கம்யூனிஸ்ட்டுக்கு வாக்களிக்க வேண்டும்?" என்ற பிரசுரத்தை எழுதினார்.

இளம் வயதிலேயே ஹஜ்ரா பேகம் தனது உறவினரை மணந்தார், ஆனால் அந்த வாழ்க்கை நீடிக்கவில்லை. கருத்தொற்றாத இருவரும் இணைந்து வாழ முடியவில்லை. விரைவில் விவாகரத்து பெற்று தனது குழந்தையுடம் தந்தையின் வீட்டிற்குத் திரும்பினார். இந்த காலகட்டத்தில் அவர் கம்யூனிஸ்டுகள் மீது போடப்பட்ட மீரட் சதி வழக்கு, இந்திய கம்யூனிஸ்ட் தலைமைக்கு எதிரான நீதித்துறை ஒருதலைப் பட்சமான செயல்முறைகளைப் பார்த்து கட்சியின்பக்கம் ஈர்க்கப்பட்டார்.

1933 இல் பேகம் தனது மகனுடன் உயர்கல்விக்காக பிரிட்டன் சென்றார், அங்கு மாண்டிசோரி கற்பித்தல் படிப்பைப்

படிக்கச் சென்றார். பிரிட்டனில் படிக்கும் போது, பிரிட்டனில் புரட்சிகர செயல்பாடுடைய சஜ்ஜாத் ஜாஹீரின் பணியால் ஈர்க்கப்பட்டார். பிரிட்டன் கம்யூனிஸ்ட் கட்சியில் இணைந்த முதல் இந்தியர்களில் இவரும் ஒருவர். அவர் இந்திய மார்க்சிஸ்ட் மாணவர்களின் குழுவில் இருந்தார். 1935 இல் சோவியத் யூனியனுக்கு விஜயம் செய்தார். 1935 இல் ஹஜ்ரா பேகம் அஷ்ரப், இசட்.ஏ.அகமது மற்றும் சஜ்ஜத் ஜாஹீர் ஆகியோர் இந்தியா திரும்பினார். இந்தியா திரும்பியதும், நால்வரும் இந்திய கம்யூனிஸ்ட் கட்சியின் முழுநேர ஊழியர்கள் ஆனார்கள்.

இந்த நேரத்தில் நாம் நினைவில் கொள்ள வேண்டியது பூரண விடுதலை கேட்ட காரணத்தால் கம்யூனிஸ்ட் கட்சி தடை செய்யப்பட்டிருந்தது. எனவே காங்கிரஸ் சோசலிஸ்ட் கட்சிதான் கம்யூனிஸ்ட்டுகள் செயல்படும் திறந்த மேடையாக இருந்தது. ஹஜ்ரா பேகம் அலகாபாத்தில் காங்கிரஸ் சோசலிஸ்ட் கட்சியில் தீவிரமாக செயல்பட்டார். அங்கு அவர் ரயில்வே கூலிகள், பத்திரிகை தொழிலாளர்கள் மற்றும் விவசாயிகளை அமைப்பாக திரட்ட ஏற்பாடு செய்தார். அலகாபாத்தில் உள்ள காங்கிரஸ் சோசலிஸ்ட் கட்சியின் இளம் தலைவர்களின் பட்டியலில் ராம் மனோகர் லோஹியாவுடன் இவரும் இருந்தார். இதில் லோஹியாவைத் தவிர மற்ற அனைவரும் தலைமறைவு வாழ்க்கையை மேற்கொண்ட கம்யூனிஸ்ட் கட்சியின் உறுப்பினர்களாக இருந்தனர்.

பேகம் அகில இந்திய முற்போக்கு எழுத்தாளர்கள் சங்க (AIPWA) செயல்பாடுகளில் உற்சாகமாக பங்கேற்றார். ரயில்வே தொழிலாளர்களின் நலனுக்காக போராடிய அவர், அலகாபாத் ரயில்வே கூலி சங்கத்தின் நிறுவன செயலாளராக இருந்தார். இருமுறை காவலில் வைக்கப்படுவதைத் தவிர்ப்பதற்காக தலைமறைவாக சென்றவர். ஹஜ்ரா பேகம் 1940களின் மத்தியில் நகரங்களில் ஆசிரியர்களிடையே பணியாற்றினார். கான்பூரில், தோல் பதனிடும் தொழிலாளர்கள் மற்றும் ஜவுளித் தொழிலாளர்கள் மத்தியில் பணியாற்றினார். அசம்கரில் உள்ள ஜூலாஹாக்கள், அலகாபாத், ரேபரேலியைச் சுற்றியுள்ள விவசாயக் கூலி தொழிலாளர்கள் மத்தியில் பணியாற்றினார். கம்யூனிஸ்டுகளை வேட்டையாடிய பிரிட்டிஷ் அரசாங்கம் அவரை கைது செய்தது. 1949ல் ஐந்து மாதங்கள் லக்னோ சிறையில் அடைக்கப்பட்டார். அவர் விடுதலையானபிறகு தலைமறைவு வாழ்க்கையை மேற்கொண்டார்.

1948 - 51 வரையிலான காலகட்டத்தில், அவர் காவலில் இருந்து தப்பிப்பதும், தலைமறைவாக வாழ்வதும் என காலத்தைக் கழித்தார். அந்த காலத்தை பின்னால் அவர் நினைவு கூறுகிறார். “ தலைமறைவு வாழ்க்கையில் பெண் என்பதால், பெரும்பாலான இல்லத்தரசிகளுடன் இணைந்து வாழ்வது எளிது. மொஹல்லாக்கள் மற்றும் கிராமங்களில் மறைந்திருந்து வாழ்வது ஒரு பெண்ணுக்கு இன்னும் எளிதாக இருந்தது. ஏனெனில் அவர்கள் வீட்டிற்குள் எப்படி நடந்துகொள்ள வேண்டும் என்பதை முன்னமே அறிந்திருந்தேன். இருப்பினும், மறைந்திருக்கும் காலத்தில் அவர்களின் நடமாட்டத்தை எளிதாக்கும் வகையில், பெண்கள் எப்போதும் உடன் வருவார்கள். இல்லத்தரசிகளான என் சக தோழர்களிடம் இருந்து நிறைய கற்றுக்கொண்டேன். அவர்கள் தோழர்களுக்காக தோட்டாக்களைக்கூட தாங்கிக்கொள்ளத் தயாராக இருந்தனர்” என குறிப்பிடுகிறார்.

உலக அமைதி கவுன்சில், வியன்னா (1952) மற்றும் மகளிர் சர்வதேச ஜனநாயகக் கூட்டமைப்பு, கோபன்ஹேகன் (1953), உலக அன்னையர் மாநாடு, ஆப்ரோ-ஆசிய பெண்கள் மாநாடு, கெய்ரோ 1961 ஆகியவற்றில் கலந்துகொள்ள கண்டங்கள் முழுவதும் பயணம் செய்தார்.

முதல் திருமண பிரிவுக்குப் பின்னர் ரஷ்யாவில் சக தோழராக விளங்கிய சைனுல் ஆபிதீன் அகமது எனும் தேசபக்தரான தோழர் Z.A.அகமது அவர்களை தனது விருப்பப்படி 1935 ஆம் ஆண்டு திருமணம் செய்து கொண்டார். அந்த ஆண்டுதான் லக்னோ நகரில் உள்ள கராமத் ஹுசன் பெண்கள் கல்லூரியின் பேராசிரியராக ஹஜ்ரா பேகம் பணியில் சேர்ந்தார். கணவன் மனைவி இருவரும் விடுதலைப் போராட்டத்தில் ஈடுபட்ட காரணத்தால் போலிஸ் அடக்கு முறை இருவர் மீதும் அதிகரித்த காரணத்தால் இருவரும் தங்கள் வேலையை இராஜினாமா செய்து தேசம் காக்கும் போரில் ஈடுபட்டனர்.

‘‘ஹஜ்ரா அத்தை” என மக்களால் அழைக்கபட்ட அந்த மகத்தான போராளி, தனது இறுதிக் காலத்தில் அவரது மகள், உருது நாடக இயக்குனர், சலிமா ராசா மற்றும் பேத்தி, நடிகை ஆயிஷா ராசா மிஸ்ரா ஆகியோருடன் இருந்தார். தோழர் ஹஜ்ரா பேகம் ஜனவரி 20.1.2003 அன்று நம்மைவிட்டு பிரிந்தார். 1960 ஆம் ஆண்டு சோவியத் யூனியன் சிற்பி மாமேதை லெனின் அவர்கள் நூற்றாண்டினை முன்னிட்டு சோவியத் அரசு தோழர் ஹஜ்ரா

பேகம் அவர்களுக்கு "சுப்ரீம் சோவியத் ஜுப்ளி" விருது கொடுத்து சிறப்பித்தது.

1. *Visible histories, disappearing women: producing Muslim womanhood in late colonial Bengal* by M. Sarkar
2. *Revolutionary Desires: Women, Communism, and Feminism in India* by A. Loomba
3. *Oral History Project (OHP)* by Nehru Memorial Museum and Library (NMML)
4. *Why women Should Vote Communist* by Hajrah Begum
5. *feminisminindia.com*

25

பீனா தாஸ்: பட்டமளிப்பு விழாவில் துப்பாக்கி ஏந்திய புரட்சிக்காரி

அதிக கூட்டம் இருந்தாலும் அந்த நீதிமன்ற வளாகம் நிசப்தமாய் இருந்தது. நீதிபதியின் முன் குற்றவாளி கூண்டில் 21 வயதே நிரம்பிய ஒரு கல்லூரி மாணவி நிறுத்தப்பட்டிருந்தாள். கூடியிருந்த மக்கள் உணர்ச்சிப் பெருக்கில் இருந்தனர். இந்த மண்ணில் விடுதலைக்காக தன் வாழ்க்கையைத் தியாகம் செய்ய முனைந்திருந்த அந்த மெலிந்த தேகம் கொண்ட பெண் கம்பீரமாக ஒரு அலட்சியப் புன்னகையுடன் நின்றிருந்தாள். இருண்ட முகத்துடன் காவல்துறை அதிகாரிகள் ஒருபக்கம் நின்றிருந்தனர். அமைதியைக் கலைத்து நீதிபதி வினாவை எழுப்பினார்.

‘‘பீனா தாஸ் நீ, பிரிட்டிஷ் சாம்ராஜியத்தின் மதிப்பு மிக்க வங்க ஆளுனரான திரு ஸ்டான்லி ஜாக்சனை படுகொலை செய்ய முயன்றது நூற்றுக்கணக்கானோர் முன்னிலையில். அதற்கென தனி சாட்சிகள் தேவையில்லை. நல் வாய்ப்பாக ஆளுநர் தப்பித்துக்கொண்டார். ஆனால் அந்தக் குற்றத்திற்காக நீ வருத்தப்படுகிறாயா?’ என்றார்.

பீனா பதில் கூறினாள் “ஆம்... வருத்தப்படுகிறேன்”

கூட்டத்தில் முணுமுணுப்பு, ‘‘என்ன ஆச்சரியம். இது உண்மையா? புரட்சிகாரி சரணடைகிறாளா?’’ என்ற எண்ணம் எல்லோர் மனதிலும் தோன்றி மறைந்தது.

‘‘அந்த குற்றத்திற்காக நீ வருத்தப்பட்டு குற்றத்தை ஒப்புக்கொள்கிறாயா?’’

இடமும் வலமும் தலையை அசைத்து பீனா தாஸ் தொடர்ந்தாள் “ ஆம் வருத்தப்படுகிறேன், ஆனால் அது ஆளுநரை சுட்டதிற்காக அல்ல, குறி தவறிச் சுட்டேனே அதற்காக வருத்தப்படுகிறேன்” என்றாள். மொத்த நீதி மன்றமும் அதிர்ச்சியுடன் பார்த்தது. தொடர்ந்தாள்...

‘‘செனட் மாளிகையில் கடந்த பட்டமளிப்பு தினத்தன்று நான் ஆளுநரை நோக்கி துப்பாக்கியால் சுட்டதை ஒப்புக்கொள்கிறேன். அதற்கு நானே முழுப் பொறுப்பு. சாக வேண்டும் என்பதே என் நோக்கமாக இருந்தது. நான் சாகவேண்டுமானால், அதை உன்னதமாகச் செய்ய விரும்பினேன். எல்லையற்ற அவமானத்திற்கும் முடிவில்லாத துன்பங்களுக்கும் என் நாட்டை நிரந்தரமாக அடிபணிய வைத்திருக்கும் இந்த சர்வாதிகார ஆட்சிக்கு எதிராகப் போராடி, நான் என் வழியில் போராடினேன். அந்த உண்மையை சொல்லாமல் இருக்க முடியாது.”

‘‘எந்தவொரு நபருக்கும் அல்லது எந்தவொரு பொருளுக்கும் எதிராக நான் ஒருபோதும் தனிப்பட்ட வெறுப்பைக் கொண்டிருக்கவில்லை என்பதை நான் உறுதியாக கூறுகிறேன். சர் ஸ்டான்லி ஜாக்சன் மீது எனக்கு தனிப்பட்ட கோப உணர்வுகள் எதுவும் இல்லை. ஆனால் வங்காள ஆளுநர் 30 கோடி எண்ணிக்கை கொண்ட என் நாட்டு மக்களையும், என் நாட்டுப் பெண்களையும் அடிமைகளாக வைத்திருக்கும் அடக்குமுறை அமைப்பைப் பிரதிநிதித்துவப்படுத்துகிறார். எனவே நான் அவரைச் சுட்டேன்.” என கம்பீரமாகக் கூறினார்.

படிக்கும்போதே தேச விடுதலைப் போராட்டத்தை பெருமை கொள்ள செய்த பீனா தாஸ் எனும் மகத்தான இளம் போராளி, அக்காலத்தில் பலராலும் நன்கு அறியப்பட்ட பிரம்ம சமாஜ ஆசிரியரான பெனி மாதாப் தாஸ் மற்றும் சமூக சேவகரான

சரளா தேவி ஆகியோரின் மகளாவார். பீனா தாஸ் 1911 ஆண்டு பிறந்தார். இவரது சகோதரியான கல்யாணி தாஸ் (பட்டாச்சார்யா) அவர்களும் மகத்தான விடுதலைப் போராட்ட வீராங்கனை ஆவார். இவர் செயின்ட் கல்கத்தாவில் உள்ள ஜான்ஸ் மகளிர் மேல்நிலைப் பள்ளியிலும் பின்னர் பெத்துன் கல்லூரியிலும் படித்தார்.

தேச விடுதலைப் போரில் வங்கத்தின் பங்களிப்பு மகத்தானது அதுவும் புரட்சிகர அமைப்புகளில் மையமாக வங்கமே திகழ்ந்தது. தங்களது உயிர்களை விடுதலை நெருப்பில் நெய்யாக அர்ப்பணம் செய்திட வங்கம் மற்றும் பஞ்சாப் இளம் போராளிகள் கடுமையாக போட்டியிட்டனர். பகத்சிங்கும், ராஜகுருவும், சுகதேவும், சந்திர சேகர ஆசாத்தும் பற்ற வைத்த நெருப்பு ஒரு பக்கம் இளைஞர்களை சுண்டி இழுத்தது. அதற்கு சற்றும் குறைவில்லாமல் இளம் பெண்கள் விடுதலைப் போரட்டத்தில் தியாகம் செய்தனர். அதுவும் வங்க இளம் பெண்கள் புரட்சிகர குழுக்களில், ஆயுதம் தாங்கி நின்றதில் கொஞ்சமும் சளைக்காதவர்கள். இந்தப் பின்னணியில்தான் பீனாதாஸ் வளர்ந்தார். அவருக்கு புரட்சிகர குழுக்களுடன் இணைந்து வேலை செய்வது மிகவும் ஆர்வமூட்டுவதாய் இருந்தது.

பீனா தாஸ் கொல்கத்தாவில் இருந்த பெண்களுக்கான ஒரு புரட்சிகர அமைப்பான சத்ரி சங்கத்தின் உறுப்பினராக இருந்தார். 1932 பிப்ரவரி 6 ஆம் நாள் கல்கத்தா பல்கலைக்கழகத்தின் மாநாட்டு மண்டபத்தில் நடந்த பட்டமளிப்பு விழாவில் கலந்து கொள்ளந்த வங்காள ஆளுநர் ஸ்டான்லி ஜாக்சனை படுகொலை செய்ய திட்டமிட்டு பட்டம் பெறுவதற்கு துப்பாக்கியுடன் சென்றார். ஐந்து முறை ஆளுநரைப் பார்த்துச் சுட்டும் ஆளுநர் தப்பித்துவிட்டார். பீனா தாஸ் கைது செய்யப்பட்டார். இந்தக் குற்றத்துக்காக இவருக்கு ஒன்பது ஆண்டுகள் கடுங்காவல் தண்டனை விதிக்கப்பட்டது. அதன் நீதிமன்றக் காட்சிகள்தான் இக்கட்டுரையின் முதல் பகுதி.

இவரிடம் இருந்த கைத்துப்பாக்கியானது மற்றொரு சுதந்திரப் போராளியான பல்லாண்டு காலம் சிறைகயில் கழித்த பெருமைமிகுந்த பெண் கமலா தாஸ் குப்தா அவர்களால் வழங்கப்பட்டது. கமலா தாஸ் குப்தா தன்னுடைய ‘‘விடுதலைப் போரில் வங்க மகளிர்’’ என்ற புத்தகத்தில் வீனாவுடனான நினைவுகளை நிறைய பதிந்துள்ளார். துப்பாக்கிச் சம்பவத்தில் கீழ்கண்டவாறு எழுதுகிறார்.

நான் சட்டமறுப்பு இயக்கத்தில் கைதாகி விடுதலையான பீனாதாஸின் சகோதரி கல்யாணியை சந்திக்க அவரது வீட்டிற்கு சென்றேன். அங்கே இருந்த பீனா என்னை பார்த்து புன்முறுவலுடன் கேட்டாள் “கமலா அக்கா, உன்னிடம் ஒரு விசயம் சொல்லனும், நான் கவர்னரை சுட்டுக் கொல்ல ஆசைப்படறேன். நீ எனக்கு ஒரு ரிவால்வர் வாங்கித் தர முடியுமா? என்று கேட்டாள்.

ரிவால்வரா?

‘‘ஆமாம், நான் சீரியசாதான் பேசுறேன். என்னை நம்பு’’ என்றாள்.

நான் அவளை மனு என்றே அழைப்பேன். ‘‘மனு, உனக்கு தூக்குத் தண்டனை கிடைத்தால்?

வீணா உண்மையாக தலையசைத்து “அப்படியானால் நான் சிரித்த முகத்தோட தூக்கு மேடை ஏறுவேன், நீயே பாரு கமலா அக்கா” என்று சொன்னார்.

‘‘உனக்கு ஆயுள்கால சிறை கிடைத்தால்?’’

‘‘அங்கே என்னைவிட இளைய பெண்கள் தியாகம் செய்து சிறை சென்றுள்ளனர். அவர்களுக்குப் பாடம் சொல்லிக் கொடுத்து என் சிறை வாழ்க்கையைக் கடத்தி விடுவேன், நீ கவலைப் படாதே!”

‘‘போலிஸ் சித்திரவதையால் நொந்து போய் எல்லா ரகசியத்தையும் சொல்லி விடுவியா?’’

‘‘நீ கவலைப்பட வேண்டாம் கமலா அக்கா, நான் உயிர் இருக்கும் வரையிலே உன்னை காட்டிக்கொடுக்க மாட்டேன்.” உறுதியான குரலில் பதிலளித்தார் வீணா

தன் விடுதலைக்குப் பிறகு 1939 ஆம் ஆண்டின் தொடக்கத்தில், பீனா தாஸ் காங்கிரசு கட்சியில் தன்னை இணைத்துக்கொண்டார். 1942 வெள்ளையனே வெளியேறு இயக்கத்தில் கலந்து கொண்டு, துடிப்புடன் செயல்பட்ட காரணத்திற்காக 1942 முதல் 45 வரை மீண்டும் சிறையில் அடைக்கப்பட்டார். மக்கள் செல்வாக்குடன் திகழ்ந்த பீனா தாஸ் 1946-47 வரை, வங்காள மாகாண சட்டமன்ற உறுப்பினராகவும், 1947-51இல் மேற்கு வங்காள சட்டமன்ற உறுப்பினராகவும் இருந்தார். 1947 ஆம் ஆண்டு இந்திய விடுதலை இயக்க புரட்சிகர

செயற்பாட்டாளரான, யுகாந்தர் அமைப்பில் இருந்த ஜதீஷ் சந்திர பவுமிக் என்பவரைத் திருமணம் செய்து கொண்டார். இவரது சகோதரியான கல்யாணி பட்டாச்சார்ஜி எழுதிய, 1944 இல் பிரசுரிக்கப்பட்ட பெங்கால் ஸ்பீக்ஸ் என்ற நூலை பீனாதாஸுக்கு அர்ப்பணித்தார். சுதந்திரப் போராட்ட வீராங்கனையான சுஹாசினி கங்குலி இவரது உற்ற நட்பாய் இருந்தது தனித்த கதை. பீனா தாஸின் சமூகப் பணிகளுக்காக 1960 களில் இவருக்கு பத்மஸ்ரீ விருது அளிக்கப்பட்டது.

இந்தியப் பிரிவினையின்போது நவகாளியில் மக்கள் ஒற்றுமைக்காக இரவும் பகலும் அயராது பாடுபட்டார். எந்த தேச மக்களுக்காக உயிரை பணயம் வைத்து போராடினாரோ, அந்த தேசத்தின் சொந்த சகோதரர்கள் பிரிந்து நின்று நடத்திய வன்முறை வெறியாட்டங்களைப் பார்த்து மனம் நொந்தார். கலவர பூமியில் அமைதிக்காக யாகம் நடத்தினார்.

இவரது கணவர் இறந்தபிறகு, ரிசிகேசில் தனியாக வாழ்ந்துவந்தவர், பிறருக்கு யாரென்றே தெரியாமல் இறந்துபோனார். 1986 திசம்பர் 26, அன்று சாலையோரத்திலிருந்து இவரது உடல் மீட்கப்பட்டது. இவரது உடலானது இப்பாதையில் வந்தவர்களால் கண்டுபிடிக்கப்பட்டு, காவல் துறைக்கு தகவல் தெரிவிக்கப்பட்டது. இது யாருடைய உடல் என்பதை அடையாளம் காண ஒரு மாத காலம் ஆனது வரலாற்றுச் சோகம்.

பீனா தாஸ் வங்காள மொழியில் இரண்டு சுயசரிதை படைப்புகளை எழுதியுள்ளார் அவை: ஸ்ரீநிகல் ஜங்கர் மற்றும் பிட்ரிதன். வங்காளத்தைச் சேர்ந்த புரட்சியாளர்கள் மற்றும் தேசியவாதிகளின் பட்டியலில் எப்போதும் பீனாதாஸ் வைரமாய் மின்னிக்கொண்டிருப்பார்.

குறிப்பு: பீனா தாஸ் வாக்குமூலம் http://www.subhaschandrabose.org/freedom/binadas.html என்ற இணையதளத்தில் எடுக்கப்பட்டது.

26

சிட்டகாங்கின் வீர வித்து பிரிதிலதா வத்தேதார்

கடந்த 2011 ஆம் ஆண்டு வங்க தேசத்தில் மிகவும் உற்சாகத்துடன் நடந்த நிகழ்வுகளில் முக்கியமானது பிரிதிலதா வத்தேதார் அவர்களின் நூற்றாண்டு கொண்டாட்டங்களாகும். ஆம்; அந்த மகத்தான விடுதலைப் போராட்ட போராளி மறைந்து 100 ஆண்டுகள் கடந்துவிட்டன. வங்க பெண் போராளிகளில் சயனைட் அருந்தி இறந்த முதல் பெண் தியாகி இவரே ஆவார்.

பிரிதிலதா 1911 ஆம் ஆண்டு மே 5 ஆம் தேதி சிட்டகாங்கின் (தற்போது வங்காளதேசத்தில் உள்ள) பாட்டியா உபாசிலாவில் உள்ள தால்காட் கிராமத்தில் நடுத்தர வர்க்க வைத்ய பிராமண குடும்பத்தில் பிறந்தார். வத்தேதார் என்பது குடும்பத்தின் மூதாதையருக்கு வழங்கப்பட்ட ஒரு பட்டமாகும். இவரது தந்தை ஜகபந்து வத்தேதார் சிட்டகாங் நகராட்சியில் எழுத்தராக இருந்தார். அவரது தாயார் பெயர் பிரதிபாமயி தேவி. இவர்களுக்கு மதுஸ்துவான்,

பிரிதிலதா, கனக்லதா, சாந்திலதா, அசலதா மற்றும் சந்தோஷ் ஆகிய ஆறு குழந்தைகள் இருந்தனர். பிரிதிலதாவுக்கு ராணி என்று பெயர் சூட்டப்பட்டது.

அவரது தந்தை ஜெகபந்து குழந்தைகளுக்கு சிறந்த கல்வியை ஏற்பாடு செய்ய முயன்றார். அவர் ப்ரிதிலதாவை சிட்டகாங்கில் உள்ள டாக்டர் கஸ்தகிர் அரசு பெண்கள் பள்ளியில் சேர்த்தார். பிரிதிலதா சிறந்த மாணவி. அந்த பள்ளியில் உஷா தி என்று மாணவர்கள் அன்பாகப் அழைக்கப்பட்ட பள்ளி ஆசிரியர், ராணி லட்சுமிபாயின் கதைகளைப் பயன்படுத்தி தனது மாணவர்களிடையே தேசிய உணர்வைத் தூண்டினார். பிரிதிலதாவின் வகுப்புத் தோழி மற்றொரு புரட்சியாளரான கல்பனா தத்தா ஆவார், பிரிதிலதாவின் விருப்பமான பாடங்களாக கலை மற்றும் இலக்கியம் இருந்தன. அவர் 1928 இல் டாக்டர் கஸ்தகிர் அரசு பெண்கள் பள்ளியில் தேர்ச்சி பெற்றார்.

1929 இல் டாக்காவில் உள்ள ஈடன் கல்லூரியில் சேர்ந்தார், அந்த ஆண்டு தேர்வில் பங்கேற்ற அனைத்து மாணவர்களிலும் அவர் முதலிடம் பிடித்தார். ஈடன் கல்லூரியில் படிக்கும் போது, பல்வேறு சமூகப் பணிகளில் பங்கேற்றார். உயர் கல்வியைத் தொடர, ப்ரிதிலதா கல்கத்தா சென்று பெத்துன் கல்லூரியில் சேர்ந்தார். இரண்டு ஆண்டுகளுக்குப் பிறகு, கல்லூரியில் தனித்துவத்துடன் தத்துவத்தில் பட்டம் பெற்றார். இருப்பினும், அவரது பட்டம் கல்கத்தா பல்கலைக்கழக நிர்வாகத்தால் நிறுத்தப்பட்டது. காரணம் அவர்களின் போராட்ட வாழ்க்கை என்பதைச் சொல்லவும் வேண்டுமோ? 2012 இல், அவருக்கு (மற்றும் பினா தாஸ்) இருவரின் மரணத்திற்குப் பின் அவர்களின் தகுதிச் சான்றிதழ்கள் வழங்கப்பட்டன.

புரட்சிகர நடவடிக்கைகள்

கல்கத்தாவில் தனது கல்வியை முடித்த பிறகு, பிரிதிலதா சிட்டகாங்கிற்கு திரும்பினார். சிட்டகாங்கில், நந்தன்கணன் அபர்ணாசரண் பள்ளி என்ற உள்ளூர் ஆங்கில வழி மேல்நிலைப் பள்ளியில் தலைமையாசிரியையாகப் பணியாற்றினார்.

"பிரிதிலதா தனது இளம் வயதில் மிகவும் தைரியமான பெண்ணாக இருந்தார். மிகுந்த ஆர்வத்துடன் வேலை செய்வார், ஆங்கிலேயர்களை விரட்டியடிப்பதில் உறுதியாக இருந்தார்." என அவரது சமகால புரட்சியாளர் பினோத் பிஹாரி சௌத்ரி சொன்னது

மிகவும் உண்மையானது, அவரை காங்கிரஸ் கட்சி ஈர்க்கவில்லை. தனது வாழ்க்கையை புரட்சிகர திசையில் செலுத்தவே விரும்பினார். வங்கத்தின் புகழ்பெற்ற புரட்சியாளர், சுர்ஜோ சென் பிரிதிலதா பற்றி கேள்விப்பட்டிருந்தார், மேலும் அவரை தங்கள் புரட்சிகர குழுவில் சேர்க்க விரும்பினார்.

ஜூன் 13, 1932 இல், ப்ரிதிலதா சுர்ஜோ சென் மற்றும் நிர்மல் சென் ஆகியோரை அவர்களின் தால்காட் முகாமில் சந்தித்தார். சமகால புரட்சியாளரான பினோத் பிஹாரி சௌத்ரி, பெண்கள் தங்கள் குழுவில் சேர அனுமதிக்ககூடாது என வாதிட்டார். இருப்பினும், ஆயுதங்களைக் கொண்டு செல்லும் பெண்கள் ஆண்களைப் போல சந்தேகத்தை ஈர்க்க மாட்டார்கள் என்று புரட்சியாளர்கள் கருதியதால், பிரிதலதா குழுவில் சேர அனுமதிக்கப்பட்டார்.

கொலைத் திட்டம்

சுர்ஜோ சென் மற்றும் அவரது புரட்சிக் குழு சிட்டகாங்கின் இன்ஸ்பெக்டர் ஜெனரல் திரு. கிரேக்கைக் கொல்ல முடிவு செய்தனர். இந்த பணிக்காக ராமகிருஷ்ண பிஸ்வாஸ் மற்றும் கலிபதா சக்ரவர்த்தி ஆகியோர் நியமிக்கப்பட்டனர். ஆனால் அவர்கள் தவறுதலாக சந்த்பூர் எஸ்.பி மற்றும் கிரேக்கிற்கு பதிலாக தாரிணி முகர்ஜியை கொன்றனர். ராமகிருஷ்ண பிஸ்வாஸ் மற்றும் கலிபதா சக்ரவர்த்தி ஆகியோர் 2 டிசம்பர் 1930 இல் கைது செய்யப்பட்டனர். விசாரணைக்குப் பிறகு பிஸ்வாஸை மரணம் வரை தூக்கிலிடவும், சக்ரவர்த்தியை செல்லுலார் சிறைக்கு நாடு கடத்தவும் உத்தரவிடப்பட்டது.

சிட்டகாங்கிற்குச் சென்று கல்கத்தாவின் அலிபூர் சிறைக்குச் செல்ல குடும்பம் மற்றும் நண்பர்களுக்குத் தேவையான அளவு பணம் இல்லை. அப்போது பிரிதிலதா கொல்கத்தாவில் தங்கியிருந்ததால், அலிப்பூர் சிறைக்குச் சென்று ராம்கிருஷ்ண பிஸ்வாஸைச் சந்திக்கும்படி கேட்டுக் கொள்ளப்பட்டார். எப்படி அவர் மெல்ல மெல்ல தான் விரும்பிய இடத்தில் சேர்ந்தார் என்பதற்கு இவையெல்லாம் உதாரணம். சுர்ஜோ சென்னின் புரட்சிக் குழுவுடன் சேர்ந்து, தொலைபேசி மற்றும் தந்தி அலுவலகங்கள் மீதான தாக்குதல்கள் மற்றும் ரிசர்வ் போலீஸ் லைனைக் கைப்பற்றுவது போன்ற பல சோதனைகளில் பிரிதிலதா பங்கேற்றார். ஜலாலாபாத் போரில், புரட்சியாளர்களுக்கு

வெடிமருந்துகளை வழங்கும் பொறுப்பை பிரிதிலதா ஏற்றுக்கொண்டார்.

தாக்குதல்

1932 இல், சுர்ஜோ சென், "நாய்கள் மற்றும் இந்தியர்களுக்கு அனுமதி இல்லை" என்று எழுதப்பட்ட பலகையைக் கொண்டிருந்த பஹர்தலி ஐரோப்பிய கிளப்பைத் தாக்க திட்டமிட்டார். இந்தப் பணிக்கு ஒரு பெண் தலைவரை நியமிக்க அக்குழுவினர் முடிவு செய்தார். நிகழ்வுக்கு ஏழு நாட்களுக்கு முன்பு கல்பனா தத்தா கைது செய்யப்பட்டார். இதன் காரணமாக, தாக்குதலின் தலைமைப் பொறுப்பு பிரிதிலதாவுக்கு வழங்கப்பட்டது. பிரிதிலதா ஆயுதப் பயிற்சிக்காக கொட்டாவலி கடல் பகுதிக்கு சென்று பயிற்சி எடுத்தார். அங்குதான் தாக்குதல் நடத்துவதற்கான திட்டத்தை முழுமையாகத் தீட்டினார்.

24 செப்டம்பர் 1932 அன்று கிளப்பைத் தாக்க முடிவு செய்து, குழுவின் உறுப்பினர்களுக்கு பொட்டாசியம் சயனைடு கொடுக்கப்பட்டது. வெற்றிகரமாக தாக்குதல் நடத்துவது அவர்களது இலக்கு. ஒருவேளை தவிர்க்க முடியாமல் அவர்கள் பிடிபட்டால் அதை விழுங்குவது என முடிவு செய்து கொண்டனர். தாக்குதல் நடந்த அன்று, பிரிதிலதா தன்னை ஒரு பஞ்சாபி ஆண் போல் உடை அணிந்து கொண்டார். அவரது கூட்டாளிகளான காளிசங்கர் டே, பைரேஷ்வர் ராய், பிரபுல்லா தாஸ், சாந்தி சக்ரவர்த்தி ஆகியோர் வேட்டி மற்றும் சட்டை அணிந்திருந்தனர். மகேந்திர சவுத்ரி, சுஷில் டே மற்றும் பன்னா சென் ஆகியோர் லுங்கி மற்றும் சட்டை அணிந்திருந்தனர்.

அவர்கள் இரவு 10:45 மணியளவில் கிளப்பை அடைந்து தங்கள் தாக்குதலைத் தொடங்கினர். அப்போது கிளப்பில் சுமார் 40 பேர் இருந்தனர். புரட்சியாளர்கள் தாக்குதலுக்காக தங்களை மூன்று தனித்தனி குழுக்களாக பிரித்துக் கொண்டனர்; அவர்கள் தாக்குதலைத் தொடங்குவதற்கு முன்பு அந்தக் கட்டித்தைக் கொளுத்தினர். குழப்பம் ஏற்படத்துவங்கியது. ஆனால் இவர்கள் எதிர்பாரது அங்கு நடந்தது கிளப்பில், ரிவால்வர் வைத்திருந்த சில போலீஸ் அதிகாரிகள் திருப்பி சுடத் தொடங்கினர். காவல்துறையின் அறிக்கையின்படி, இந்தத் தாக்குதலில், சல்லிவன் என்ற குடும்பப்பெயர் கொண்ட பெண் ஒருவர் இறந்தார் மற்றும் நான்கு ஆண்கள் மற்றும் ஏழு பெண்கள் காயமடைந்தனர்.

வீர மரணம்

பிரிதிலதாவுக்கு ஒரே ஒரு குண்டுக் காயம் ஏற்பட்டது. காயமடைந்த பிரிதிலதா கடுமையான வலியிலும் காவல்துறை தன்னை கைது செய்ய அனுமதிக்கக்கூடாது என முடிவு செய்தார். காயம்பட்டவர்களை காவல்துறை தேடி அலைந்தது, எப்படியும் காயம் பட்ட உடலுடன் தப்பிப்பது கடினம் என்று உணர்ந்த அந்த கணம் அவரது கரங்கள் சயனைட் குப்பியைத் தொட்டன. அடுத்த நாள், போலீசார் அவரது உடலைக் கண்டுபிடித்து அடையாளம் கண்டனர். அவரது சடலத்தைத் தேடியதில், சில துண்டுப் பிரசுரங்கள், ராமகிருஷ்ண பிஸ்வாஸின் புகைப்படம், தோட்டாக்கள், விசில் மற்றும் அவர்களின் தாக்குதல் திட்டத்தின் வரைவு ஆகியவற்றை போலீஸார் கண்டுபிடித்தனர். பிரேதப் பரிசோதனையின் போது, தோட்டா காயம் பெரிதாக இல்லை என்றும், சயனைடு விஷம் தான் அவரது மரணத்திற்குக் காரணம் என்றும் தெரியவந்தது.

தேசம் அவரை மறக்காது

பிரிதிலதா நினைவாக பீர்கன்யா பிரிதிலதா டிரஸ்ட் (துணிச்சலான பெண் பிரிதிலதா அறக்கட்டளை) என்ற அறக்கட்டளை நிறுவப்பட்டுள்ளது. அறக்கட்டளை அவரை "பெண்களுக்கு ஒளி விளக்கு" என்று கருதுகிறது. பிரிதிலதாவின் பிறந்தநாள் ஒவ்வொரு ஆண்டும் வங்கதேசம் மற்றும் இந்தியாவின் பல்வேறு இடங்களில் அந்த அறக்கட்டளையால் கொண்டாடப்படுகிறது. சிட்டகாங்கில் உள்ள போல்காலி உபாசிலாவின், முகுந்தா ராம் ஹட் முதல் சாஹித் அப்துஸ் சபூர் சாலையின் கடைசி முனைவரை பிரிதிலதா வத்தேதார் சாலை என்று பெயரிடப்பட்டுள்ளது. 2012 ஆம் ஆண்டில், வரலாற்றுப் போராட்டத்தில் எந்த ஐரோப்பிய கிளப்பைத் தாக்க அல்லது தகர்க்க உயிர் கொடுத்தாரோ அந்த இடத்தில் பஹர்தலி ரயில்வே பள்ளிக்கு முன்னால் பிரிதிலதா வத்தேதாரின் வெண்கலச் சிற்பம் அமைக்கப்பட்டது.

பிரிதிலதா வத்தேதார் மகாவித்யாலயா, நாடியா மாவட்டத்தில் உள்ள பனிகாலியில் உள்ள ஒரு பட்டயக் கல்லூரி. பிரிதிலதா ஷஹீத் மினார். பிரிதிலதா ஹால், சிட்டகாங் பல்கலைக்கழகம். பிரிதிலதா ஹால், ஜஹாங்கிர்நகர் பல்கலைக்கழகம். பிரிதிலதா வத்தேதார் தொடக்கப்பள்ளி,

சிட்டகாங். பிரிதிலதா சத்ரினிவாஸ், கல்யாணி அரசு பொறியியல் கல்லூரியின் பெண் விடுதி, நதியா, மேற்கு வங்கம். கந்துரா பிரிதிலதா ஷிக்ஷா நிகேதன் (ஆண்கள் (H.S.), பெண்கள் (H.S.) மற்றும் முதன்மைப் பிரிவு), மூன்று பள்ளிகள், கோபர்தங்கா, மேற்கு வங்காளம், இந்தியா. இந்தியாவின் மேற்கு வங்கம், துர்காபூர், நேஷனல் இன்ஸ்டிடியூட் ஆப் டெக்னாலஜியில் உள்ள பிரிதிலதா வத்தேதார் ஹால் ஆஃப் ரெசிடென்ஸ் (பெண்கள் விடுதி) இவையெல்லாம் அவர் தியாகம் நினைக்கப்படும் அடையாளங்கள்.

https://en.wikipedia.org/wiki/Pritilata_Waddedar

https://www.thebetterindia.com/155824/news-west-bengal-pritila-ta-waddedar-kalpana-datta-chittagong/

27

கல்பனா தத்தா : 'உன்னால் முடிந்தால் என்னைப் பிடி?'

வங்காளத்தின் நெருப்புப் புரட்சியாளர் கல்பனா தத்தா தன் வாழ்க்கையில் எந்த தத்துவத்தை ஏற்றுக் கொண்டாரோ அந்த மகத்தான தத்துவக் கருத்தைச் சுற்றியே அவரது வாழ்வும் இருந்தது. அவர் வெல்ல முடியாதவர், யாருக்கும் எட்டாதவர். ஒவ்வொரு முறையும் போலீசார் அவரை பிடிக்க முயன்றபோதும், அவர்கள் அந்த முயற்சியில் படுதோல்வி அடைந்தனர். அவர் பிடிபட்டபோதும், ஆதாரம் இல்லாததால் அவரை விடுவிக்க வேண்டிய கட்டாயம் ஏற்பட்டது. பிரிட்டிஷ் போலீஸ் அதிகாரிகள் அவரை பயங்கரவாதி என்று அழைத்தனர்.

இந்திய சுதந்திரப் போராட்டத்தின் போது, சிட்டகாங்கின் காவல் துறையினர் கல்பனாவைக் கண்காணிக்க கடுமையாக முயன்றனர், ஆனால் அவர் அவர்களின் பிடியில் இருந்து மிக இலகுவாகத் தப்பிக்கும் அளவுக்கு மிக புத்திசாலியாக அவர் இருந்தார். கல்பனா பெரிதாக அலட்டிக்கொள்ளாமல்,

ஆங்கிலேயருக்கு எதிரான செயல்களில் விடாப்பிடியாக இருந்தார். முதன்முறையாக பிரிட்டிஷ் காவல்துறை கல்பனாவின் வழக்கு வரலாற்றை உருவாக்க முயற்சித்தபோது, அவர்களால் முடியவில்லை, ஏனெனில் அவர் செய்த எந்தக் குற்றமும் நிரூபிக்கப்படவில்லை.

மாஸ்டர் சூர்யா சென் உருவாக்கிய இந்தியக் குடியரசுப் படையில் கல்பனா ஒரு உறுப்பினர் என்பதை ஆங்கிலேயர்கள் அறிந்திருந்தனர். சாகச நடவடிக்கைகளின் போது ஒவ்வொரு முறையும், கல்பனா வெவ்வேறு உடைகளை அணிந்து மாயமாகி கொண்டிருந்தார். சில சமயங்களில், ஒருவரின் மனைவி அல்லது ஒருவரின் சகோதரி, அல்லது ஒரு ஆணாக உருமாறி புரட்சியாளர்களுடன் மதிப்புமிக்க தகவல்களை பரிமாறிக்கொள்வார். ஆனால் ஆங்கிலேயர்களுக்கு அவரது ரகசிய நடவடிக்கைகள் பற்றி எந்தத் துப்பும் இல்லை. ‘முடிந்தால் என்னைப் பிடி’ என ஆங்கிலேய உளவுத்துறை அதிகாரிகளுக்கு கல்பனா விடுத்த சவால்தான் அவரது வாழ்வை மிகவும் சுவராசியமாக வைத்திருக்க வேண்டும்.

கல்பனா தத்தா 27 ஜுலை 1913 ஆம் ஆண்டு வங்காளத்தின் சிட்டகாங் மாவட்டத்தின் (தற்போதைய பங்களாதேஷில் பெல்காலிய உபசீலாவில்) 1913 இல் பிறந்தார். 1929 ஆம் ஆண்டு சிட்டகாங்கில் ஆரம்பக்கல்வி பயின்ற இவர் பிறகு, <u>கொல்கத்தா</u> பெத்தன் கல்லூரியில் சேர்ந்து அறிவியல் துறையில் பட்டம் பெற்றார் . விரைவில், பினா தாஸ் மற்றும் பிரிட்டிலாதா வதேடார் போன்றோரின் செயல்பாட்டில் இருந்த புரட்சிகர அமைப்பான «சத்ரி சங்கம்» (பெண்கள் மாணவர் சங்கம்) என்ற அமைப்பில் சேர்ந்தார்.

கல்பனா தத்தா அறிவியலில் சிறந்து விளங்கிய மாணவியும் கூட. குதிராமின் தியாகம் மற்றும் கனைலால் தத்தின் தைரியத்தால் அவர் ஈர்க்கப்பட்டார். சிட்டகாங்கில் இருந்தபோதே தேசபக்தியின் விதைகள் அவருக்குள் விதைக்கப்பட்டன. பின்னர், கொல்கத்தாவின் பெத்துன் கல்லூரியில் படிக்கும் போது, தேசபக்தி உணர்வு மேலும் உந்தியது. அவரது வாழ்க்கையில் இரண்டு விசயங்கள் முக்கிய அம்சங்களாக இருந்தன அவை புரட்சி மற்றும் அறிவியல்.

1931 ஆம் ஆண்டு ஏப்ரல் மாதம் 18 ஆம் தேதி சிட்டகாங்கில் ஆயுதமேந்திய தாக்குதல் நடத்தப்பட்டது. கல்பனா “இந்திய

குடியரசு இராணுவத்தின், சத்தாகிராம் கிளை" யில் இணைந்தார். சரண் சென் தலைமையிலான ஆயுதம் தாங்கிய போராளிக் குழு ஒன்று 1931 ஆம் ஆண்டு மே மாதத்தில் உருவாக்கப்பட்டது. அதே ஆண்டில் செப்டம்பர் மாதம் சூர்யா சென் இருக்கும் குழுவுடன் சென்று சேர்ந்தார்.

செப்டம்பர் 1931 இல், புரட்சிகர இயக்கத்தை சேர்ந்த லோக்நாத் பால் மற்றும் அனந்த் சிங் ஆகியோர் சிட்டகாங் நீதிமன்றத்திற்கு அழைக்கப்பட்டனர். அந்த புரட்சியாளர்களை விடுவிப்பது கல்பனாவுக்கு ஒதுக்கப்பட்ட நிகழ்ச்சி நிரலாக இருந்தது. போலீஸ் வேன் புறப்படுவதற்கு சற்று முன்பு, பர்தா அணிந்த ஒரு முஸ்லிம் பெண் கூட்டத்தில் காணப்பட்டார். பெண்ணின் உயரமான அமைப்பு போலீசாரின் கண்ணில் பட்டது. ஆனால் அவர்களால் மீண்டும் அந்த உருவத்தை காணமுடியவில்லை. ஒரு வயதான பெண்மணி தடியுடன் தள்ளாடி நடப்பது மட்டுமே அவர்கள் கண்களில் பட்டது. ஆம் அந்த வேடத்தில்தான் கல்பனா தப்பித்தாள். தப்பிப்பதற்கு முன், டைனமைட் போல வேலை செய்யும் நைட்ரிக் அமிலம் மற்றும் கார்பஸ் பருத்தியின் கலவையான ஒரு ஆபத்தான வெடிபொருளை அவள் அந்த வளாகத்தில் வீசிச் சென்றாள்.

1932 இல் சூர்யா சென் குழுவால் ஐரோப்பிய கிளப் தாக்கப்பட்டபோது, பாதுகாப்பு நடவடிக்கைகளைக் காண மாறுவேடத்தில் கிளப்புக்குச் செல்லும் பொறுப்பு கல்பனாவுக்கு இருந்தது. ஆண் வேடமிட்டு வந்த அவர், அத்துமீறி நுழைந்த குற்றச்சாட்டின் பேரில் போலீசாரிடம் சிக்கினார். அவள் மிகுந்த சித்திரவதைக்கு ஆளானார். ஆனால் கல்பனாவிடமிருந்து எந்தத் தகவலையும் அவர்களால் பெற முடியவில்லை. இரண்டு மாதங்களுக்குப் பிறகு, போலீசார் இறுதியாக கல்பனாவை விடுவித்தனர். பிணையில் விடுதலை செய்யப்பட்டபின் கல்பனா தலைமறைவாக வாழ்ந்தார்.

கல்பனாவின் வீட்டின் முன்பும் பிரிட்டிஷ் போலீசார் ரகசிய ஏஜெண்ட்களை எப்போதும் நிறுத்தி வந்தனர். ஒற்றர்கள் அடிக்கடி அவர்களைப் பின்தொடர்வார்கள். ஆனால் அவர்களுக்கு திகைப்பு ஏற்படும் வகையில், கல்பனாவின் திறமையான திட்டமிடல், விருந்தினர்கள் எப்போதும் காணாமல் போவதையும், காவல்துறை வலையில் சிக்காமல் இருப்பதையும் எப்போதும் உறுதி செய்யும். அதையும் தாண்டி 1933 ஆம் ஆண்டு மே 19 ஆம்

தேதி கைது செய்யப்பட்டார். சிட்டகாங்கின் ஆயுத சோதனை வழக்கின் விசாரணையில், கல்பனாவுக்கு ஆயுள் தண்டனை விதிக்கப்பட்டது. பின்னர் 1939 இல் கல்பனா விடுதலை செய்யப்பட்டார்.

அதன் பிறகு...

சிறையிலிருந்து வெளியான கல்பனா தத்தா 1940 ஆம் ஆண்டில் கொல்கத்தா பெத்துன் கல்லூரியில் சேர்ந்து அறிவியல் துறையில் பட்டம் பெற்றார். அங்கு படிக்கும் போதுதான் அவரது அரசியல் அறிவு இன்னும் பெருகத் துவங்கியது. காங்கிரஸ் தலைமையில் சுதந்திரம் பெற்ற பின்னர், இந்திய நாட்டில் உள்ள எளிய மக்கள் வாழ்க்கையில் எந்த மாற்றமும் எற்படாது என்பதை அவர் புரிந்துகொண்டார். கல்பனா வறுமை மற்றும் சுரண்டல் இல்லாத நாட்டைக் காண விரும்பினார். விடுதலைக்குப் பிறகு கம்யூனிஸ்ட் இயக்கத்தில் சேர்ந்தார். தன் வாழ்நாளின் கடைசி நாள் வரை ஒதுக்கப்பட்ட பிரிவினருக்காக கடுமையாக உழைத்தார். போரோ, கலவரமோ, தொற்றுநோயோ, இயற்கைப் பேரிடரோ எதுவாக இருந்தாலும் முன்களத்தில் நின்று பணியாற்றினார். 1943இல் வங்கத்தை உலுக்கிய பஞ்ச காலத்தில் அவர் ஆற்றிய சேவைகள் மகத்தானவை. வங்க பிரிவினையின் போது பல நாட்கள் கடுமையான நிவாரணப் பணியாற்றினார்.

1943 ஆம் ஆண்டு இந்திய கம்யூனிஸ்ட் கட்சியின் பொதுச் செயலாளரான தோழர் பி.சி.ஜோஷியை (புரான் சாந்த் ஜோஷி) திருமணம் செய்துகொண்டார். இவர்களுக்கு சந்த் மற்றும் சூரஜ் ஆகிய இரு மகன்கள் இருந்தனர். சாந்த் ஜோஷி ஒரு குறிப்பிடத்தக்க பத்திரிகையாளராக இருந்தார். இவர் ஹிந்துஸ்தான் டைம்ஸ் பத்திரிக்கையில் பணியாற்றினார். இவர் 'பிந்த்ரான்வால்: மைத் அண்ட் ரியாலிட்டி' (1985) என்ற எழுத்துப் பணிக்காக அறியப்படுகிறார். சாந்த்ராவின் மனைவி மணினி (நீ சாட்டர்ஜி) சத்தாகிராம் ஆயுதப் படைத் தாக்குதல் பற்றி ஒரு புத்தகம் எழுதினார், 'டூ அண்ட் டை: தி சத்தாகிராம் எழுச்சி - 34-1930' என்பதாகும்.

கல்பனா தத்தா பெங்காலி மொழியில் சுயசரிதை புத்தகம் எழுதினார். இது அருண் போஸ் & நிக்கில் சக்ரவர்த்தியால் ஆங்கிலத்தில் மொழிபெயர்க்கப்பட்டது. சிட்டகாங் ஆர்மரி ரைடர்ஸ் என்ற தனது சுயசரிதையில் கல்பனா கீழ்க்கண்டவாறு

எழுதுகிறார் 'எங்கள் பள்ளி நாட்களில் எங்கள் எதிர்காலத்தைப் பற்றி எங்களுக்குத் தெளிவான யோசனை இல்லை. ஆனால் மகத்தான போராளியான ஜான்சி ராணி எங்களுக்கு உத்வேகம் அளிக்கும் உதாரணமாக இருந்தார்''. ஆம் அவரைப் போலவே தன்னுடைய வாழ்க்கையையும் இவர் அமைத்துக்கொண்டார். பி.சி. ஜோஷி ''சிட்டகாங் ஆர்மரி ரெய்டர்ஸ்: ரெமினிசென்ஸ்'' என்று ஆங்கில புத்தகத்தை அக்டோபர் 1945 இல் வெளியிட்டார். இந்த புத்தகம் ஆங்கிலத்தில் 1979 இல் மறுபதிப்பு செய்யப்பட்டது. 1946 இல், சிட்டகாங்கில் இருந்து இந்திய கம்யூனிஸ்ட் கட்சியின் வேட்பாளராக வங்காள சட்ட பேரவைக்கான தேர்தலில் கல்பனா போட்டியிட்டார், ஆனால் வெற்றி பெற முடியவில்லை. பின்னர், இந்தியப் புள்ளியியல் கழகத்தில் சேர்ந்தார். அந்த மகத்தான போராளி பிப்ரவரி 1995 ,8 இல் கொல்கத்தாவில் காலமானார். சிட்டகாங் போராட்டத்தில் இவரது பங்களிப்பு குறித்து இரண்டு திரைப்படங்கள் வந்துள்ளன.

இரண்டு திரைப்படங்கள்

2010இல் சூர்யா சென் வேடத்தில் அபிஷேக் பச்சன் மற்றும் கல்பனா தத்தா வேடத்தில் தீபிகா படுகோனே முக்கிய வேடங்களில் நடித்துள்ள அசுதோஷ் கோவாரிக்கரின் ''கெலீன் ஹம் ஜீ ஜான் சே'' ஹிந்தி திரைப்படம் வெளியானது. படத்தின் தயாரிப்பாளர்கள் அனுராக் காஸ்யப் மற்றும் சுனில் போஹ்ரா ஆகியோர் ஆவார்கள். ஒலி இசை கோர்ப்புக்காக தேசிய விருது பெற்ற ரசூல் பூக்குட்டி இப்படத்தில் பங்களிப்பு செய்துள்ளார். வேகா தமோடியா பிரிதிலதா வத்தேதாராக நடித்துள்ளர். தவிர, நிர்மல் சென் கதாபாத்திரத்தில் நவாசுதீன் சித்திக், லோகநாத் பாலாக ராஜ் குமார் யாதவ், ஆனந்த் சிங்காக ஜெய்தீப் அஹ்லவத், அம்பிகாவாக திபியேந்து பட்டாச்சார்யா, கணேஷ் கோஷாக விஷால் விஜய் மற்றும் சார்லஸ் ஜான்சனாக அலெக்ஸ் ஓ'நெல் ஆகியோர் நடித்துள்ளனர்.

மற்றொரு படம், சிட்டகாங் எழுச்சியை அடிப்படையாகக் கொண்டு அக்டோபர் 2012 ,12 அன்று வெளியிடப்பட்டது. இப்படத்தின் இயக்குனர் குறித்து தெரிந்துகொள்வது அவசியம். பெங்காலி இயக்குநரான பெதாப்ரதா பெயின் ஐ.ஐ.டி. காரக்பூரில் படித்தவர். பின்னர் அவர் தனது பி.எச்.டி.க்காக கொலம்பியா பல்கலைக்கழகத்திற்குச் சென்றார். நாசாவில் மூத்த ஆராய்ச்சி

விஞ்ஞானியாக இருந்தார். உலகின் மிகச்சிறிய கேமராவை உருவாக்கிய செயலில் உள்ள பிக்சல் சென்சார் தொழில்நுட்பத்தை கண்டுபிடித்தவர்களில் ஒருவர். அடிப்படை டிஜிட்டல் கேமரா நுட்பம் இன்று மொபைல்களில் பயன்படுத்தப்படுகிறது. அவர் அமெரிக்க விண்வெளி தொழில்நுட்ப ஹால் ஆஃப் ஃபேமில் சேர்க்கப்பட்டுள்ளார். பின்னர் நாசாவில் 18 ஆண்டுகள் பணியாற்றினார். அப்படிப்பட்ட உத்வேகம் கொள்ளச் செய்த சம்பவம் சிட்டகாங்.

உதவி தரவுகள்:

Unsung heroine Kalpana Dutta who fought against the British - SaheliMitra -www.getbengal.com

https://www.boloji.com/articles/12599/bedabrata-pains-chittagong

28

கேப்டன் லட்சுமி: பெண்கள் பங்கேற்பின் ஒளிமிகுந்த அத்தியாயம்

கத்தியின்றி ரத்தமின்றி மயிலிறகு நீவ பெற்ற அகிம்சை சுந்ததிரம் இது, இப்படிதான் பலர் இப்போதும் பேசிக்கொண்டிருக்கிறார்கள். ஆனால், ‘செய்! அல்லது செத்துமடி!’ என காந்தியடிகளையே பேசவைத்த சூழலை தீவிர தேசபக்தர்கள் உருவாக்கினார்கள் என்ற வரலாற்றை புறம்தள்ளுகிறார்கள். 1942 ஆம் ஆண்டு உலகப் போரின் யதார்த்த நிலைமையையும், அது சோவியத் மீது பாசிச சக்திகள் கைவைத்தவுடன் மக்கள் யுத்தமாக மாறியதையும் கணக்கில் கொள்ளாமல் காங்கிரஸ் பேரியக்கம் வெள்ளையனே வெளியேறு இயக்கத்தை அறிவித்தது. இதனைத்தொடர்ந்து கடுமையான அடக்கு முறைகளை தேசம் சந்தித்தது. அது விடுதலைப் போரில் நிசப்தச் சூழலை உருவாக்கிய தருணமாய் மாறிய உண்மை எங்கும் பதியப்படவில்லை. ஆனால் வரலாறு எனும் காலப் பெருநதி எப்போதும் தேங்கி நிற்பதில்லை. தேச விடுதலைப் போராட்டம் மற்றொரு திசைவழியை நோக்கி நடக்கத் துவங்கியது. அந்த திசைவழி வெற்றி அடையவில்லை எனினும்

அந்தப் பாதையின் தியாகங்களை யாரும் குறைத்து மதிப்பிட முடியாது. அதுதான் இந்திய தேசிய இராணுவம்.

1943 ஜூலை 5 தேதி அந்த மகத்தான இருவரின் சந்திப்பு நடந்தது. ஆறு மணி நேரம் நடந்த அந்தச் சந்திப்பு இந்திய வரலாற்றின் முக்கியமான சந்திப்பாக இருந்தது. சந்தித்த அந்த இருவரில் ஒருவர் இந்திய விடுதலை வரலாற்றில் என்றும் நிலைத்திருக்கும் மகத்தான ஆளுமையான நேதாஜி சுபாஷ் சந்திரபோஸ், மற்றொருவர் 29 வயது நிரம்பிய மருத்துவப் பட்டம் பெற்ற யுவதி.

எப்போது இந்த சந்திப்பு நடந்தது?

இந்திய தேசிய ராணுவத் தலைமையை நேதாஜியிடம் ராஷ்பிஹாரி போஸ் ஒப்படைத்த (இவர் புரட்சிகரச் சிந்தனை கொண்ட சுதந்திரப் போராட்ட வீரர். 1911இல் வைசிராயாக இருந்த ஹார்டிங் பிரபுமீது வெடிகுண்டு வீசிவிட்டுத் தப்பி ஜப்பான் சென்று அரசியல் செயல்பாடுகளை மேற்கொண்டவர்.) அந்த பிரம்மாண்டமான கூட்டத்தில் சுபாஷ் பேசினார். ‘‘உங்கள் ரத்தத்தை எனக்குத் தாருங்கள், நான் உங்களுக்கு விடுதலையைத் தருகிறேன்’’ அந்த மந்திர உரையை கேட்ட கூட்டத்தில் ஒருத்தியாக அந்த யுவதி நின்றிருந்தார். மகத்தான தலைவன் பேசிய சில தினங்களில் இந்த சந்திப்பு நடந்தது. அந்த இளம் பெண் மருத்துவர் சுபாஷிடம் சொன்னார் ‘‘எனது இறுதிச்சொட்டு ரத்தம் இந்த பூமியை தழுவும் வரை போரிட நான் தயார். என்னைப்போன்ற இளம் பெண்கள் தேசத்திற்காக தியாகம் செய்ய முன்வரவேண்டும் என்றீர்களே நேதாஜி, நான் இந்த தேசத்திற்கு என்னையே தத்தம் செய்ய தயாராக வந்திருக்கிறேன். என்னை உங்கள் இராணுவத்தில் இணைத்துக் கொள்வீர்களா?’’ என்றார். நேதாஜியை புருவம் உயர்த்திப் பார்க்க வைத்த அந்த இளம் பெண்ணின் பெயர் லட்சுமி.

இந்திய வரலாற்றில் கேப்டன் லட்சுமி என புகழ்பெற்ற, சாதாரண மக்கள் மீது அன்பும், அசாத்திய வீரமும், மதிநுட்ப அரசியல் அறிவும் பெற்ற உதாரண பெண் அவர். ஆசியாவில் தொடங்கப்பட்ட முதல் பெண்கள் இராணுவப் படையாகக் கருதப்படும் ஜான்சிராணி லெஜிமென்டின் கேப்டன். இந்தியாவின் சுதந்திர அரசு 1945 & -1943 இல் சிங்கப்பூரில் அமைக்கப்பட்டது. அதன் தலைநகர் அந்தமான் தீவில் உள்ள போர்ட்பிளேர் நகரம்.

வெளிநாட்டுத் தலைநகரங்கள் ரங்கூன், சிங்கப்பூர். நாடு கடந்த இந்திய அரசின் அமைச்சரவையில் சுபாஷ் சந்திரபோஸ் பிரதமர், எஸ். ஏ. ஐயர் மத்திய ஒலிபரப்பு அமைச்சர், தளபதி ஏ.சி. சாட்டர்ஜி மத்திய நிதி அமைச்சர், இதில் இருந்த ஒரே பெண் நிர்வாகி கேப்டன் லட்சுமி மட்டுமே. அத்தகைய மேன்மை மிகுந்த பெண்கள் பங்கேற்பின் ஒளிமிக்க அத்தியாயமான லட்சுமியின் பூர்வீகம் என்ன? இந்த தியாக உணர்வும், வீரமும் உருவாகிய பின்னணி என்ன?

பின்னணி என்ன?

கேப்டன் லட்சுமி 1914 ஆம் ஆண்டு அக்டோபர் மாதம் 24 அன்று சுவாமிநாதன்-அம்மு ஆகியோருக்கு மகளாகப் பிறந்தார். தந்தை சுவாமிநாதன் சென்னை உயர்நீதிமன்றத்தில் வழக்குரைஞராக இருந்தவர். மேலும் அமெரிக்காவில் வானியல்துறையில் முனைவர் பட்டமும், சிறந்த கணிதவியல் நிபுணர் என்ற தகுதியும் பெற்றவர். அத்துடன் குற்றவியல் வழக்கறிஞர் என்ற பெருமதிப்பும் பெற்றவர். தாய் அம்மு சுவாமிநாதன் கேரள மாநிலம், பாலக்காட்டில் சமூக சேவகராக இருந்தவர். குட்டி மாலு அம்மா என்ற இவரது மற்றொரு குடும்ப உறுப்பினரும் விடுதலைப் போராட்டத் தியாகியாக இருந்தவர். இளம் வயதிலேயே நாட்டு விடுதலை, சமுதாய சமத்துவம் ஆகிய இலட்சியங்கள் லட்சுமியின் மனதில் இடம்பெற இந்த பின்னணி துவக்க விதைகளை விதைத்தது?

அவரது இளமைப் பருவம் கேரளாவில் உள்ள அவரது பாட்டியின் வீட்டில்தான் அதிகம் கழிந்தது. அங்குதான் அவர், அவரது வாழ்வில் தீண்டாமைக்கு எதிரான முதல் பாடத்தைக் கற்றார். கேரளாவில் அப்போது தலித்துகள் தீண்டத்தகாதவர்களாக மட்டுமல்ல, அணுகக் கூடாதவர்களாகவும் இருந்தனர். லட்சுமி வசித்த வீட்டின் அருகில் உள்ள காடுகளிலிருந்து தம்புரனே என்று குரல் மட்டும் கேட்கும். உடன் அங்கு யாரிடமாவது உப்பும் சாதமும் கொடுத்தனுப்பப்படும். பதிலாக அங்கிருந்து முடையும் கூடைகளில் நிறைய காட்டுப் பழங்களை அனுப்பி விடுவார்கள். தீண்டத்தகாதவர்கள் கொடுக்கும் அப்பழங்கள் மட்டும் தீண்டத்தக்கதாக மாறுவது எப்படி என்ற சிந்தனை அந்த இளம் லட்சுமிக்கு எழுந்தது. அந்தக் குரலுக்கு உரியவர்களை லட்சுமி பார்த்ததில்லை. ஆனால் அவர்களை பார்க்கும் ‘ஆர்வம் அவருக்கு

இருந்தது. தனது பாட்டியிடம் அவர்கள் யார்? அவர்களை ஏன் வீட்டிற்கு அருகில் பார்க்க முடியவில்லை' என்று தனது பாட்டியிடம் லட்சுமி கேட்டார். அதற்கு அவர் பாட்டி 'அந்த ஆதிவாசிகளையும் அவர்களது குழந்தைகளையும் பார்த்தால் நீங்கள் குருடாகிவிடுவீர்கள்' என்று பதிலளித்தார்.

ஆனால் இந்த பதில் லட்சுமிக்கு பிடித்தமானதாக இல்லை. ஒருநாள் மலையடிவாரத்திற்குச் சென்று, அங்கே மூடாத மார்பில் அழகிய மணிகளால் அலங்கரித்து நின்று கொண்டிருந்த ஆதிவாசி பெண்ணின் கையைப் பிடித்துக்கொண்டார். லட்சுமியின் பாட்டி தண்டனை தருவார் என்று பயந்த அந்தப் பெண் அழத்தொடங்கிவிட்டார். அவளை தன்னுடைய நட்பாக்கி தினமும் அவளை தனது வீட்டிற்கு அழைத்துச்செல்வதை வாடிக்கையாக்கினார். அவரது பாட்டி முதலில் கடுமையாக எதிர்த்தார். ஆனால் லட்சுமியின் மாமா ஒரு காந்தியவாதி. அவர் சொன்னார் ''நாம் யாரையும் தீண்டாதவர்களாக கருதக்கூடாது, நமது வீட்டை அனைவருக்காகவும் திறந்துவைக்கும் காலம் வந்துவிட்டது''. இது இளம் லட்சுமியின் மனதில் ஆழப்படிந்தது. தனது தீண்டாமைக்கு எதிரான போராட்டத்தில் வெற்றியும் பெற்றார்.

கல்வி நிலையத்தில்...

சென்னை சர்ச் பார்க் கான்வென்டில் லட்சுமியின் கல்வி துவங்கியது. பின்னர் அரசு பள்ளிக்கு மாறினார். 1930ல் எஸ்.எஸ்.எல்.சி முடித்தார்ர். பள்ளியில் லட்சுமி உள்ளிட்ட பல மாணவிகள் காங்கிரசுக்கு ஆதரவு தெரிவிக்கும் வகையில் கையால் நூல் நூற்று தயாரித்த கதர் ஆடைகளையே அணியத் துவங்கினர்.

தேசிய இயக்கம், சமூக சீர்திருத்தம், குழந்தை திருமணம் ஆகியவை குறித்தெல்லாம் தனது வீட்டில் நடக்கும் விவாதங்களையே அவரது பள்ளியிலும் நடந்தது அவருக்கு மகிழ்ச்சியளித்தது. அவரது தேசிய உணர்வு கொண்ட வீட்டுச்சூழல் பெருமையைக் கொடுத்தது. அவரது தாயார் அம்மு சுவாமிநாதன் மாதர் அமைப்பில் ஈடுபட்டவர் மட்டுமல்ல அவரது வீட்டில் இருந்த அந்நிய துணிகளை ரோட்டில் எரித்த ஒரு தீவிர தேசபக்த தொண்டரும் ஆவார். லட்சுமியை கூட்டங்களுக்கு அழைத்துச்செல்வார். இப்படியாக இளம் லட்சுமி தேசம் குறித்த புரிதலுக்கு வந்து சேர்ந்தார்.

லட்சுமியின் தந்தை சுவாமிநாதன் அன்று புகழ்பெற்ற வழக்கறிஞராக இருந்தார். அச்சமயத்தில் இந்தியாவில் மைனராக இருந்த ஜமீன்தார்களை புரிய பிரிடிஷ் அரசு வார்டன்களை நியமித்து இருந்தது. கடம்பூர் ஜமீன் தனது ஆங்கில வார்டனை சுட்டுவிட்டார். அந்த வழக்கு சுவாமிநாதனிடம் வந்தது. அவர் அந்த வழக்கில் ஆங்கிலேயர்களை எதிர்த்து வெற்றி அடைந்தார். இதனால் இவர்கள் குடும்பத்திற்கு நல்ல மரியாதை உயர்ந்தது. ஆனால் அவரது ஆங்கிலேய நண்பர்கள் இவருடன் பழகுவதில் வேறுபாட்டைக் காட்டத் துவங்கினர். லட்சுமியின் பள்ளியில் இருந்த ஆசிரியர்கள் உனது தந்தை செய்தது சரியல்ல என வாதிட்டனர். இப்படியான சில நிகழ்வுகள் அவரது வாழ்வில் நடந்தது.

1930ல் சென்னையில் உள்ள ராணி மேரி கல்லூரியில் உயர் படிப்புக்காக லட்சுமி விண்ணப்பித்திருந்தார். ஆனால் அந்த கல்லூரியின் முதல்வர் ஜமீந்தார் சுட்டுக்கொன்ற ஆங்கிலேயரின் தங்கைதான். எனவே கண்டிப்பாக தனக்கு அக்கல்லூரியில் இடம் கிடைக்காது என நினைத்தார். ஆனால் லட்சுமியின் மதிப்பெண்கள் சிறப்பாக இருந்ததும், அந்தப் பெண்மணியின் நேர்மையான செயலபாடும் இவருக்கு அக்கல்லூரியில் இடத்தை உறுதி செய்தது.

அங்கும் அவரால் அமைதியாக இருக்க முடியவில்லை தீவிர காங்கிரஸ் இளைஞர் அணியில் இணைந்தார். இவ்வணிக்கு பிற்காலத்தில் பொதுவுடைமைக் கட்சியின் தலைவராக விளங்கிய பி. இராமமூர்த்தி தலைவராக இருந்தார். லட்சுமியின் பார்வை தேசம் முழுவதும் இருந்தது. அச்சமயத்தில் மாவீரன் பகத்சிங் கைது செய்யப்பட்டு அந்த வழக்கு உலகம் முழுவதும் பேசப்பட்டது. அந்த வீர இளைஞனுக்காக, அவனது வழக்குக்காக மக்களிடம் நிதி வசூல் செய்யப்பட்டது. கேப்டன் லட்சுமி பகத்சிங் வழக்குக்காக அவரது கல்லூரியில் மாணவர்களிடம் நிதி திரட்டுவதில் தீவிரமாக ஈடுபட்டார். அதே -1930ஆம் ஆண்டில் அறப்போராட்டத்தில் மறியலில் ஈடுபட்டதற்காகக் கைது செய்யப்பட்டு ஒரு நாள் முழுவதும் சிறையில் இருந்தார்.

காங்கிரஸ் நிகழ்வுகளில் பங்கேற்றாலும் தன்னை ஒரு காங்கிரஸ்காரராக எப்போதும் லட்சுமி நினைத்ததில்லை. விடுதலைப் போராட்ட ஆதரவாளராக மட்டுமே நினைத்துக்கொண்டார். அனைத்து அகிம்சை சத்தியாக்கிரகங்களும், போராட்டங்களும் தடியடியில் முடிவுற்றது, அவருக்கு

உவர்ப்பானதாக இல்லை. லட்சுமி மருத்துவக் கல்லூரியில் படிக்கும் போதுதான் முதன் முதலாக கம்யூனிசக் கோட்பாடுகளை எதிர் கொண்டார். பல ஆண்டுகள் ஜெர்மனியில் வசித்துவந்த, புரட்சி சிந்தனைகொண்ட, சரோஜினி நாயுடுவின் சகோதரியான சுஹாசினி லட்சுமியை சந்தித்தார். அவர் லட்சுமிக்கு எட்கர் ஸ்னோவின் ‘சீன வானில் சிவப்பு நட்சத்திரம்’ என்ற புத்தகத்தை கொடுத்தார். அதுமுதல் லட்சுமியின் சிந்தனையின் நிறம் மாறத் துவங்கியது, வாழ்வின் பாதையும்தான்...

29

வாழ்வின் இறுதிவரை சுடர்விட்டெறிந்த தீபம் கேப்டன் லட்சுமி.

சரோஜினி நாயுடுவின் சகோதரியான சுஹாசினி, லட்சுமிக்கு எட்கர் ஸ்னோவின் 'சீன வானில் சிவப்பு நட்சத்திரம்' என்ற புத்தகத்தை கொடுத்தார். அதுமுதல் லட்சுமியின் சிந்தனையின் நிறம் மாறத்துவங்கியது, வாழ்வின் பாதையும்தான். அந்த பாதை தேசம், மக்கள், உண்மையான மாற்று கொள்கை, போராட்டம் என்ற சிந்தனைகளை உள்வாங்கியதாக இருந்தது. ஆனால் அதற்கு முன் அவர் பல தடைகளை கடக்கவேண்டி இருந்தது.

1938 ஆம் ஆண்டு லட்சுமி மருத்துவப் படிப்பின் இறுதியாண்டு படித்த போது ஒரு விமான ஓட்டியை காதலித்து திருமணம் செய்தார். அன்பைச் சுமக்கவேண்டிய வயதில் பிரச்சனைகளை சந்திக்கவேண்டி வந்தது. முரண்பாடுகளின் குவியலாக, கருத்துக்கள் ஒத்துப்போகாத திருமணமாய் அது முடிந்தது. அவர்களால் இணைந்து வாழ முடியவில்லை. கசப்பான சம்பவங்கள் தொடர்ந்து அதிகரித்து வந்தன. விடுபட

விரும்பிய நிமிடங்களை தேடிய வாழ்வு அது. பிரிட்டிஷ் இராணுவப் பணிக்கு மருத்துவர்களை தேடிக்கொண்டிருந்த அந்தச் சமயத்தை தனது சுய வாழ்வின் விடுதலைக்காக மாற்றிக்கொண்டார். இரண்டாண்டுகள் மட்டுமே தொடர்ந்த அந்த வாழ்வு, 1940ல் லட்சுமி இராணுவ மருத்துவராய் சிங்கப்பூர் செல்லும் வரைதான் தொடர்ந்தது.

தனது 26வது வயதில் சிங்கப்பூர் வந்தடைந்தார் லட்சுமி. அங்கு கேரளத்து நண்பர் ஒருவரின் மருத்துவமனையில் மருத்துவராய் பணிபுரிய துவங்கினார். இதற்கிடையே பல சம்பவங்கள் உலகம் முழுவதும் நடந்தேறின. பாசிச சக்திகளின் கை மேலோங்கி உலகை அச்சுறுத்திக்கொண்டிருந்தது. இந்தியாவில் விடுதலைப் போராட்டம் தொடர்ந்து நடந்துகொண்டிருந்தது. லட்சுமி சிங்கப்பூர் வந்த சில மாதங்களில் ஒரு பரபரப்பான செய்தி வந்தது, கல்கத்தாவில் கப்பல் மூலம் சுபாஷ் சந்திர போஸ் ஜெர்மனிக்குத் தப்பிவிட்டார் என்ற செய்திதான் அது.

1941 ஆம் ஆண்டு ஜப்பான் சிங்கப்பூரை தாக்கியது. குண்டுகளுடன் துண்டு பிரசுரங்களையும் ஜப்பானியர்கள் வீசினர். அதில் ''நேசபடைகள் சரணடைய வேண்டும் என இருந்தது. பிரிடிஷ் ஏகாதிபத்தியத்தை எதிர்த்த போர் இதுவெனவும், ஒத்துழைத்தால் இந்திய விடுதலைக்கு உதவப்படும்'' எனவும் அதில் எழுதியிருந்தது. ஜப்பானின் ராணுவம் அதிக அளவு சூழ்ந்ததால் பிரிட்டிஷ் இந்தியப்படைக்கு சரணடைவதைத்தவிர வேறுவழியில்லை. சரணடைந்த படையணிகளில் மோஹன்சிங் தலைமை வகித்த பஞ்சாப் ரெஜிமெண்டும் ஒன்று. அதன் ஜப்பானிய தலைமையகத்தில் ராஷ்பிஹாரி போஸை சந்தித்தார். இருவரும் ஜப்பானிய அதிகாரி ஃபியூஜிராவை சந்திக்க அனுப்பப்பட்டனர். பின் ஜப்பானியர்கள் உதவியுடன் இந்திய தேசிய இராணுவம் உருவாக்கப்பட்டது. இதில்தான் நேதாஜி பின்னர் இணைந்தார். அதன் தலைமை பொறுப்பேற்றார்.

1943ல் ஜப்பான் பிரதமர் டோஜோவை சந்தித்து 6 மணி நேரம் விவாதித்து இந்திய விடுதலைக்கு வேண்டிய உதவிகளை இந்திய தேசிய இராணுவத்திற்கு பெற்று வந்தார். இராணுவ படையணிகள் அமைக்கப்பட்டது. இதன்பிறகான சந்திப்புதான் நேதாஜியுடனான லட்சுமியின் சந்திப்பு. அவர் வாழ்க்கையை மாற்றிப்போட்ட சந்திப்பு. அந்நிய ஒடுக்குமுறையுடன் பெண்கள் சமூக ஒடுக்குமுறையையும் அல்லவா சேர்ந்து

சுமக்கவேண்டியுள்ளது? பெண்கள் ஆண்களுக்கு இணையான உரிமைகள் கிடைக்காதவரை, நாடு முன்னேறாது. விடுதலை பெற்ற ஒருக் நாட்டில் சாதி, மத, பாலின அடிப்படையிலான பாரபட்சமோ, ஒடுக்குமுறையோ இருக்கக்கூடாது இவைதான் நேதாஜி லட்சுமியிடம் பேசிய சாரம்.

அடுத்த நாள் லட்சுமி தான் புதிதாக துவங்கியிருந்த கிளினிக்கை மூடிவிட்டு களத்தில் இறங்கினார். பெண்களை ராணுவத்தில் சேர்க்க கடுமையாக உழைத்தார். மூன்று நான்கு தலைமுறைகளாக அங்கு வாழ்ந்த குடும்பத்து பெண்கள்தான் அப்படையணியின் முதுகெலும்பாக விளங்கினர். அந்த கல்விகற்ற சுதந்தி உணர்வு மிக்க பெண்களை அதிகாரிகளாகக் கொண்டு இந்திய வரலாற்றில் முதல் பெண்கள் படை பிரிவான ஜான்சிராணி படைப்பிரிவு உருவாக்கப்பட்டது. அதன் கேப்டன் லட்சுமி, அவருக்கு அடுத்த கமாண்டெண்ட் ஜானகி தேவர்.

1943 அக்டோபருக்குள் 1500 பெண்களை வைத்து பயிற்சியளிக்க முகாம் ஏற்பாடு செய்யும் அளவு இப்படை விரிவானது. பர்மா, ரங்கூனிலிருந்து இன்னொரு ரெஜிமென்ட் தயாரானது. அதிலிருந்த பெண்கள் அனைவரும் வங்க மொழி பேசுவோர். படையணியில் தினசரி கடைபிடிக்கபட்ட அட்டவணையும், கட்டுப்பாடும், உணவுப் பழக்கமும் பெண்கள் மீது பிரமிக்கதக்க தாக்கத்தை ஏற்படுத்தியிருந்தது. பெண் வீரர்கள் பயிற்சியும், பொது நிர்வாகத்தையும் பார்த்துக்கொள்ளும் பொறுப்பு கேப்டன் லட்சுமியுடையது. அனைத்துத் திட்டங்களையும் விவாதிப்பது, நேதாஜி வெளிநாட்டு பிரமுகர்களை சந்திக்கும் போது உடனிருப்பது ஆகியவை அவரது முக்கிய பணிகளாக இருந்தது.

ஆனால் பாசிசப்படைகளின் ஆதரவுடன் இந்திய தேசிய இராணுவம் செயலாற்றியதை பற்றி கேப்டன் லட்சுமிக்குள் கடுமையான விவாதங்கள் நடந்துதான் வந்தது. யூதர்களை ஹிட்லர் நடத்திய விதம் குறித்தும், அவரது உதவி இல்லாமல் பிரிட்டிஷ்காரர்களை நம்மை மட்டுமே நம்பி தோற்கடிக்க வெண்டும் எனவும், பாசிச கோட்பாடுகளை உதறித்தள்ளி நமக்கான கோட்பாட்டை நாமே உருவாக்க வேண்டுமெனவும் நினத்தார். இந்திய விடுதலைக்கு ஜப்பான் உதவி புரிவதாக மனதார நம்பி இந்திய தேசிய இராணுவம் செயல்பட்ட காலம் அது.

1944 மார்ச் மாதம் இந்த இராணுவப்படை முதலில் ரயிலிலும் பின்னர் மோட்டார் படகிலும் பர்மாவை நோக்கிச்சென்றது. சாகசம் நிறைந்த பயணம் அது. பிரிட்டிஷ் இந்தியாவின் வடகிழக்குப் பகுதியில் ஐ.என்.ஏ.வும் ஜப்பானின் படையும் சேர்ந்து தாக்குதல் நடத்த திட்டமிட்டு நடந்த பயணம் அது. தினமும் 10 முதல் 15 கிலோமீட்டர் நடந்து காட்டில் பயணம். ஆங்காங்கே குண்டுகள் விழும், பலர் காயம்படுவர் இருப்பினும் பயணம் தொடரும். 1944 மார்ச் முதல் ஜூன் வரை இராணுவம் பர்மாவில் இருந்தது. அப்போது நிறைய பேர் குண்டுகளால் தாக்கப்பட்டனர். ஜான்சிராணி படையணியைச் சேர்ந்த பெண்கள் நர்சுகளாக பணிபுரிந்தனர். 1945 மார்ச் மாதம் இம்பாலாவுக்குள் படை நுழையும் தருணத்தில் படை பின்வாங்குவது என முடிவெடுக்கப்பட்டது. காரணம், உலகப்போர் சோவியத் யூனியனின் தீரம் மிகுந்த மகத்தான செம்படையால் முடிவுக்கு கொண்டுவரப்பட்டது.

பின்வாங்கப்பட்ட படையில் இருந்த பர்மாக்காரர்கள் வீட்டிற்கு அனுப்பப்பட்டனர். மற்றவர்களை முதலில் தாய்லாந்திற்கும் பின்னர் மலேசியாவுக்கும் அழைத்துச் சென்றார் நேதாஜி. சிங்கப்பூர் பெண்கள் அவர்கள் வீட்டிற்கு அனுப்பப்பட்டனர். நேதாஜி சைகோன் சென்றுவிட்டார். 1945 ஆகஸ்ட் மாதம் அவர் டோக்கியோ சென்றபோது விமானம் விபத்துக்குள்ளாகி மரணமடைந்தார்.

பர்மாவின் காடுகளில் இருந்த கேப்டன் லட்சுமி பிரிடிட்ஷ் ராணுவத்தால் கைதுசெய்யப்பட்டு ரங்கூனில் ஒருமாதம் வீட்டுக் காவலில் வைக்கப்பட்டார். அவரை காண ஐ.என்.ஏ முன்னாள் வீரர்கள் வருவார்கள். இவர்கள் ஒன்று திரண்டு 1945 அக்டோபரில் ரங்கூனில் ஒரு மாநாடு நடத்தினர். இச்செய்தியைக் கேள்விப்பட்ட பிரிட்டிஷ் இந்திய அரசு கேப்டன் லட்சுமியை 1945 அக்டோபர் முதல் 1946 மார்ச் வரை மலையில் சிறைக்கைதியாய் வைத்திருந்து பின்னர் இந்தியாவுக்கு அனுப்பியது.

1947ல் இந்தியா விடுதலை அடைந்தது. கேப்டன் லட்சுமி போன்றவர்களுக்கு இது மகிழ்வும் துக்கமும் கலந்த ஒரு சம்பவமாய்தான் இருந்தது. ஏனெனில் நாட்டின் பிரிவினை அவரகளை துக்கமுறச் செய்தது. இதற்குக் காரணம், காங்கிரஸ் என அவர்கள் உறுதியாக நம்பினார்கள். லட்சுமி கம்யூனிஸ்டுகளுடன் இணைந்து செயலாற்ற விருப்பம் கொண்டார். ஆனால்

அக்கட்சியில் ஒருசிலர், இவர்களை பாசிச சக்தியின் கையாட்களாக பார்த்தனர். 1947ல் கேப்டன் லட்சுமி கர்னல் பிரேம் குமார் சைகலை மணந்தார். 1946ல் ஐ.என்.ஏ.வின் குற்றம்சாட்டப்பட்ட மூன்று முக்கிய நபர்களில் அவரும் ஒருவர். லாகூரிலிருந்து இவர்கள் கான்பூருக்குக் குடிபெயர்ந்தனர். அங்கு கேப்டன் லட்சுமி தனது மருத்துவ பணியை முழுவீச்சில் துவங்கினார். பாகிஸ்தானிலிருந்து அகதிகள் வந்தவண்ணமிருந்தனர். இந்து, முஸ்லிம் என வித்தியாசம் பாராமல் அனைவருக்கும் அவர் சேவை செய்தார். இத்தம்பதிக்கு சுபாஷினி, அனிசா என்ற இரு மகள்கள் பிறந்தனர்.

அவரது நோயாளிகள் பெரும்பாலும் உழைக்கும் மக்கள், பஞ்சாலை தொழிலாளிகள், அகதிகளாகவே இருந்தனர். வங்கதேச போரின் போது மேற்குவங்கத்தில் குவிந்த அகதிகள் மீண்டும் கேப்டனை அரசியல் வாழ்வுக்கு அழைந்து வந்தனர். மார்க்சிய இயக்கத்தின் மகத்தான தலைவர் ஜோதிபாசு அழைப்பை ஏற்று அங்குள்ள அகதிகளுக்கு மருத்துவ உதவி செய்ய மேற்குவங்கம் விரைந்தார் கேப்டன். அங்கு மக்கள் நிவாரண குழுக்களுடன் பொகாய்காவ் என்ற இடத்தில் ஐந்து வாரங்கள் தங்கி உதவினார். எல்லை தாண்டி முக்தி வாஹினித் தொண்டர்களுக்கு உதவினார். அப்போதுதான் அவர் தன்னை, மக்களுக்கு அளப்பரிய தியாகங்களைச் செய்து போராடும் மார்க்சிஸ்ட் கம்யூனிஸ்ட் கட்சியில் இணைத்துக்கொண்டார்.

தனது 57வது வயதில் ஒரு சரியான இயக்கத்தில் தன்னை இனைத்துக்கொண்ட மனநிறைவு அவருக்கு வந்தது. 1981ல் அனைத்திந்திய ஜனநாயக மாதர் சங்கத்தின் அமைப்பு மாநாட்டில் அகில இந்திய துணைத் தலைவராக தேர்ந்தெடுக்கப்பட்டார். 1984ல் இந்திராகாந்தி படுகொலையைத் தொடர்ந்து நடந்த சீக்கிய மக்கள் மீதான படுகொலைகளின் போது வீதியில் இறங்கி அவர்களை பாதுகாக்க நின்றார். அவர் இருந்த பகுதியில் ஒரு சீக்கியரும் தாக்கப்படவில்லை என்பதிலிருந்து அவரது தீவிரப் போராட்டத்தை அறியமுடியும். 1984ஆம் ஆண்டு யூனியன் கார்பைடு நிறுவனத்தில் ஏற்பட்ட விஷ வாயு கசிவால் பாதிக்கப்பட்ட ஆயிரக்கணக்கான மக்களுக்கு அவரது மருத்துவக் குழு அங்கு சென்று பணியாற்றியது. அவரது போராட்ட வாழ்க்கை நெடியது.

2002 ஆம் ஆண்டு இந்திய நாட்டு ஜனாதிபதி தேர்தலில் அப்துல் கலாமை எதிர்த்துப் போட்டியிட்டார். முதுமையை வென்ற போராளியாய் ஜொலித்தார். அதுதான் கேப்டன் லட்சுமி.

காலம் அவரையும் நம்மிடமிருந்து பிரித்து அழைத்துச்சென்றது. அவரின் வாழ்வில் நாம் கற்க வேண்டிய ஏராளமான பாடங்களை விட்டுச்சென்றார். அவர் மரணமடைந்த போது ஒரு மாதப்பத்திரிக்கை அவருக்கு கீழ்கண்டவாறு அஞ்சலி செலுத்தியது.

‘‘23.07.2012 அன்று கேப்டன் லட்சுமி சேஹல் காலமானபோது இந்திய விடுதலைப் போராட்டத்திலும் அதன் பிறகான இந்திய அரசியல் களத்திலும் பெண்கள் பங்கேற்பின் ஒளிமிக்க அத்தியாயம் ஒன்று முடிவுபெற்றது. லட்சியத்தின் மீதான அரசியல் பணியையும் தொழில் சார்ந்த மருத்துவப் பணியையும் தன் சமூகத்தின் மேம்பாட்டிற்காக அர்ப்பணித்து வாழ்ந்த அவரது பூதவுடல் மருத்துவம் பயிலும் மாணவர்களின் ஆய்வுக்காக வழங்கப்பட்டது சாலப் பொருத்தமே.’’

30

ஜானகி: மலேஷியாவில் உருவான புயல்

1931 ஆம் ஆண்டு, மார்ச்சில் காந்தி - இர்வின் ஒப்பந்தம் கையெழுத்தானதும் காந்தி பின் வருமாறு அறிவித்தார்: ''ஒரு காலம் கடந்து சென்றுவிட்டது, புதியகாலம் தொடங்கிவிட்டது. சட்ட மறுப்பு இயக்கமும், சிறை செல்வதும் அல்லது நேரடி நடவடிக்கையும் உடன்பாட்டிற்கு முன்பு பின்பற்றப்பட வேண்டிய முறையாக இருந்தது. அதன் பிறகு விவாதமும் பேச்சு வார்த்தையும் அதனிடத்தை எடுத்துக்கொண்டன''. இதைவிட தெளிவாக குஜராத்தில் நடந்த பொதுக்கூட்டத்தில் அவர் சொன்னார் ''நேரடி நடவடிக்கையின் சாயல் கொண்ட அனைத்தும் நிராகரிக்கப்பட்டு, பேச்சுவார்த்தைகள், விவாதங்கள், பேரங்கள் மூலம் பெற்றுவிடலாம். சட்டமறுப்பு இயக்கத்தை நிறுத்திவைத்ததன் மூலம் இபொழுது நாம் ஒழுங்கு கட்டுப்பாடு கொண்ட கீழ்ப்படிதல் என்ற காலகட்டத்துக்குள் வந்துள்ளோம்.'' *(இந்தியாவில் பிரிடிஷ் ஆட்சி 1919 - 1947. பக் 34)*

1946 பிப்ரவரி 15 மவுண்ட்பேட்டனுட்கு முன்பு இந்தியாவின் வைஸ்ராயாக இருந்த வேவல் தனது நாட்குறிப்பில் இப்படி எழுதினார். "அது ஒரு எச்சரிகை நாளாக இருந்தது: சுற்றுலா நாளாக இல்லை. இந்திய தேசிய ராணுவத்திடம் சரணடைவதைப் பற்றிக் கூறிய போர்ட்டரை பார்த்தேன். அஞ்சல் துறை வேலைநிறுத்தம் தொடர்பாக பெவூரைச் சந்தித்தேன். இந்திய விமானப்படைக் கலகம் தொடர்பாக கார் அவர்களைச் சந்தித்தேன். இரயில்வே வேலைநிறுத்தம் தொடர்பாக கிரிபின், கான்ரன் ஸ்மித் ஆகியோரைச் சந்தித்தேன். இறுதியாக இவை எல்லாவற்றுக்கும் உட்சபட்ச சோகமாக பம்பாய் இராயல் இந்திய கலகத்தைப் பற்றியும், இந்திய தேசிய இராணுவம் தொடர்பான வழக்கு விசாரணை குறித்தும் தலைமை தளபதியைச் சந்தித்தேன்'' (இந்தியாவில் பிரிடிஷ் ஆட்சி 1947 - 1919., பக் 300.)

மகாத்மா காந்தியின் நிலைபாடு எப்படி யதார்த்தத்திற்கு மாறாக இருந்தது என அவர் அறிவித்த 14 ஆண்டுகள் கழித்து வேல்ஸ் நாட்குறிப்பு எளிதாய் புரிய வைத்திருக்கும். உண்மை நிலையும் அதுதான். கன்னத்தைத் திருப்பிக் காட்ட இருந்த கூட்டத்திற்கு நிகராக, திருப்பித் தாக்கவும் பெருங்கூட்டம் தயாராக இருந்தது. காங்கிரசும் காந்தியும் மட்டும் இந்திய விடுதலைப் போராட்டத்தின் பாதையைத் தீர்மானிக்கவில்லை. இந்தியாவின் விடுதலைப் போராட்டப் பாதைகள் பல்வேறு தடங்களில் பயணித்தது. காங்கிரஸ் கட்சி, புரட்சிகர கம்யூனிஸ்டுகள், தீவிர புரட்சிகர அமைப்புகள், சுபாஷ் பாபுவின் இந்திய தேசிய ரணுவம், இஸ்லாமிய அமைப்புகள், சமூக விடுதலை, சாதிய ஒடுக்குமுறை, பெண் விடுதலை இல்லாத விடுதலை எங்களுக்கு வேண்டாம் என்ற சீர்திருத்த அமைப்புகள், நிலத்திற்கான தெலுங்கானா போராட்டம் என பல வடிவங்களில் பிரிட்டிஷ் ஏகாதிபத்தியத்தை எதிர்த்துநின்ற சூழல் தேசத்தில் இருந்தது.

இந்திய தேசிய ராணுவம் அமைத்த சுபாஷ் சந்திர போஸ் அதன் யுத்த தந்திர வடிவமைப்பிலும், போராட்ட திட்டமிடலிலும், அணி திரட்டலிலும் இருந்தார். அவர் சென்ற இடமெல்லாம் மக்கள் திரண்டனர். மலேஷியாவில் இருந்த இந்தியர்களைச் சந்தித்து இந்தியாவின் விடுதலைக்குத் தங்களால் இயன்றதை வழங்குமாறு கேட்டுக் கொள்ள விரிவான சுற்றுப்பயணம் மேற்கொண்டார். அங்கு அவர் சென்ற இடமெல்லாம் இந்தியர்கள் திரண்டனர். அவர் பேசிய

இடங்களிலெல்லாம் தமிழர்கள் தங்கள் வீடுகளில் இருந்த நகைகளை எல்லாம் எடுத்துக் கொடுத்தனர். அப்போது அங்கிருந்த ஒரு இளம் பெண் உடனே சற்றும் தாமதிக்காமல் தான் அணிந்திருந்த தங்கக் கம்மல்களைக் கழற்றிக் கொடுத்தார், அப்படி அந்த இளம் பெண் தனது நகைகளை கொடுத்திட அவருக்கான ஒரு அரசியல் பின்னணி இருந்தது. இளம் வயதில் பெருமைமிகு அரசியல் பின்னணியுடன் இருந்த அந்த பெண்ணின் பெயர் ஜானகி ஆதி நாகப்பன்.

1946 ஆகஸ்ட் மாதம் மலேசிய இந்தியர் காங்கிரஸ் தொடங்கப்பட்டபோது அது இந்தியாவின் சுதந்திரத்திற்காகவும், இந்திய தேசிய இராணுவத்திற்காகவும், சிறைக்குச் சென்றவர்களை மீட்பதற்காகவும் சேவை செய்ய பிறந்த கட்சியாகவே இருந்தது. மலேசிய இந்தியர்களை வழிநடத்த ஓர் அரசியல் அமைப்புத் தேவை என்று அப்போதைய சுதந்திரப் போராளிகள் முடிவு எடுத்தனர். எனவே அப்போது மிகச்சிறந்த வாய்ப்பாக கிடைத்த இந்திய தேசிய இராணுவத்தில் சேர்ந்து சேவையாற்றுவது என முடிவு செய்தனர். அத்தகைய தேசப்பற்றுமிக்க மலேசிய காங்கிரஸ் இயக்கத்தில் தன்னை இளம் வயதிலேயே இணைத்துக் கொண்டவர் ஜானகி.

அதன் விளைவாக தனது நகைகளை மட்டுமல்ல தனது வாழ்வையும் இந்திய தேசிய ராணுவத்திற்கு அர்ப்பணிக்க அவர் தயாரானார். அவருடைய குடும்பத்தில் இருந்த யாரும் இதை விரும்பவில்லை. இந்திய விடுதலையை விரும்பினார்கள். ஆனால் அதற்காக தனது குடும்பத்திலிருந்து ஒருவரை அதுவும் இளம் பெண்ணை அனுப்ப அவர்கள் விரும்பவில்லை. அவரது குடும்பத்தில் பலமான எதிர்ப்பு கிளம்பியது. குறிப்பாக, ஜானகியின் தந்தையாருக்கு இது மொத்தமாய் பிடிக்கவில்லை. ஜானகி ஆதி நாகப்பன் பிடிவாதமாக இருந்து இறுதியில் பெற்றோர்களின் சம்மதத்தைப் பெற்றார்.

இந்திய தேசிய இராணுவத்தில் முதன்முதலில் சேர்ந்த மலேஷியப் பெண்களில் ஜானகியும் ஒருவர். ஆனால் அவர்களுள் அவர் மிக முக்கியமான ஆளுமை நிறைந்தவர். வசதியான குடும்பத்தில் பிறந்து சொகுசான வாழ்க்கை வாழ்ந்தவர். முதல் நாள் படையில் கொடுக்கப்பட்ட உணவைப் பார்த்து ஜானகி மிரண்டு போனது மட்டுமல்ல, கண்கள் கலங்கவும் செய்தார். ஆனால் மனம் கலங்கவில்லை. ஜானகி போர்ப்படையின்

கடுமையான விதிகளுக்கும், கட்டுப்பாடுகளுக்கும், நெறி முறைகளுக்கும் தன்னை முழுமையாக உட்படுத்திக்கொண்டார். வலிமிகுந்த வாழ்க்கை அது. ஆனால் மனவலிமை அவரை எழுச்சியுறச் செய்தது. எதற்கும் ஈடு கொடுக்க முடியும் என நம்பினார். இராணுவ வாழ்வில் தொடக்க காலத்தில் மிகவும் அவதியுற்றாலும், அவர் சோர்ந்துவிடவில்லை.

1946 ஆம் ஆண்டு ஆகஸ்டு மாதம் 3, 4, 5 ஆம் தேதிகளில் நடைபெற்ற மலேசிய இந்திய காங்கிரஸ் அமைப்புக் கூட்டத்தில் கலந்துகொண்ட டான்ஸ்ரீ ஆதி நாகப்பனுக்கும் இவருக்கும் அறிமுகம் ஏற்பட்டது. போர்க்களம் காதலை எப்போதும் புறந்தள்ளியதில்லை. போர்க்களத்தில் இரு இதயங்கள் அன்பு கொண்டன. அது காதலாய் மலர்ந்தது. தோழமைகள் புடைசூழ, எதிகாலம் கடுமையான சவால்கள் நிறைந்தது எனத்தெரிந்தே இருவரும் 1949 இல் திருமணம் செய்துகொண்டனர்.

காலப்போக்கில் இராணுவ வாழ்க்கை ஜானகியிடம் குழந்தைப் போல பழகிப்போனது. அவரது அர்ப்பணிப்பும், தேச பக்தியும், மக்கள் மீதான அன்பும் ராணுவத்தில் இருந்த அனைவரையும் ஈர்த்தது. படை அதிகாரிகளுக்கான முக்கிய தேர்வில் ஜானகி முதல் நிலையில் தேர்ச்சி பெற்றார். அதன் விளைவாக பின்னர், இந்திய தேசிய இராணுவத்தின் முதல் பெண்கள் படைப் பிரிவான ஜான்சி ராணி ரெஜிமெண்டில் துணைத் தளபதியாகப் பொறுப்பேற்றார். ஜான்சிராணிக்கு ஒரு ஜல்காரிபாய் போல கேப்டன் லட்சுமிக்கு பின்புலமாய் இவர் களமாடினார். .

பெண்கள் ஆயுதம் ஏந்திய ஜான்சி ராணிப் படைக்குத் துணைத் தளபதியாகப் பதவி ஏற்ற ஜானகி ஆதி நாகப்பன், பர்மா-இந்தியா போர் முனையில் போரில் ஈடுபட்டார். போர்க்களம் மேலும் உறுதிகொள்ளச் செய்தது. கடுமையான தாக்குலில் காயம் அடைந்து குணம் அடைந்தார். விடுதலைக்கு பின்னாளில் அவர் ஜான்சி ராணி படையைப் பற்றி அனுபவக் குறிப்புகளைக் கொண்டு ஒரு நூலையும் எழுதியுள்ளார்

இந்தியாவின் விடுதலைப் போராட்டத்தில் அவரின் அரிய சேவைகளைப் பாராட்டி இந்திய அரசாங்கம் மிகவும் தாமதாமக பத்மஸ்ரீ விருதை வழங்கி கௌரவித்தது. 1997ஆம் ஆண்டுதான் இவ்விருது கொடுக்கப்பட்டது. இந்தியாவின் பத்மஸ்ரீ விருதைப்

பெறும் முதல் மலேசியர் எனும் பெருமையும் இவரையே சாரும். இரண்டாம் உலகப் போருக்குப் பின்னர் ஜானகி ஆதி நாகப்பன் சமூக பொதுச் சேவைகளில் தன்னை முழுமையாக இணைத்துக் கொண்டார். இன்னுமொரு முக்கியமான தகவல், 1946ஆம் ஆண்டு, மலேசிய இந்திய காங்கிரசின் முதல் தலைவர் ஜான் திவியுடன் இணைந்து மலேசிய இந்திய காங்கிரஸ் அமைப்பை உருவாக்கியவரும் இவரே.

மலேசிய இந்திய காங்கிரஸ் சார்பில் மலேசிய நாடாளுமன்றத்தின் மேலவை உறுப்பினராக 1980 ஆம் ஆண்டில் பொறுப்பேற்றார். அந்தப் பதவியை 1986 ஆம் ஆண்டு வரை ஆறு ஆண்டுகள் வகித்தார். விடுதலைக்குப் பின்பு மலேசிய நாடாளுமன்றத்தின் மேலவையில் இடம் பெற்ற முதல் இந்திய வம்சாவளிப் பெண்மணி இவர்தான். அவரது காதல் கணவன் டான்ஸ்ரீ ஆதி நாகப்பனின் அரசியல் ஈடுபாட்டிற்கும் பொதுப் பணிகளுக்கும் தொடக்க காலத்தில் இருந்து பேருதவியாக ஆத்மபலமாய் இருந்து வந்தார். இவருடைய கணவரின் பெயரில் ஆண்டுதோறும் மலேசியத் தமிழ் எழுத்தாளர் சங்கத்தின் டான்ஸ்ரீ ஆதி நாகப்பன் இலக்கிய விருது வழங்கப்பட்டு வருகிறது. மலேசியாவில் மிகச் சிறந்த இலக்கியப் படைப்புகளுக்கு அந்த விருது வழங்கப்படுகிறது. விடுதலைக்கு பின்பு பல ஆண்டுகள் மக்கள் சேவையில் தன்னை அர்ப்பணித்துக்கொண்ட கேப்டன் லட்சுமியின் பரம்பரை இவர் என நிரூபணம் செய்த இவரைப்போல இன்னும் பலரைச் சந்திக்கலாம்.

31

விமல் சர்தேசாய்: சரியான பாதையை தேர்ந்தெடுத்தவர்

கத்தி யின்றி ரத்த மின்றி
யுத்த மொன்று வருகுது
சத்தியத்தின் நித்தி யத்தை
நம்பும் யாரும் சேருவீர்!
கண்ட தில்லை கேட்ட தில்லை
சண்டை யிந்த மாதிரி
பண்டு செய்த புண்ணி யந்தான்
பலித்த தேநாம் பார்த்திட!
காந்தி யென்ற சாந்த மூர்த்தி
தேர்ந்து காட்டும் செந்நெறி
மாந்த ருக்குள் தீமை குன்ற
வாய்ந்த தெய்வ மார்க்கமே.

நாமக்கல் கவிஞரின் இக்கருத்தைக் கொண்ட பாடல்கள் வெவ்வேறு மொழிகளில் வெவ்வேறு வார்த்தைகளில் தேசம் எங்கும் எதிரொலித்த நேரம்

அது. சக்திவாய்ந்த, சம்பிரதாயமற்ற எதிர்ப்பு போராட்டமான சத்தியாக்கிரகம் மாணவர்களை, இளைய பட்டாளத்தை வசீகரித்த உலைக்களமாய் தேசம் இருந்தது.

14 வயதில் சிறையை நோக்கி...

காந்தி என்ற எளிய மனிதன் தேசத்தின் ஆன்மாவை அகிம்சை வழியில் போராடத் தூண்டி, அதில் வெற்றியும் அடைந்திருந்தார். அவரைச் சுற்றி எப்போதும் நூற்றுக்கணக்கில் ஆண்களும் பெண்களுமாய் எளிய மனிதர்கள் குழுமியிருந்தனர். அவர் போராட்டத்திற்கு நிதி கேட்டால், தங்கள் உடம்பில் இருந்த குண்டுமணி தங்கத்தையும் அவரிடம் தாரைவார்த்தனர். அன்று அவரைச்சுற்றி இருந்த கூட்டத்தில் 14 வயது நிரம்பிய விமல் என்ற மாணவியும் ஒருவர். காந்தியை சந்தித்த அந்த தருணம் அவளது வாழ்க்கையில் மிகப்பெரிய திருப்புமுனையை ஏற்படுத்தியது. தன்னுடைய குடும்பச் சூழல் விடுதலைப் போராட்டத்தில் ஈடுபட அனுமதிக்கும் என்பதால் அந்த இளம் மாணவி காங்கிரசின் சேவை அமைப்பான சேவாதளத்தில் காந்தியை சந்தித்த அன்றே தன்னை இணைத்துக்கொண்டார்.

அச்சமயத்தில்தான் காங்கிரஸ் கட்சி மிகப்பெரிய சத்தியாக்கிரகப் போராட்டத்தை துவங்கி இருந்தது. அப்போது கதராடை உடுத்துவது தங்களின் உணர்வின் வெளிப்பாடு என தேசபக்தர்கள் உணர்வுபூர்வமாக நம்பினர். எனவே விமலும் அவரது தோழிகளும் பள்ளிக்கு வெள்ளை நிறத்திலான கதர் ஆடைகளையே உடுத்திச் சென்றனர்.

சேவாதளத் தொண்டரான விமலுக்கும் அவரது தோழர்களுக்கும் வெளிநாட்டு துணிகளை விற்கும் கடைகளுக்கு முன்பு மறியல் செய்யும் பணி தரப்பட்டது. இவர்கள் செல்லும்போது கடைக்காரர்கள் கடையை மூடிவிடுவார்கள். காவல்துறையினர் போராட்டக்காரர்களை அப்புறப்படுத்தியதும் மீண்டும் திறப்பார்கள். இவர்களுக்கு பாடம் நடத்திட எண்ணிய விமல் தனது நண்பர்களுடன் திடீரென அறிவிப்பு இல்லாமல் காரில் சென்று கடைகளை மறித்தார். காவல்துறை இவர்களை வளைத்துப் பிடித்துக் கைது செய்தது. சுற்றிலும் மக்கள் திரண்டு இவர்கள் செல்லும் காவல்துறை வாகனத்தின் மீது மலர்த்தூவி வாழ்த்தினர். நீதிமன்றத்தில் ஆங்கில நீதிபதி ‘‘இவர்களை சிறுமிகள்தானே’’ என்று ஏளனத்துடன் மன்னிப்பு கேட்டால்

விட்டுவிடுவதாக கூறினார். ஆனால் விமல் சொன்னார் ''நாங்கள் செய்தது பெருமைக்குரிய செயல், நாங்கள் ஏன் மன்னிப்பு கேட்க வேண்டும்?'' என்றார். கோபமடைந்த நீதிபதி இவரையும் இவரது சகோதரி குசும் உள்ளிட்ட பலரையும் பூனாவில் உள்ள எரவாடா சிறையில் அடைத்தார். அங்கு எற்கனவே சரோஜினி நாயுடு, கமலாதேவி சட்டோபாத்யாயா போன்றவர்கள் அடைக்கப்பட்டிருந்தனர். ஆறு மாத சிறைவாசத்திற்குப் பின்பு 1931ல் காந்தி-இர்வின் ஒப்பந்தம் போடப்பட்ட பின்பு ஆறுமாத சிறைவாசத்துடன் விமல் வெளியே வந்தார்.

விமல் கைதானபோது செய்தித்தாள்களில் அது முக்கிய செய்தியாக வந்திருந்தது. பொதுவாக அனைத்து செய்திதாள்களும் இப்படி செய்தியை வெளியிட்டன ''கைதான சேவாதள தொண்டர்களில் மிகவும் சிறிய வயதுடையவர் 14 வயதான விமல் சர்தேசாய். அவருக்கு சிறைத் தண்டனை விதிக்கப்பட்டுள்ளது.'' 14 வயதில் தேசத்தின் மீது அக்கறை கொண்ட, ஆங்கிலேயனிடம் மன்னிப்பை கேட்டு சுதந்திரமாய் திரிவதைவிட, சிறைச்சாலையே மேல் என முடிவெடுத்த அந்த 14 வயது மாணவியின் பின்னணி என்ன...

மாற்றத்தை நோக்கிய பின்னணி...

மகாராஷ்டிர மாநிலம் ரத்தினகிரி மாவட்டத்தில் உள்ள பிரதானவல்லி என்ற மிகவும் பின்தங்கிய கிராமத்தில் அனந்த சர்தேசாய் - மாலதி தம்பதியினருக்கு 1915 ஆம் ஆண்டு மூத்த குழந்தையாக விமல் பிறந்தார். இவருக்கு பின் இரண்டு தம்பிகளும் ஒரு தங்கையும் பிறந்தனர். காங்கிரஸ் கட்சிக்கு ஆதரவான அதேசமயம் சமூக சீர்திருத்த முற்போக்கமான குடும்பமாய் அது திகழ்ந்தது. விமலுக்கு 10 வயதாகும் போது அவரது தந்தை மரணமடைந்தார். குடும்பத்தை பராமரித்து குழந்தைகளைப் படிக்கவைக்கும் பொறுப்பை விமலின் மாமா கணேஷ் சர்தேசாய் ஏற்றுக்கொண்டார். விமல் தனது மாமாவுடன் பம்பாய் சென்றுவிட்டார். மெட்ரிகுலேஷன் படிக்கும்போது பூனா அருகிலுள்ள ஹிங்கானி என்ற இடத்திலுள்ள கார்வே ஆசிரமத்திற்கு விமலை அவரது மாமா அனுப்பி வைத்தார்.

இந்தச் சூழலில்தான் அவர் சத்தியாக்கிரகப் போராளியாக உருமாறினார். ஆனால் தான் அறிவிக்கும் போராட்டத்தின் உச்சத்தில் அதை வாபஸ் வாங்கும் பழக்கம் கொண்ட காந்தி

சத்தியாக்கிரக போராட்டத்தையும் வாபஸ் வாங்கினார். இதனால் தேசபக்தர்கள் கடுமையான சோர்வை அடைந்தனர். விமல் கடுமையான ஏமாற்றத்துடன் போராட்டத்திற்கான மாற்று வழிகளை தேடினார். அவருக்கு தாமோதர் சாவர்க்கரை சந்திக்கும் வாய்ப்பு அப்படித்தான் கிடைத்தது. வீட்டுச்சிறையில் இருந்த சாவர்கர் 16 வயதுடைய விமலையும் அவரது தோழியையும் பார்த்துப் பாராட்டியவர், ‘‘முதலில் கல்வியை முடித்துவிட்டு பிறகு போராட வாருங்கள் எனச்சொன்னார். ஆனாலும் விமலின் மனதில் போராட்ட உத்வேகம் அலையடித்துக்கொண்டே இருந்தது. தான் கற்ற கல்வியின் பயனாக அவரது உள்ளத்தில் கேள்விகள் எழுந்துக்கொண்டே இருந்தது.

‘‘காங்கிரஸ் பாதை சரியானதா? உழைக்கும் மக்களின் விடுதலை எந்த அளவு சாத்தியம்? வறுமை, பசி, கல்லாமை, நிலபிரபுத்துவம், சாதியம், மத ரீதியான திரட்டல் இவைகளையெல்லாம் எதிர்த்தும்தானே விடுதலைப்போராட்டம் நடைபெற வேண்டும். ஆனால் காங்கிரஸின் பார்வையில் இவைகள் குறித்தெல்லாம் தெளிவான பார்வை இல்லையே’’ என்று கருதினார். தேசசுதந்திரம் என்பது வெறும் விடுதலை என்ற வார்த்தையோடு மட்டும் இணைக்கப்பட்டதல்ல; அதையும் தாண்டி உழைப்பாளி மக்கள் விடுதலையோடு பின்னிப்பிணைந்தது என்று கருதினார். இந்தச் சிந்தனை அவரை இயல்பாகவே மார்க்சியத்தின்பால் ஈர்த்தது.

அதன்பிறகான அவர் வாழ்க்கையில் சிறந்த கல்வியாளராக, புகழ்பெற்ற திரைப்பட நடிகையாக, உழைப்பாளி மக்களின் போராளியாக, விடுதலைக்கான முழு அர்த்தத்தை புரிந்த விடுதலை வீரராகப் பரிணமித்தது ஆச்சரியமான பக்கங்கள்தான்.

32

தேச விடுதலையில் துவங்கி மக்கள் விடுதலை நோக்கி...

படிப்பை முடித்த விமல், தம்பி தங்கைகளை பராமரிக்க பம்பாய் ஜார்ஜ் மன்னர் பள்ளியில் ஆசிரியராகச் சேர்ந்தார். ஆறாம் வகுப்பு மாணவர்களுக்கு சமஸ்கிருதம், ஆங்கிலம், மராத்தி மற்றும் வரலாறு போதித்தார். பின்பு கிர்காவில் உள்ள சாரதா ஆசிரமத்தில் கல்வி கற்பித்தார். பின்பு தனது தோழியுடன் வேலைதேடி நாக்பூர் வந்தார். அங்கே பிரபல மராத்தி மொழி எழுத்தாளர் வரேர்கர் மூலமாக திரைப்படத்தில் நடிக்க வாய்ப்பு வந்தது. திரைப்படக் கலைஞராவதில் அவருக்கு தயக்கம் இருந்தது. ஆனால் அவரது சகோதரர் சீனுவாசும் நண்பர்களும் ஏற்றுக்கொள்ளச் சொல்லி வற்புறுத்தினர். சமூகசேவகி வேடம் என்பதால் விமலும் அதை ஏற்றுக்கொண்டார். திறமைமிக்க நாடக நடிகராக அறியப்பட்டிருந்த விமலுக்கு நடிப்புக்கலை ஒன்றும் புதிதல்ல. நடிப்புத் திறனால் தொடர்ந்து அவருக்கு வாய்ப்புகள் வரத்துவங்கியது.

கிட்டத்தட்ட ஆறு படங்களில் நடித்து திறமைமிக்க நடிகை என பெயர்பெற்றார். ஆனால்

அவரது மனது நடிப்பைவிட சமூகம் சார்ந்த பிரச்சினைகளிலேயே நாட்டம் கொண்டது. எல்லோர்க்கும் வாய்க்காத மகத்தான மனநிலை இது. தன்னுடைய சொந்தவாழ்வின் வெற்றியை விட தேச மக்கள் அனைவரின் விடுதலை குறித்துதான் அவரது மனம் ஏங்கியது. அவர் படிக்கும் போது காங்கிரஸ் கட்சியின் தீவிர தொண்டராக இருந்தாலும் மனதில் சமூகம் குறித்து எழுந்த கேள்விகளுக்கு காங்கிரஸ் கட்சியால் பதில் அளிக்க முடியவில்லை. தனது சகோதரரான சீனுவாசுடன் கடுமையான விவாதங்களில் ஈடுபட்டு அதன் விளைவாக கம்யூனிஸ்ட் கட்சி குறித்து அறிந்திருந்தார். பல பொதுவுடைமை குறித்த நூல்களைப் படிக்கத் துவங்கி இருந்தார். பம்பாயில் அப்போது தொழிலாளர்களின் பிரச்சனைகளில் தொடர்ந்து போராடி வந்த கிர்னி காம்கார் சங்கமும் பி.டி.ரணதிவே உள்ளிட்ட பிரபல கம்யூனிஸ்ட் கட்சி தலைவர்களும் பழக்கமானார்கள்.

விடுதலைப் போராட்டத்தில் இளம் வயதில் சிறைக்குச் சென்ற விமல் மனதில் பல்வேறு எண்ணங்கள் அலையாடின விடுதலை என்பதன் உண்மையான அர்த்தம் என்ன? காலனி ஆதிக்கம் தவிர வறுமை, பசி, கல்லாமை, நிலப்பிரப்புத்துவம், சாதியம், மதவாதம், தொழிலாளர்களின் கொடூரமான வாழ்வியல் சூழல் இவைகளை என்ன செய்வது? இந்தியா விடுதலை அடைந்துவிட்டால் இவை தானாக ஒழியும் என்பதற்கு எந்த உத்திரவாதமும் இல்லாத சூழலில் விமல் சர்தேசாயின் மனம் மாற்றுப் பாதை குறித்து யோசிக்க துவங்கியது. விடுதலைப்போரிலும் ஈடுபட்டுக்கொண்டு உழைப்பாளி மக்கள் வாழ்க்கை மேம்படவும் போராடிவந்த கம்யூனிஸ்டு கட்சியின் பக்கம் அவர் இயல்பாக வந்தடைந்தார்.

புகழ்பெற்ற நடிகையாக இருந்த காலகட்டத்தில் 1939 ஆம் ஆண்டு அவர் தன்னை கம்யூனிஸ்ட் கட்சியில் இணைத்துக்கொண்டார். அப்போது இரண்டாம் உலகப்போர் துவங்கியிருந்த சமயம். உலகினை அழிக்கும் யுத்தம் வேண்டாம் என சொன்ன கம்யூனிஸ்டுகள்மீது பிரிட்டிஷ் அரசாங்கம் தடை விதித்திருந்தது. அவரது திருமணம் அப்போதுதான் நடந்தது. பிரபல தொழிற்சங்க மற்றும் கம்யூனிஸ்ட் கட்சியின் தலைவருமான பி.டி. ரணதிவேவையும் அவரது போராட்டக் குணநலன்களையும் நன்கு அறிந்த விமலும், விமலின் கலைத்திறன், ஏழைகள் மீதான அன்பு, கட்சியின் மீதான அர்ப்பணிப்பு ஆகியவைகளை

ரணதிவேவும் அறிந்து மனம் ஒன்றி திருமணம் செய்து கொண்டனர். அவர்கள் திருமணம் நடந்த போது ரணதிவே மீது கைது வாரண்ட் இருந்தது. அவர் தலைமறைவு வாழ்க்கையை மேற்கொண்டிருந்தார். திருமணமான நான்கைந்து தினங்களில் ரணதிவே கைதுசெய்யப்பட்டு சிறையில் அடைக்கப்பட்டார்.

தொழிற் சங்கப் பணிகளை கூடுதலாக செய்வதற்காக தனது நடிப்புத் தொழிலை விமல் விட்டுவிட்டார். பல்லாயிரம் பணம் கிடைக்கும் தொழிலை விடுத்து, தெருத் தெருவாக தொழிலாளிகளிடம் உண்டியல் ஏந்தும் வாழ்க்கையை எத்தனைபேரால் யோசித்துப் பார்க்க முடியும். அங்குதான் அந்த மகத்தான ஆளுமையின் வெளிப்பாடு இருந்தது. 1940ல் கிர்னி காம்கார் சங்கம் மிகப்பெரிய வேலை நிறுத்தத்திற்கு திட்டமிட்டது. வேலைநிறுத்தம் குறித்த நாட்குறிப்பு எழுதும்பணி விமலிடம் வந்துசேர்ந்தது. பல்வேறு ஆலைகளின் தொழிலாளர்களை சந்திக்கும் வாய்ப்பும் அவர்களின் போராட்டக் குணமும் அவரை ஈர்த்தது. கூட்டங்களுக்கு தொழிலாளர்களைத் திரட்டிட தனது சக தோழர்களுடன் கலைக்குழுவாய் இயங்கவும் செய்தார். 1943ஆம் ஆண்டு இவருடன் அகல்யா ரங்கனேகர், பிரேமா ஓக், அகல்யா பிரபா சாவந்த், பார்வதிபாய் போரே போன்ற பெண் கம்யூனிஸ்டுகள் சேர்ந்து பரேல் மகிளா சங்கத்தை உருவாக்கினர். இச்சங்கத்தின் மூலமாக பிரிடிஷ் ஏகாதிபத்தியத்தை எதிர்த்த போராட்டத்தில் பல பெண்களை இணைக்க முடிந்தது.

ஆனால் இந்திய வரலாற்றில் கம்யூனிஸ்டுகளைப் போல விடுதலைக்கு முன்பும் பின்பும் வேட்டையாடப்பட்டவர்கள் யாரும் கிடையாது. பிரிட்டிஷ் அரசு கம்யூனிஸ்டுகளை கைது செய்ததையும், கட்சியை தடை செய்ததையும் புரிந்து கொள்ளமுடியும். ஏனெனில் ஏகாதிபத்தையத்தை வேரடிமண்ணோடு சாய்ப்பதையே தனது கொள்கையாக கொண்டவர்கள் கம்யூனிஸ்டுகள் என்பதால். ஆனால் விடுதலைக்குப் பின்பு ஆட்சிக்கு வந்த காங்கிரசும் அதையே செய்ததுதான் விசித்திரம்.

தனது இரண்டு வயதுக் குழந்தையைப் பிரிந்து சிறைக்குச் செல்லும் சூழ்நிலையிலும், 1948-51 கட்சி தடைசெய்யப்பட்ட காலத்தில் சிறையில் இருந்தபோதும், இந்திய - சீன எல்லைத்தகராறு வந்தபோதும் சிறையில் வாடினார். தனது பள்ளிப் பருவத்தில் அந்நியத் துணிகளை விற்கும் கடைகளை எதிர்த்து மறியல் செய்து சிறைவாழ்க்கையைத் துவக்கியவர், அதன்பிறகு பலமுறை

சிறைச்சாலையைச் சந்தித்தார். விடுதலைக்குப் பிறகு இந்திய தொழிலாளர்கள் மற்றும் பெண்களின் வாழ்க்கை முன்னேற்றத்திற்காக தமது வாழ்வை அர்ப்பணித்துக்கொண்டார்.

1960களில் இந்திய தோட்டங்களில் பணியாற்றும் தொழிலாளர்கள் மத்தியில் பணியாற்றியதன் விளைவாக அகில இந்திய தோட்டத் தொழிலாளர் கூட்டமைப்பின் பொதுச்செயலாளராக தேர்ந்தெடுக்கப்பட்டார். 1970 ஆண்டு மதுரையில் நடந்த சி.ஐ.டி.யூ மாநாட்டில் அனைத்திந்திய உழைக்கும் பெண்கள் ஒருங்கிணைப்புக் குழுவின் கன்வீனராக தேர்ந்தெடுக்கப்பட்டார். 1977ல் சி.ஐ.டி.யூ அகில இந்திய செயலாளர்களில் ஒருவராக உயர்ந்தார். மற்றொரு பக்கம் மாதர் அமைப்பினை உருவாக்குவதில் மகத்தான பங்களிப்பையும் செய்தார். அனைத்திந்திய ஜனநாய மாதர் சங்கத்தின் ஸ்தாபக தலைவர்களில் ஒருவராக திகழ்ந்தார். 83 வயதில் அவர் மரணமடையும் தருவாய்வரை உழைப்பாளி மக்கள் குறித்தே சிந்தித்துவந்தார்.

தேச விடுதலைப்போரில் தனது வாழ்வை த்துவங்கி உழைக்கும் மக்கள் கைகளில் அதிகாரம் கிடைப்பதே உண்மையான விடுதலை என்பதை உணர்ந்து அதற்காக தன் வாழ்நாள் முழுவதும், உழைத்த அந்த விடுதலைப்போராளியை தேசம் என்றும் மறக்காது.

33

ஜமால் உன்னிசா பாஜி: தோழமை காட்டிய பாதை

ஜமாலுன்னிசா பாஜி, சுதந்திரப் போராட்டத்தின் தீவிரப் பங்கேற்பாளர். மத நல்லிணக்கத்தின் தீவிர ஆதரவாளரும் ஆவார். 1915 இல் ஹைதராபாத்தில் பிறந்தார். முற்போக்கான சூழ்நிலையில் பெற்றோரால் வளர்க்கப்பட்ட அவர், இளமை பருவத்திலிருந்தே, அதாவது தன்னுடைய 13 ஆவது வயதில் தடை செய்யப்பட்ட செய்தித்தாள் 'நிகர்' மற்றும் முற்போக்கான புத்தகங்களைப் படிக்கத் தொடங்கினார். பிரிட்டிஷ் ஆட்சியையும் அவர்களுடன் கைகோர்த்து மக்களை சுரண்டும் நிஜாம் ஆட்சியையும் அவர் வெறுத்தார். இந்தியாவில் நிஜாம் ஆட்சி பழமைவாத மத மரபுகளை வளர்த்த போதிலும், அவர் முற்போக்காகவும், விடுதலை நடவடிக்கைகளில் தீவிரமாகவும் பங்கேற்றார்.

ஜமாலுன்னிசா பாஜி மற்றும் ரசியா பேகம் இருவரும் பின்நாட்களில் இந்திய கம்யூனிஸ்ட் கட்சி சகோதரிகள் என்றே அழைக்கப்பட்டனர். ஆம் ஜமாலுன்னிசா பாஜி (1915-2012) அல்லது "பாஜி",

மற்றும் ரஸியா பேகம் ஆகிய இருவரும் உடன் பிறந்த முஸ்லிம் சகோதரிகள் ஆவர். இவர்கள் விடுதலைப் போராட்டத்தின் போதே ‘‘இன்குலாப் ஜிந்தாபாத்’’ என்ற சொல்லை உருவாக்கியதால் புகழ்பெற்ற, விடுதலைப் போரின் இடி முழக்கம் என்று அறியப்பட்ட மௌலானா ஹஸ்ரத் மொஹானி அவர்களால் ஈர்க்கப்பட்டு, கம்யூனிஸ்ட் கட்சியின் ஏகாதிபத்திய எதிர்ப்பு நடவடிக்கைகளை துவக்கினார்.

‘‘நாங்கள் வரலாற்றை உருவாக்குகிறோம்’’ என்ற தொகுப்பில் இவர்களின் நேர்காணல் ஆவணப்படுத்தப்பட்டுள்ளது. வரலாற்று ஆவணங்கள் மற்றும் வாய்வழி வரலாறுகளின் தொகுப்பு அது. தெலுங்கானாவில் பெண்களின் வாழ்க்கைக் கதைகள், மக்கள் போராட்டம் ஆகியவை குறித்த நிறைய தகவல்கள் அப்புத்தகத்தில் உள்ளன. உண்மையில் தெலுங்கானாவில் பெண்களின் வீடுகள் ‘‘நடைமுறையில் தீவிர நடவடிக்கைகளின் மையமாக இருந்ததாக’’ அப்புத்தகம் குறிப்பிடுகிறது.

முஸ்லீம் சமூகக் கலாச்சாரத்தை மையமாகக் கொண்ட ஒன்று பர்தா என்ற பிரச்சினை அவர்களை சுற்றி வந்தது. அவர்கள் அதை அணிய விரும்பவில்லை. பாஜி சொல்கிறார், ‘‘நாங்கள் மிக ஆரம்பத்தில் காஃபிர்கள் என்று முத்திரை குத்தப்பட்டோம். 1928-ல் எங்களுக்கு 12 அல்லது 13 வயது. நிகர் வாங்கிப் படித்தோம். அது எங்கள் அனைவரையும் பாதித்தது. சுதேசி இயக்கமும் தாக்கத்தை ஏற்படுத்தியது’’ இந்திய கம்யூனிஸ்ட் கட்சியில் இஸ்லாமிய பெண்கள் உறுப்பினரானது குறித்து சக முஸ்லீம் பெண்களது பார்வை எப்படி இருந்தது என்பதையும் அவர்களுடைய உரையாடல் தெளிவுபடுத்துகிறது. கடவுள் மறுப்பாளர்களாகவும் மதநம்பிக்கையில்லாமலும் இருப்பவர்கள் தான் இந்திய கம்யூனிஸ்ட் கட்சியில் உறுப்பினராக முடியும் என்கிற தெளிவான கருத்தோட்டம் அப்போது இருந்தது. ஒரு பிராமண பையன் தன் சகோதரி ரசியாவிற்கு ஆங்கிலம் கற்பிக்க வீட்டிற்கு வந்ததும், அந்த நாட்களில் மிகக் குறைவான பெண்களே கல்வி கற்ற சூழலில் இது எவ்வுளவு முக்கியத்துவம் என்பதை விளக்குகிறார்.

அவர் கூறுகிறார் ‘‘ஏழாவது வகுப்பிலிருந்து பிரார்த்தனை செய்தேன். குரான் ஓதக் கற்றுக் கொண்டேன். நமாஸ் செய்தேன். கல்லூரிக்கு வந்ததும் எனக்கு அறிமுகமான மார்க்சிய இலக்கியங்களை மெதுவாக கற்கத் துவங்கியதும் எல்லாவற்றையும் விட்டுவிட்டேன். கடவுள் வேறு சடங்குகள்

வேறு என்பதை உணர்ந்தேன். மதத்தின் உள்ளடக்கத்தை சடங்குகள் வெளிப்படுத்துவதில்லை என வெளிப்படையாகவே இஸ்லாமிய விழாக்களின் போது பேசத் துவங்கினேன். காலப்பபோக்கில் சடங்குகளின் மீதான பிடிப்பு குறையக் குறைய பகுத்தறிவுசார்ந்த நடவடிக்கைகள் முன்னுரிமை அடைகிறது. ஆனாலும் கடவுள் மீதான பக்தி என்பதும் தொடர்கிறது".

பின்னர் சடங்குகளிலிருந்து வெளியேறி மக்கள் பிரச்சனைகளில், விடுதலை வேள்வியில் தீரமுடன் பங்கேற்றார். நாடு விடுதலை பெற்றதும், விடுதலை நாட்டில் அமையும் இந்திய அரசாங்கம் யார் பக்கம் நிற்கும் என்ற கேள்வி எழுந்தது. ஏனெனில் மக்களைச் சுரண்டும் நிஜாமுக்கு ஆதரவாகவே காங்கிரஸ்காரர்கள் நின்றது அவரை கலக்கமுற செய்தது. 1942 வெள்ளையனே வெளியேறு இயக்கத்தில் அவர் பங்கேற்கவில்லை. எனெனில் உலக யுத்தம் சோசலிசத்திற்கும் ஏகாதிபத்தியத்திற்கு நேரடியாக சூல் கொண்டவுடன் போரின் தன்மையும் மாறியதை அவர் உணர்ந்தார். ஆனாலும் அந்த இயக்கத்தில் பங்கேற்ற வீரர்களுக்கு உதவிகள் செய்வதை அவர் நிறுத்தவில்லை. அதே நேரம் தெலுங்கானாவில் நிஜாம் ஆட்சியின் அராஜகம் அதிகரித்தது. இந்த பின்னணியில் 1946 ஆண்டு அவர் இந்திய கம்யூனிஸ்ட் கட்சியில் தன்னை இணைத்துக்கொண்டார்.

சகோதரிகள் இருவரும் தேசிய விடுதலைப் போராட்ட இயக்கத்துடன் இணைந்து நின்றார்கள். அந்த நாட்களில் இந்தப் போராட்டத்தில் அதிகமான இந்துக்கள் பங்கேற்றனர். அதை எதிர்த்து முஸ்லீம் லீக் தலைவர் முகமது அலி ஜின்னா கருப்புக்கொடி ஆர்ப்பாட்டம் நடத்திட அறைகூவல் விட்டிருந்தார். இதில் கூட இந்த இரட்டைச் சகோதரிகள் கலந்து கொள்ளவில்லை என்பதும், அந்த அறைகூவலுருக்கு எதிராக சிவப்பு உடையணிந்து செங்கொடியை உயரப்பறக்க விட்டார்கள் என்பதும் போற்றத்தகுந்தது. அக்கம்பக்கத்து உறவினர்களிடம்கூட அவர்களுக்கு இதனால் உரசல் ஏற்பட்டது என்றாலும் அந்த நிலைப்பாட்டில் உறுதியாக இருந்தனர்.

சுதந்திரம் பெற்ற இந்திய அரசு 1948 இல் ஹைதராபாத் சமஸ்தானத்தை இரத்தக்களரியுடன் இணைத்ததைத் தொடர்ந்து, எளிய மக்களுக்கு நிலங்களை பிரித்துக்கொடுத்த போராளிகளுக்குய் எதிராக திரும்பிய நேரு அரசாங்கம், நிஜாம் படையை எதிர்த்து வீரப்போர் புரிந்த விவசாயிகளுக்கு எதிரான தாக்குதலைத்

தொடங்கியது. இந்திய இராணுவத்தின் தலையீட்டால் 3 லட்சத்திற்கும் அதிகமான மக்கள் சித்திரவதை செய்யப்பட்டனர் மற்றும் கிட்டத்தட்ட 50,000 பேர் கைது செய்யப்பட்டு தடுப்பு முகாம்களில் வைக்கப்பட்டனர் (அவர்களில் 5,000 பேர் தொடர்ந்து பல ஆண்டுகளாக சிறையில் அடைக்கப்பட்டனர்). 1952 அக்டோபருக்குள் இந்திய ஆயுதப்படைகள் இந்த மகத்தான தெலுங்கானா இயக்கத்தைக் கொடூரமாக நசுக்கியது.

உண்மையில், இந்த இயக்கம் பெண்கள் அரசியலில் ஈடுபடும் இடங்களையும் தளங்களையும் விரிவுபடுத்தியது, ஆனால் அதைவிட முக்கியமாக யார் அரசியலில் ஈடுபடலாம் என்ற தப்பெண்ணங்களை உடைத்தது. எளிய ஒடுக்கப்பட்ட பெண்கள் ஆயுதம் தாங்கி வரலாறு படைத்தனர். இந்த காலத்தில் முழுவதுமாக தெலுங்கான வீரர்களுடன் ஜமாலுன்னிசா பாஜி கரம் கோர்த்து நின்றார். கம்யூனிஸ்ட் கட்சி தடை செய்யப்பட்டதையொட்டி அவர் தலைமறைவாக வாழவேண்டி இருந்தது.

1949ஆம் வருடம் பாஜி மறைந்த பிறகு தலைமறைவாக செயல்படுமாறு கட்சித் தலைமை அறிவுறுத்தியது. பல முன்னணி தலைவர்கள் அவருடைய வீட்டிற்கு வந்து கூட்டம் நடத்தி விவாதித்துள்ளனர். ஏகே, கோபாலன், ஜோதிபாசு, முஸாபர் அகமது உள்ளிட்ட முக்கிய தலைவர்கள் எதிரில் இருந்த அவரது சகோதரி வீட்டிற்கு வருகை புரிந்தனர். அவருடைய தந்தை அந்த வீட்டைக் கொடுத்து உதவினார். ஆயுதம் தாங்கிய போராட்டம் வேண்டுமா அல்லது வேண்டாமா என்பது குறித்த நீண்ட விவாதங்கள் நடு இரவு வரை நடக்கும். பெண்கள் தங்களுக்குள் வாசிப்புக் குழுக்களை உருவாக்கி, நூல்கள் குறித்து விவாதம் நடத்தினர். மார்க்சிய நூல்களையும் வாசித்தனர்.

1952ஆம் ஆண்டில் ஆயுததாங்கிய போராட்டம் நிறைவு பெற்றபின் சமூகப் பொருளாதாரப் போராட்டங்களை முன்னெடுத்துச் செல்லும் போராட்டங்களில் முக்கிய பாத்திரம் வகிக்குமாறு பாஜியை மக்தூம் கேட்டு கொண்டார். ஹைதராபாத் முஸ்லீம் பெண்களின் சமூக வாழ்க்கையை முற்போக்கான லட்சியங்களுக்கு அர்ப்பணிக்கும் வகையில் பாஜியின் அரசியல் செயல்பாடுகள் உதவியது. அவரது சகோதரி ரசியா பேகம் கல்வியில் ஆர்வமுடையவர். 1944ல் எம்.ஏ. முடித்து மகளிர் கல்லூரியில் விரிவுரையாளரானார். 1966 ல் பல்கலைக்கழக

கல்லூரியில் சேர்ந்தார். ஈரானின் பெர்சிய மொழியில் முனைவர் பட்டம் பெற்றார்.

The Meaning of Muslim Identity in Princely Hyderabad: From the Telangana Armed Struggle to the Police Action / A thesis submitted by / Sairah Husain / In partial fulfillment of the requirements / for the degree of / Master of Arts in History / Tufts University May 2013 / Adviser: Ayesha Jalal

34

அனீஸ் பேகம் கித்வாய் மற்றும் குல்சும் சயானி : சமகால போராளிகள்

இந்திய விடுதலைப் போராட்டத்தில் ஆர்வமோடு பங்காற்றிய அனிஸ் பேகம் கித்வாய் உத்தரபிரதேசத்தில் பாராபங்கி என்ற ஊரில் 1906ஆம் ஆண்டு பிறந்தார். தந்தையார் பெயர் ஷேக் லியாகத் அலி. இவரும் விடுதலை தாகம் கொண்ட மனிதர்தான். அனிஸ் பேகம் ஷபி அகமது கித்வாய் என்பவரை மணந்து கொண்டார். இரண்டு பேருமே சுதந்திரப் போராட்ட வீரர்கள்தான். அவருடைய கணவர் மட்டுமல்ல; அவரின் மைத்துனர் ரபி அகமது கித்வாயும் இந்திய தேசிய இயக்கத்தில் தீவிர பங்காற்றியவர்கள். குறிப்பாக, கிலாபத் இயக்கத்தில் முக்கிய பங்காற்றியவர்கள். அதனாலேயே பிரிட்டிஷ் காவல்துறையால் கடுமையான அடக்குமுறைகளைச் சந்தித்தவர்கள்.

தொடர்ந்து போலீசாரின் அடக்குமுறையை எதிர்கொண்ட காரணத்தினால் ஊதியம் தரும் பணிகளை உதறித் தள்ளி சுதந்திரப் போராட்டத்தில் பங்கு

கொண்டனர். இதனால் அந்தக் குடும்பம் பெரும் சிரமங்களைச் சந்திக்க வேண்டியிருந்தது. ஆனால் துன்பங்களை ஒரு பொருட்டாகவே கித்வாயும் அவரது குடும்பத்தாரும் கருதியதில்லை. ஆனால் அனிஸ் பேகத்தின் இதயத்தில் ஈட்டியாய் இறங்கியது 1947ல் நடந்த தேசப்பிரிவினைதான். நேற்றுவரை ஒரே தட்டில் உண்டவர்கள், மாறி மாறி படுகொலை செய்து கொண்டனர். உலக வரலாற்றின் பெருந்துயர் அது. இந்திய பாக்கிஸ்தான் எல்லையில் இரத்தம் பெருக்கெடுத்தது. இந்து - முஸ்லிம் என இரண்டு தரப்பிலும் அடிப்படைவாதிகள் கொலைகளை குரூரப் புன்னகையுடன் ரசித்தனர். லட்சக்கணக்கில் மக்கள் கொன்றழிக்கப்பட்டனர்.

வருமானத்தை இழந்தாலும் வறுமையை புன்னகையுடன் இவர்கள் குடும்பம் ஏற்றுக்கொள்ள காரணமே தேச விடுதலைதான். ஆனால் பல லட்சம் மக்கள் மதவெறியினால் கொலை செய்யபட்ட விடுதலையாய் அது விடியும் என அவர் எதிர்பார்க்கவில்லை. அது அந்த விடுதலை போராட்ட வீராங்கனையை மேலும் துயரத்தில் ஆழ்த்தியது. அதைவிட கொடுமை தேசப் பிரிவினையை எதிர்த்தும், இந்து முஸ்லிம் ஒற்றுமைக்கும் அயராது போராடிய அவரது கணவர் ஷபி அகமது கித்வாய் மதவெறிச் சக்திகளால் படுகொலை செய்யப்பட்டார். அவர் மனதை அது மேலும் சிதைத்துவிட்டது.

அதற்கு சில காலத்திற்கு பிறகு மகாத்மா காந்தியைச் சந்தித்தார். மிருதுளி சாராபாய், சுபத்ரா ஜோஷி ஆகிய வீராங்கனைகளுடன் இணைந்து காந்தியின் வழிகாட்டுதலில் பணியாற்ற துவங்கினார். அது அவரது துயருற்ற வாழ்வின் நல்வாய்ப்பாக கிடைத்தது. பிரிவினையால் வீடு, வாசல் இழந்து, கண் முன்னே உற்றார் உறவினர்கள் படுகொலை செய்யப்பட்டு, அனாதையாக நின்ற எண்ணற்ற மக்களுக்கு நிவாரணம் தரும் வகையில் பல முகாம்களை நடத்திய பெருமையும் அனீஸ் பேகத்திற்கு உண்டு. ‘‘சகோதரி அனீஸ்’’ என அன்போடு அனைவராலும் அழைக்கப்பட்டார்.

1947 க்குப் பிறகு சுதந்திர இந்தியாவில் 1957 முதல் 68 வரை மாநிலங்களவை உறுப்பினராக திகழ்ந்தார். தேசப் பிரிவினை ஏற்படுத்திய வடுக்களையும் அந்த இருண்ட காலத்தில் அனுபவங்களையும் ‘சுதந்திரத்தின் நிழலில்’ (*Azadi Ki Chaon Meni*) எனும் புத்தகத்தில் பதிவு செய்துள்ளார். இவர் மேலும்

வகுப்புவாத/தீவிரவாத சக்திகளின் மிருகத்தனம் மற்றும் அந்த கொடூர மிருகத்தனத்தின் விளைவுகளை எடுத்துக்காட்டும் ‹ஜூலும்› மற்றும் ‹அப் ஜிங்கே தேக்னே› ஆகிய புத்தகங்களையும் எழுதினார். மற்றும் «Nazre Khush Guzre» என்ற தலைப்பில் கட்டுரைகள் அடங்கிய தொகுப்பையும் 1976 ஆம் ஆண்டு வெளியிட்டார்.

அனிஸ் பேகம் கித்வாய், இந்திய சுதந்திர இயக்கத்தின் முன்னோடி மற்றும் இலக்கியம் மற்றும் பொதுச் சேவையில் அவரது குறிப்பிடத்தக்க பங்களிப்புக்காக இந்திய அரசால் சாகித்ய கலா பரிஷத் விருது வழங்கப்பட்டது. துரதிர்ஷ்டவசமாக ஜூலை 16, 1982 இல் காலமானார், இருப்பினும் அவர் இந்தியர்களின் நினைவில் என்றும் வாழ்வார்.

அதேபோலதான் சமூகக் கொடுமைகளுக்கு எதிராக போராட்டம் நடத்தியவரும் இந்திய விடுதலைப் போரில் தீவிரப் பங்காற்றிய வருமான குல்சூம் சயானியும் தேசத்தின் வரலாற்றில் எப்போதும் மறக்க இயலாதவர். 1900 அக்டோபர் 26ஆம் தேதி குஜராத் மாநிலத்தில் பிறந்தவர் ஆவார். தந்தையோடு சென்று ஒருமுறை மகாத்மாவை சந்தித்தார். அதன்பின் அவரது பாதையில் தன் பயணத்தைத் துவக்கினார். பல்வேறு சமூக சீர்திருத்த நடவடிக்கைகளில் ஈடுபட்டார். டாக்டர் ஜான் முகமது சயானி என்ற மற்றொரு சுதந்திரப் போராட்ட வீரரை மணமுடித்தார். கணவரின் கரம் அவரது போராட்டங்களை மேலும் வலிமைப் படுத்தியது.

கல்லாமையை அறவே ஒழிக்க அரும்பாடுபட்டார். சர்க்கா வகுப்புகளை நடத்தினார். பல்வேறு சமூக கொடுமைகளையும், சாதியக் கொடுமைகளையும் சாடினார். அதற்கு எதிரான விழிப்புணர்வை உருவாக்கி பணியாற்றினார். மும்பையிலும் அதைச் சுற்றியுள்ள ஊர்களிலும் தன் சமூகப் பணிகளை விரிவுபடுத்தினார். முஸ்லிம் லீக் அமைப்பின் ஒரு சிலரால் அவரின் முற்போக்கு நடவடிக்கைகளை ஏற்றுக்கொள்ள முடியவில்லை. ஏழை எளியவர்களை விடுதலைப் போரில் பங்குபெற செய்யவே அவர் இத்தகைய பணிகளை மேற்கொள்கிறார் என கருதினர். அவருகு எதிரான செயல்களில் இறங்கினர். ஆனால் சயானி இதற்கெல்லாம் சற்றும் கலங்கவில்லை, சளைக்கவில்லை. முன்னிலும் கூடுதல் தீவிரத்துடன் கடமையாற்றினார். வயதுவந்தோர் கல்வி அறிவை ஊட்ட ‘ரெபுர்’ என்ற உருது இருவார இதழைத்

தொடங்கினார். இந்தியாவிலும் பல்வேறு நாடுகளிலும் அதற்காக சுற்றுப்பயணம் சென்று வந்தார். இந்திய-பாகிஸ்தான் நல்லுறவு, சுதந்திரப் போராட்டத்தில் பெண்களின் பங்கு, சமூக சீர்திருத்த அனுபவங்கள் என பல நூல்கள் எழுதி வெளியிட்டார். 1959 ஆம் ஆண்டு இந்திய அரசு அவரது பணிகளை பாராட்டி பத்மஸ்ரீ விருது வழங்கியது. 1969 ஆம் ஆண்டு நேரு கல்வி விருதை குடியரசுத் தலைவரிடமிருந்து பெற்றார். 27.05.1987 ஆம் ஆண்டு இயற்கையெய்தினார். ஆனால் வரலாற்றில் எப்போதும் நிலைத்து வாழ்வார்.

THE IMMORTALS - **Syed Naseer Ahamed**

35

தமிழகத்தில் எழுந்த வீராங்கனைகள்

“இந்திய அரசுச் சட்டம் -1919'' பிரிட்டிஷ் நாடாளுமன்றத்தில் இயற்றப்பட்டது. இது இந்தியாவில் சில அரசியல் மாற்றங்களைக் கொண்டு வந்தது. இந்திய விடுதலை இயக்கத்தின் ஒரு சில வேண்டுகோள்களைப் பூர்த்தி செய்யவும் இச்சட்டம் இயற்றப்பட்டது. ஆனாலும் அவர்கள் அதில் திருப்தி அடையவில்லை என்பது வேறுவிஷயம். பிரிட்டிஷ் அரசின் இந்தியத் துறைச்செயலர் எட்வின் மோண்டெகு மற்றும் இந்திய வைசுராய் செம்ஸ்ஃபோர்ட் பிரபு ஆகியோரின் பரிந்துரைகளான மாண்டெகு - செம்சுஃபோர்ட் சீர்திருத்தங்களை நடைமுறைப்படுத்த இச்சட்டம் இயற்றப்பட்டது.

இச்சட்டம், இந்தியாவில் மத்திய அளவிலும் மாகாண அளவிலும் இரட்டை ஆட்சி முறையை அறிமுகப்படுத்தியது. இவ்வாட்சி முறையில், நிர்வாகத் துறைகள் இருவகையாக பிரிக்கப்பட்டன. சட்டம், நிதி, உள்துறை முதலிய முக்கிய துறைகள் பிரித்தானிய ஆளுநர் அல்லது வைசுராயின் நிர்வாகக்

குழுவின் நேரடிக் கட்டுப்பாட்டிலும், கல்வி, சுகாதாரம், உள்ளாட்சி, விவசாயம், தொழில் முதலியவை மக்களால் தேர்ந்தெடுக்கப்பட்ட இந்திய சட்டமன்றங்களின் கட்டுப்பாட்டிலும் இயங்கின. அதுவரை ஆளுநருக்கு பரிந்துரைகள் மட்டுமே செய்யக் கூடிய சட்ட மன்றம் விரிவுபடுத்தப்பட்டு சட்டங்கள் இயற்றும் அதிகாரமும் அதற்கு வழங்கப்பட்டது. ஆனால் எல்லாம் ஒரு கட்டுக்குள்தான்.

நாடாளுமன்றமும், மாநில சட்டமன்றங்களும் விரிவுபடுத்தப்பட்டன. சட்டமன்ற உறுப்பினர்களுள் ஒரு பகுதியினரை நேரடித் தேர்தல் மூலம் தேர்ந்தெடுக்கும் முறை அறிமுகப்படுத்தப்பட்டது. புதிய மேலவையாக மாநிலங்களவை உருவாக்கபப்ட்டது. மன்னர் அரசுகளுக்கு (சமஸ்தானங்கள்) மாநிலங்களவையில் இடங்கள் ஒதுக்கப்பட்டன. 1919-29 வரை பத்து ஆண்டுகளுக்கு இந்த புதிய ஆட்சிமுறை நடைமுறையிலிருக்குமென்றும் அதன்பின்னர் அதன் செயல்பாட்டை ஆராய ஒரு குழு அமைக்கபபடுமென்றும் தீர்மானிக்கப்பட்டது. அதாவது தங்களுக்கு ஒத்துவந்தால் சரி இல்லையேல் வேறு ஒரு சட்டம் அறிமுகமாகும் என்பதுதான் இதற்கு அர்த்தம். இப்புதிய ஆட்சிமுறையின் கீழ் 1920 ஆம் ஆண்டு முதல் தேர்தல்கள் நடத்தப்பட்டன.

இச்சட்டம் தமிழகத்தில் நீதிக்கட்சி போன்ற கட்சிகளால் வரவேற்கப்பட்டது. ஆனால் இந்திய தேசிய காங்கிரஸ் இதனை ஏற்றுக்கொள்ளவில்லை; தேர்தல்களிலும் பங்கு கொள்ள மறுத்துவிட்டது. இதனால் இந்தத் தேர்தலில் தமிழகத்தில் நீதிக்கட்சி ஆட்சியை அமைத்தது. இந்தப் பின்னணியில்தான் விடுதலைப் போரட்டம் தொடர்ந்தது. தமிழகத்தில் காங்கிரஸ் உள்ளிட்ட பல தேசபக்தர்கள் கடுமையான அடக்குமுறைகளை தொடர்ந்து சந்தித்து வந்தனர். குறிப்பாக தமிழகத்தில் பெண்கள் பெருமளவில் போராட்டக்களத்தில் இறங்கிய காலமாய் அது இருந்தது.

அடிப்படைவாதக் கருத்துகள் மேலோங்கிய சமூக கட்டுப்பாட்டின் எல்லைகள் ஒரு வரம்புக்குள் பெண்களை வீடுகளில் அடைத்து மூடியது. ஆனால் வீடுகளில் அடைப்பட்டுக் கிடந்த தமிழக பெண்களை விடுதலைப் போரும், அன்றைய அரசியலும் வீதிக்கு அழைத்து வந்தது. அன்னிபெசன்ட் அம்மையார் காங்கிரஸின் ஆதரவோடு சென்னையில் துவக்கிய

ஹோம்ரூல் (சுயஆட்சி) இயக்கத்தில் பலர் பங்கெடுத்தனர். பிரிட்டிஷ் அரசை எதிர்த்து போர்க்கொடி தூக்கியதால், அன்னிபெசண்ட் சிறை வைக்கப்பட்டார். இந்தச் சம்பவம் ஏராளமான பெண்களை இவர் இயக்கத்தில் சேருமாறு தூண்டியது. அதில் குறிப்பிடத் தக்கவர் பம்பாய் மருத்துவக் கல்லூரியில் படித்துக் கொண்டிருந்த சென்னையைச் சேர்ந்த மாணவி சிவகாமு அம்மாள் ஆவார். தான் மருத்துவராகி நாட்டிற்கு சேவை செய்வதைவிட விடுதலைப் போராட்டத்தின் மூலம் ஏராளமான தேச சேவை செய்ய முடியுமென்றுணர்ந்தார்.

அதனால் தனது மருத்துவ படிப்பை விட்டுவிட்டு 1917-ஆம் ஆண்டு ஆகஸ்ட் மாதம் சென்னை வந்தார். அப்போது அன்னிபெசன்ட் கைதினை கண்டித்து சென்னையைச் சேர்ந்த சுமார் 300 பெண்கள் திருமதி டாரதி ஜீன ராசதாஸா தலைமையில் பொதுக்கூட்டம் நடத்தினர். அக்கூட்டத்தில் சிவகாமு அம்மாள் வீர உரையாற்றினார். அதைத் தொடர்ந்து அன்னிபெசன்ட் அம்மையார் படமும் சுயஆட்சிக் கொடியும் கையில் ஏந்தி கடுமையான அடக்குமுறைகளையும், தடை உத்தரவையும் மீறி பெண்கள் ஊர்வலமாகச் சென்றார்கள். பின்னர் அவர் விடுதலை பெற்று சென்னை வந்தபோது ஏராளமான பெண்கள் அவரைச் சூழ்ந்து வாழ்த்து தெரிவித்தனர்.

புதிய ஆட்சிமுறையின் கீழ் முதன்முறையாக தேர்தல்கள் நடத்தப்பட்ட அதே 1920 ஆம் ஆண்டுதான் காந்தியின் தலைமையில் ஒத்துழையாமை இயக்கம் துவங்கியது. அப்போது தமிழகத்தில் நீதிகட்சி ஆட்சி அமைந்தது. சட்டமன்றத்தில் பிராமணர் அல்லாதாருக்கான இட ஒதுக்கீடு, இந்து அறநிலையத் துறை, தேவதாசி முறை ஒழிப்பு, பள்ளிகளில் இலவச சத்துணவுத் திட்டம், தொடர் வண்டியில் பிரமாணர்களின் தனி உரிமை பறிப்பு, கல்லூரிகளில் பிராமணர் அல்லாதார் இட ஒதுக்கீடு, பெண்களுக்கு சொத்துரிமை போன்ற முற்போக்கு திட்டங்களை நீதிக்கட்சி ஆட்சி அறிவித்தாலும் தேசியம், தேசிய விடுதலை போன்ற கோஷங்களுக்கு பின்னால்தான் மக்கள் திரண்டனர்.

பிரம்மாண்டமமாக நடந்த ஒத்துழையாமை போராட்டத்தின் அடிப்படை சத்தியம், அகிம்சை, சாத்வீக எதிர்ப்பு என காந்தி அறிவித்தார். இதனால்தான் காந்தியடிகள் இப்போராட்டங்களில் பெருமளவில் பெண்கள் கலந்து கொள்வதை விரும்பினார்.

அதற்காக பெண்கள் நாடு முழுவதும் திரட்டப்பட்டனர், காந்தியின் பின்பு திரண்டனர். அந்நியத் துணிகளைப் புறக்கணித்தல், அத்துணிக் கடைகள் மற்றும் மதுபானக்கடைகள் இவற்றை மறியல் செய்தல், கதர் துணி நெய்தல் போன்ற செயல்களில் பெண்கள் உற்சாகத்துடன் தொடர்ந்து ஈடுபட்டார்கள். ஒத்துழையாமை இயக்கத்தில் மிகவும் முக்கியத்துவம் வாய்ந்ததாக அமைந்தது மதுபான கடைகள் மறியலாகும். தமிழகத்தில் இப்போராட்டத்தை தந்தை பெரியார் முன்னின்று நடத்தினார். போராட்டம் வெற்றிகரமாக நடைபெற்றுக் கொண்டிருந்தபோது சென்னை அரசு அவரையும் மற்றும் பல தொண்டர்களையும் கைது செய்து சிறையிலடைத்தது.

ஆனால் போராட்டம் அதன்பின்தான் உச்சத்தை அடைந்தது. தந்தை பெரியாரின் மனைவி நாகம்மாளும், தந்தை பெரியாரின் சகோதரி கண்ணம்மாளும் மறியல் போராட்டத்தை ஈரோட்டில் தொடர்ந்து நடத்தினர். நூற்றுக்கணக்கானவர்கள் தினமும் இப்போராடத்தில் கலந்துகொண்டனர். இப்போராட்டத்தை நிறுத்திவிடலாமா என்று காங்கிரஸார் காந்தியடிகளிடம் கேட்டபோது, அவர் உண்மையான மனதுடன் சொன்னார் ''கள்ளுக்கடை மறியல் போராட்டத்தை நிறுத்தி விடுவது என்பது என் கையில் இல்லை, அது ஈரோட்டில் உள்ள இரண்டு பெண்களிடம்தான் இருக்கிறது'' அந்த இரு பெண்களின் தலைமையில் நடந்த போராட்டம் அவ்வளவு தீவிரமாக இருந்தது.

இந்த ஒத்துழையாமை இயக்கத்தின் மற்றொரு அம்சம், கதர் உற்பத்தியைப் பெருக்குவதன் மூலம் அந்நிய துணிகளைப் புறக்கணித்து அரசுக்கு நஷ்டத்தை உருவாக்குவது. இந்த கதர் விற்பனையை மிகச் சிறப்புடன் நிறைவேற்றியவர் மதுரையைச் சேர்ந்த பத்மாசனி அம்மாள் ஆவார். இவரது கணவர் ஸ்ரீனிவாச வரதன் கள்ளுக்கடை மறியலில் ஈடுபட்டு கைதானவுடன், அவர் நடத்தி வந்த பாரத ஆசிரமத்தை திறம்பட நடத்தியதோடு, கதர் விற்கவும், பெண்களை காங்கிரஸ் அங்கத்தினராகச் சேர்க்கவும், பொதுக் கூட்டங்களில் பேசவும் அயராது உழைத்தார். நகைகளை அணிவதை தவிர்த்தார். ஒரு வேளை சாப்பாடு, அதுவும் தனக்கு சாப்பாட்டிற்குத் தேவையான வசதியிருந்தும் காலையிலெழுந்து நூல்நூற்று அதில் வரும் வருமானத்தைக் கொண்டுதான் சாப்பிடுவார். மாலையில் வீடு வீடாகச் சென்று

கதர் விற்பார். கதர் நெய்வதும், விற்பதும், வாங்குவதும் தண்டனைக்குரிய செயல்களாக இருந்த நேரத்தில்தான் இந்த தீரச்செயலைச் செய்தார்.

அரசின் ஆணையை மீறி அரசாங்கப் பதவியிலிருப்பவர்களாயிருந்தாலும் கண்டிப்பாக ஒரு கெஜம் துணியாவது வாங்கும்படி செய்து விடுவார். பெண்களை ஒரு முழம் ரவிக்கைத் துணியாவது வாங்கும்படி தூண்டுவார். 1857-ஆம் ஆண்டு புரட்சி வீரர்களின் சரித்திரங்களை உணர்ச்சியுடன் எடுத்துச் சொல்லி கூட்டத்தில் இருப்போரை எழுச்சியுறச் செய்யும் உரைவீச்சாளராய் திகழ்ந்தார். ஏராளமான சொற்பொழிவுகள் ஆற்றி தமிழ் மக்களிடம் விழிப்புணர்ச்சி ஏற்படுத்தியதோடு ஐநூறுக்கும் மேற்பட்ட பெண்களை காங்கிரஸ் உறுப்பினர்களாகவும் ஆக்கினார்.

கதர் உற்பத்தியைப் பெருக்க வேண்டுமென்று 1924-ஆம் ஆண்டில் இவ்வம்மையாரும் மேலும் தாயம்மாள், திருமதி. ஜோஸப், திருமதி. சுந்தரமையங்கார், சுப்புலட்சுமி அம்மாள், டி. வி.எஸ். சௌந்தரம் ஆகிய பெண்களும் காங்கிரஸின் உதவியால் மதுரையில் "சகோதரிகள் சங்கம்" என்ற அமைப்பை நிறுவினர். அச்சங்கத்தில் வெள்ளிக்கிழமை தோறும் சுமார் முப்பது பெண்கள் இரண்டு மணிநேரம் நூல் நூற்பார்கள். அவர்களுக்கு வேண்டிய ராட்டினமும் பஞ்சும் தேசியப் பள்ளிக்கூடத்திலிருந்து கொடுக்கப்பட்டு வந்தது. இவர்களுடன் தாயாரம்மாள், சீதையம் மாள், முனியம்மாள், டாக்டர் பிச்சைமுத்து அம்மாள் ஆகியோரும் பணி புரிந்தனர். பல தேசியம் சம்பந்தமான செய்திகளையும் இவர்கள் விவாதித்தார்கள். இங்கு வரும் பெண்களுக்கும் ராட்டின பயிற்சி அளித்ததோடு அவர்களுக்கு கல்வியும் கற்றுக் கொடுத்தனர். போராட்டக் காலங்களில் ஈடுபட்ட பெண்களுக்கு பெருத்த ஊக்கமளித்தது இச்சங்கம். அந்நியத் துணிகளைப் புறக்கணிப்பதற்கு இவர்கள் தொண்டு மிகவும் உதவியது.

இரண்டு ஆண்டுகள் தொடர்ந்த ஒத்துழையாமை இயக்கம் உண்மையில் ஒரு கட்டத்தில் மிகவும் எழுச்சியை உருவாக்கியது. இந்திய நாடே எழுந்து நின்றது. பல இடங்களில் காவல்துறையினர் அடித்தால் திருப்பி அடிக்க மக்கள் தயாரானார்கள். அதன் உச்சம்தான் சௌரி சௌரா எனும் இடத்தில் காவல் நிலையம் கொளுத்தப்பட்டது. இதையே காரணமாக வைத்து காந்தியடிகள் ஒத்துழையாமை இயக்கத்தை வாபஸ் வாங்கினார். இது

போராட்டத்தில் ஈடுபட்ட லட்சக்கணக்கான மக்களை சோர்வுற செய்தது, கோபப்படச் செய்தது, காந்தியின் மீதும் காங்கிரஸ் மீது நம்பிக்கையின்மையை விதைத்தது. இவ்வியக்கத்தில் ஈடுபட்ட பல பெண்கள் வேறு திசையில் போராட்டத்தை முன்னெடுக்கத் துவங்கியதும் நடந்தது.

ஆயுதமேந்திய போராட்டங்களிலும், சாத்வீகப் போராட்டங்களிலும், சமூக சீர்திருத்தப் போராட்டங்களிலும், உழைப்பாளி மக்களின் உரிமைப் போராட்டங்களிலும் எப்போதும் பெண்கள் சளைத்தவர்கள் அல்ல என்பதை நிரூபிக்க இன்னும் பல வீராங்கனைகளை நாம் சந்திக்க இருக்கிறோம்.

36

சட்ட மறுப்பு இயக்கத்தில் போர்க்களம் புகுந்த பெண்கள்

1927-ஆம் ஆண்டு, நவம்பர் மாதம் சென்னையில் ஏராளமான பெண்கள் அடங்கியகுழு சைமன் கமிஷன் எதிர்ப்பு நடவடிக்கைகளை துவக்கியது.

அவற்றில் யாமினி பூர்ணதிலகம்மா, திருமதி. மாசிலாமணி, திருமதி. ருக்மணி லட்சுமிபதி

மற்றும் பலரும் முனைப்புடன் ஈடுபட்டனர். அதே நேரம் சென்னையைச் சேர்ந்த இந்தியப் பெண்கள் அமைப்பும் சைமன் குழுவை இரண்டு காரணங்களுக்காக எதிர்த்தது. ஒன்று அக்குழுவில் இந்தியர்கள் இடம்பெறாதது. மற்றொன்று பெண்கள் இடம் பெறாதது. இது தேசிய தலைவர்கள் பலர் கவனிக்காத பார்வையாகும்.

இந்தப் பார்வையினுடாக பல பெண்கள் இப்போராட்டத்தில் கலந்துகொண்டது சிறப்பு அம்சமாகும். இந்தப் போராட்டமே பின்பு வந்த சட்ட மறுப்பு இயக்கத்தில் நிறைய பெண்களை

ஈர்த்தது. அதேபோல் டிசம்பர் 1929 ,31 நள்ளிரவில், இந்திய தேசிய காங்கிரஸ் லாகூரின் ராவி நதிக்கரையில் இந்தியாவின் மூவர்ணக் கொடியை ஏற்றியது. ஜனவரி 26,1930 இல் வெளிப்படையாக விடுதலைப் பிரகடனம் அல்லது முழு விடுதலையை வெளியிட்டது. இவ்விடுதலைப் பிரகடனமானது மக்களின் மீதான வரிகளைத் தடுத்து நிறுத்தத் தயாராவதை உள்ளடக்கியிருந்தது, இது குறித்த அறிக்கை இப்படி கூறியது:

“இது இந்திய மக்களின் பிரிக்க இயலாத, பிற மக்களைப் போல, விடுதலைப் பெறவும் அவர்களது உழைப்பின் பலனை அனுபவிக்கவும், வாழ்க்கையின் தேவைகளைப் பெறவும், அதனால் வளர்ச்சியின் முழு வாய்ப்புக்களைக் கொள்ளவுமான உரிமையுடையது என நாங்கள் நம்புகிறோம். நாங்கள் மேலும் நம்புவது எந்தவொரு அரசும் இந்த உரிமைகளை மக்களுக்கு மறுக்கிறது மற்றும் அவர்களை ஒடுக்குகிறது எனில் மக்களுக்கு இதற்கு மேலும் அவ்வரசினை மாற்ற அல்லது ஒழிக்கும் உரிமையுள்ளது. இந்தியாவின் ஆங்கிலேய அரசு இந்திய மக்களின் சுதந்திரத்தை மறுப்பதோடு அல்லாமல், மக்களின்மீதான சுரண்டலில் தனது அடித்தளத்தை அமைத்துக் கொண்டுள்ளது, மேலும் இந்தியாவை பொருளாதார, அரசியல்,பண்பாட்டு மற்றும் ஆன்மிக ரீதியில் சீரழித்துள்ளது. ஆதலால் நாம் நம்புவது, இந்தியா ஆங்கிலேயர் தொடர்பைத் துண்டித்துப் பூர்ண ஸ்வராஜ் அல்லது முழு விடுதலையை அடையவேண்டும்.

இதுதான் அந்த அறிக்கையின் சாரம்.காங்கிரஸ் செயற்குழு காந்திக்கு சட்ட மறுப்பு நடவடிக்கையை முன்னெடுக்கும் பொறுப்பினைக் கொடுத்தது, அத்தோடு காந்தியின் கைதினைத் தொடர்ந்து தானே பொறுப்பினை எடுத்துக் கொள்ளத் தயாராகவும் இருந்தது. 1882 உப்புச் சட்டம் ஆங்கிலேயருக்கு உப்பின் சேகரிப்பிற்கும் உற்பத்திக்கும் ஒட்டுமொத்த உரிமையைக் கொடுத்தது, அதன் கையாளுகையை அரசு உப்புக் கிடங்குகளிலும் உப்பு வரி விதிப்பதிலும் வரையறுத்தது. உப்புச் சட்டத்தை மீறுவது ஒரு குற்றச் செயலாகக் கருதப்பட்டது. உப்பானது கடற்கரையில் வாழ்பவர்களுக்கு இலவசமாகக் கிடைத்து வந்தாலும் கூட, இந்தியர்கள் அதனை காலனிய அரசிடமிருந்து நுகர வற்புறுத்தப்பட்டனர்.

இவை பெரும் வீச்சாக நாடெங்கும் பரவியது.1929 ஆம் ஆண்டு, டிசம்பர் மாதம் லாகூரில் நடந்த காங்கிரஸ் மாநாடு

சட்டமறுப்பு போராட்டம் தொடங்கத் தீர்மானித்தது. காந்தியடிகளிடம் சகலப் பொறுப்புகளையும் ஒப்படைத்தது. சபர்மதி ஆசிரமத்திலிருந்து சுமார் 150 தொண்டர்களுடன் பம்பாய் கடற்கரையிலுள்ள தண்டி என்ற இடத்திற்கு உப்பெடுப்பதற்காக பாதயாத்திரை தொடங்கினார் தடுத்து நிறுத்தபட்ட காந்தியடிகளுக்கு ஆறு வருடம் தண்டனை கொடுக்கப்பட்டது. அதே சமயம் தமிழ்நாட்டிலும் இப்போராட்டம் தொடங்கியது. வேதாரண்யம் கடற்கரையில் ராஜாஜி கைது செய்யப்பட்டார். அடுத்து கே.சந்தானம் அவர்களுடன் ‘சென்னை இளைஞர் சங்கம்’ என்ற அமைப்பைத் தொடங்கி இளைஞர்களிடமும், மகளிரிடமும் போராட்ட விதைகளை விதைத்த ருக்மணி லட்சுமிபதி அம்மையாரும் சத்தியாகிரகத்தை தலைமை ஏற்று நடத்தினார்.

இருநூறு ஆண் சத்தியாக்கிரகிகள் மத்தியில் ஒரே பெண், முகாமில் ஆண்களுடனேயே தங்குவார். இவர் போராட்டத்தின் காரணமாக கைது செய்யப்பட்டு ஒரு வருடம் தஞ்சாவூர் சிறையில் வைக்கப்பட்டார். சென்னை நகரிலும் தி. பிரகாசம் அவர்கள் தலைமையில் உப்பு சத்தியாகிரகம் நடந்தது. துர்காபாய் அம்மாள் தலைமை ஏற்று உதயவரம் என்ற இடத்தில் கிருஷ்ணம்மா மற்றும் சில பெண்களுடன் உப்புச் சட்டத்தை மீறினார்கள். தடையுத்தரவையும் மீறி சென்னை சாந்தோம் கடற்கரையில் உப்புக் காய்ச்சத் தொடங்கினர். போலீஸார் கடுமையான அடக்குமுறை செய்து கூட்டத்தைக் கலைத்தனர். துர்காபாய் அம்மையார் அத்தோடு சோர்ந்துவிடவில்லை. வடஆற்காட்டிற்குச் சென்று ஏராளமான பெண்களை திரட்டினார். பின்னர் மே மாதம் -25ஆம் தேதி உப்புச் சட்டத்தை மீறி உப்புக் காய்ச்சினார். நூற்றுகணக்கான பெண்கள் தமிழ்நாடு முழுவதும் கல்லூரி, கல்விக் கூடங்கள், அந்நிய துணிக்கடைகள், மதுபானக் கடைகள் இவற்றை மறியல் செய்யும் போராட்டத்திலும், கதர் உற்பத்தியிலும் பெண்கள் ஈடுபட்டனர். இவர்கள் வியாபாரிகளிடம் அவ்வியாபாரத்தை விட்டுவிடுமாறும், வாடிக்கையாளர்களிடம் அப்பொருட்களை வாங்க வேண்டாம் என்றும் வேண்டுவார்கள்.இவை பயன் தரவில்லையென்றால் கடைகளுக்கு முன்னால் படுத்து விற்பனையை தடைசெய்வார்கள்.

இவர்களின் நியாயமான கோரிக்கைகளை அரசாங்கம் லத்தியாலும்,சிறைத் தண்டனையினாலும் ஒடுக்கியது. இந்தத்

தண்டனைகளையெல்லாம் பொருட்படுத்தாது மேலும் தீவிரமாக போராட்டத்தில் ஈடுபட்டதுதான் சட்டமறுப்பு இயக்கத்தின் வெற்றிக்கு ஒரு பொதுத் தன்மையைக் கொடுத்தது. இவையெல்லாம் சேர்ந்துதான் அதனை தொடர்ந்து நடந்த சட்டமறுப்பு இயக்கத்தில் பெண்களை அதிக அளவு ஈர்த்தது. தடியடி, அடக்கு முறை, வழக்குகள்,சிறைச்சாலை என எத்தகைய அடக்கு முறைக்கும் பெண்கள் அஞ்சாமல் போராடினர். கீழ்வரும் சில விபரங்கள் அந்த தீவிர தன்மையை வாசகர்களுக்கு அறிமுகப்படுத்தும்.

சட்ட மறுப்பு இயக்கத்தில் சென்னை மாகாணத்தில் தண்டிக்கப்பட்டவர்கள் :சாதாரண சட்டம் : 450 (பெண்கள் 33), தொல்லை மற்றும் புறக்கணிப்பு தடுப்புஅவசரச் சட்டம், 1932 பிரிவு290: ,5- (பெண்கள்29), சட்டவிரோதமாக துண்டுதல் அவசரச்சட்டம் 1932 பிரிவு14 :3- (பெண்கள் 3) (ஆதாரம்: அரசு ஆணை எண்.386 அ இ பொது துறை இ 1932-03-7.) சிறையிலடைக்கப்பட்ட பெண்கள் மிகவும் கொடுமைப்படுத்தப்பட்டனர். மூடநம்பிக்கை சார்ந்தது எனினும், பெண்கள் புனிதமாகக் கருதிய குங்குமமும் அவர்கள் கையிலணிந்திருந்த வளையல்களும் பலாத்காரமாக வேலூர் மத்தியச் சிறையில் பறிக்கப்பட்டன. கேவலமான படுக்கைகள் மிகவும் அசுத்தமாக அவர்களுக்கு வழங்கப்பட்டன. அவர்களுக்கு ஒருவாரத்திற்கு குளிக்கக் கொடுக்கும் எண்ணெய் ஒருநாளைக்குக் கூடபோதுமானதாக இல்லை. சாப்பிடக் கொடுக்கும் சாதத்திலும், மாவிலும் பூச்சிகள் நிரம்பி இருக்கும். இதைவிடக் கொடுமையின் உச்சமாக நூறு பெண்கள் வரை ஒரு கழிப்பிடத்தைத்தான் பயன்படுத்த நிர்ப்பந்திக்கப்பட்டனர். கல் உடைத்தல், கம்பளி நெய்தல் போன்ற வேலைகள் செய்யவேண்டும். சென்னை குற்றவாளிகள் திருந்துவதற்கான றையில் அரசியல் கைதிகளும் மற்ற குற்றவாளிகளும் சேர்ந்து ஒரே பிரிவில் பன்னிரெண்டு பேர் தூங்க வேண்டும். இச் சத்தியாக்கிரகத்தில் சென்னை ராஜதானியில் மட்டும் பிப்ரவரி மாதம் 1933 வரை கைதாகி சிறை சென்றவர்கள் எண்ணிக்கை 13674. அவர்களில் 633 பேர் பெண்கள் என்பது குறிப்பிடத்தக்கது. பெண்கள் அதிக அளவு சிறைக்குச்சென்ற போராட்டம் இதுவேயாகும். இப்படியான போராளிகளை வரலாற்றில் ஓரிரு வரிகளில் நம்மை கடந்து செல்வதுதான் நமது

விடுதலைப் போராட்ட வரலாற்றின் சோகமாகும். முறையான ஆவணங்களில் கிடைக்கும் பெண் போராளிகள் மிகவும் குறைவே.. இருப்பினும் அவர்களைத் தேடிச்செல்வோம்.

37

வீதியை போர்க் களமாக்கிய பெண்கள்

1930களின் துவக்கம் இந்திய தேசத்தை அதிரவைத்த பல சம்பவங்களைக் கொண்டதாய் இருந்தது. பல்வேறு போராட்டங்களைச் சந்திக்கும் வருடங்களாகவும் இருந்தது. காந்தி - இர்வின் ஒப்பந்தத்தைத் தொடர்ந்து கைவிடபட்ட சட்ட மறுப்பு இயக்கமும், உப்புச் சத்யாகிரகமும் வீதியில் நின்ற போராளிகளை அவநம்பிக்கை கொள்ளச்செய்தது. வேறு பல வடிவங்களையும் வேகங்கொள்ளச்செய்தது. லாகூர் சதிவழக்கில் கைது செய்யப்பட்ட சிறையில் இருந்த ஜதின் தாஸ் உண்ணாவிரதம் இருந்து உயிர் துறந்ததும், சிட்டகாங்கில் சூர்யா சென் தலைமையில் ஆயுத புரட்சியும், பஞ்சாப்பில் மாவீரர்கள் பகத்சிங், சுகதேவ், ராஜகுரு ஆகியோர் தூக்கிலிடப்பட்டதும், வங்கத்தில் 9 கொலைகள் உள்ளிட்ட 92 தீவிரவாத தாக்குதல் சம்பவங்கள் நடந்ததும் 1930 களின் துவக்கம்தான். அச்சமயம் கொலையுண்டவர்களில் மிட்னாபூரின் மாவட்ட ஆட்சியர் ஜேம்ஸ் பெட்டியும், திப்பெராவின் மாவட்ட ஆட்சியர் ஸ்டீவன்சும் அடங்குவர். இதில் சாந்தி, சுனிதி சவுத்திரி என்ற இரு மாணவிகளால்

ஸ்டீவன்ஸ் கொள்ளப்பட்டது அப்போதைய உத்வேகத்தில் பெண்களின் உணர்வை தெரிந்துகொள்ள ஒரு உதாரணமாகும்.

இந்த 1930 களின் துவக்கத்தில் தமிழக பெண்களும் தங்கள் பங்களிப்பை மிகவும் சிறப்பாக செய்தனர். அந்நியத் துணிக்கடைகள் மறியல் போராட்டத்தில் சென்னை எஸ். அம்புஜம்மாள் தன் தந்தை எஸ். ஸ்ரீனிவாச ஐயங்கார் எதிப்பையும் பொருட்படுத்தாமல் காந்தியடிகள்பால் கொண்ட பற்றினால் -1930ஆம் ஆண்டில் பத்து நாட்கள் தொடர்ந்து துணிக்கடை மறியல் செய்தார். இப்போது கற்பனை செய்தாலும் பிரமிப்பாக இருக்கும். 10 நாள் தொடர் இயக்கம். இவருடன் ஞானம்மாள் உள்ளிட்ட பல பெண்களும் சென்னையில் ரட்டன் பஜாரில் உள்ள அந்நியத் துணிக்கடைகளின் முன்னால் கடுமையான மறியல் போராட்டங்களை நடத்தினர்.

. இதைத் தடுப்பதற்காக இவர்கள் மீது மிகவும் கீழ்த்தரமான அணுகுமுறையை மேற்கொண்டது காவல்துறை. கொஞ்சமும் மனசாட்சி இல்லாமல், கேவலமான முறையில் ரப்பர் குழாய் மூலம் சாக்கடைநீர் வீசியடிக்கப்பட்டது. இருந்தாலும் கொஞ்சமும் அச்சமில்லாமல் தொடர்ந்து மறியல் செயதார்கள். அப்போது இப்பெண்களை பிரித்தாளச் சூழ்ச்சி செய்த அரசு அம்புஜம்மாளை மட்டும் கைது செய்யாமல் அவருடன் போராட்டத்தில் ஈடுபட்ட ஏழு பெண்களை மட்டும் கைது செய்தனர்.

அதேநேரம் தமிழகத்தின் கடைகோடி பகுதியில் அந்நியத்துணிக்கடை மறியல் போராட்டத்தில் பி.லீலாவதி மற்றும் லலிதா பிரபு ஆகியோர் விடாப்பிடியாக ஈடுபட்டனர். இதனால் அவர்கள் கைது செய்யப்பட்டு தலைச்சேரி நீதிமன்றத்திற்கு அழைத்துச் சென்றனர். செல்லும் வழியில் அன்றைய சூழலில் நவீன ஆனால் கொடூரமான தண்டனையை அவர்களுக்கு காவல்துறையினர் வழங்கினர். செல்லும் வழியிலேயே அவர்களது தாலி அறுக்கப்பட்டது. இன்றும்கூட தாலியறுத்தல் அல்லது அகற்றுதல் கடுமையாக சர்ச்சையை உருவாக்கும் சூழலில் அன்று இது எத்தகைய தாக்கத்தை உருவாக்கும் என சொல்லத் தேவையில்லை. அந்த சம்பவம் நடந்த இடமே “தாலியறுத்தான் தலைச்சேரி” என்று பெயர் சூடும் அளவு பரபரப்பான செய்தியாக மாறியது,

1930-ஆம் ஆண்டு செப்டம்பர் 3-ஆம் தேதி கல்லூரிகளுக்கு முன்பு மறியல் போராட்டத்தை டாக்டர் பிச்சைமுத்து அம்மாள்

தொடங்கினார். அவரோடு சேர்ந்த போராளிகள் கல்லூரிகளில் மாணவர்களும், ஆசிரிர்களும் நுழையாதவாறு தடுத்தார்கள். மேலும் மாணவர்கள் கல்லூரிகளைப் புறக்கணிக்க வேண்டும் என துண்டு பிரசுரங்களைக் கொடுத்தனர். இந்த போராட்ட வடிவம் ஏராளமான மாணவர்களை படிப்பை விட்டுவிட்டு போராட்டத்தில் ஈடுபடத் தூண்டியது. இதனால் டாக்டர் பிச்சைமுத்து அவர்கள் போராட்டம் தொடங்கப்பட்ட அடுத்த நாளே கைது செய்யப்பட்டார். ஆறு மாதம் சிறைத்தண்டனை விதிக்கப்பட்டது. எவ்வித தயக்க உணர்வும் இல்லாமல் தேசத்திற்காக அந்த தண்டனையை அனுபவித்தார். இவரது கைதை கண்டித்து சென்னை இராணிமேரிக் கல்லூரியைச் சேர்ந்த மாணவிகள் கல்லூரியைப் புறக்கணித்தனர்.

மற்றொரு பக்கம் விடுதலை போராட்டத்தில் முக்கிய பங்காற்றிய வாவே.சு. ஐயர் அவர்களின் மனைவி பத்மாவதியம்மள் வேறு சில பெண்களும் தடை உத்தரவை மீறி காங்கிரஸ் அறிவித்த தேசியக் கொடிக்கு வணக்கம் செய்தமையால் கைது செய்யப்பட்டு சிறை வைக்கப்பட்டனர். அந்த சமயம் தினசரி தெருக்கள் தோறும் உணர்ச்சிதரும் பிரச்சாரங்கள் நடைபெற்றன, நூற்றுக்கணக்கான தலைவர்கள் கைது செய்யப்பட்டதால் கடையடைப்பு, வேலை நிறுத்தம், ஊர்வலம், பொதுக்கூட்டங்கள் என தகிதகித்துக் கிடந்தது தமிழக மண்..

வக்கீல்கள், மாணவர்கள், பெண்கள் மற்றும் சிறுவர்கள் என அனைவரும் ராட்டையும், கையுமாகவே அலைந்தனர். தினசரி ஆங்காங்கு நடைபெறும் கூட்டங்களில் காந்தியடிகள் அறைகூவி அழைத்த சத்தியாக்கிரகத்திற்காக பணமும், காசும், நகையும், பொருட்களாகவும் பலர் கொடுத்தனர். பலர் சிறை செல்வது வாடிக்கையாகிப்போனது. இச்சமயத்தில்தான் பத்மாசனி அம்மாளும் சிறைத் தண்டனை பெற்றார். ஆங்கில அரசாங்கத்தின் அடக்குமுறை சொல்லொணா உச்சத்தை நோக்கிச்சென்றது. அரசாங்கத்தின் அடக்குமுறையை எதிர்த்து உயர்பதவி வகித்த பெண்கள் தங்கள் பதவிகளைத் தூக்கியெறிந்தனர். சென்னை சட்டசபையைச் சேர்ந்த ருக்மணி லட்சுமிபதியும், கமலாதேவி சட்டோபாத்யாவும் ராஜினாமா செய்தார்கள். காந்தியடிகள் கைதானதை எதிர்த்து திருமதி. முத்துலட்சுமி ரெட்டி சென்னை சட்டசபையின் துணைத் தலைவர் பதவியை உதறித்தள்ளினார்..

கைது செய்யப்பட்டவர்கள் 1931 ஆம் ஆண்டில் ஏற்பட்ட காந்தி - இர்வின் ஒப்பந்தத்தின் காரணமாக விடுதலை

செய்யப்பட்டனர். இருப்பினும், மதுரையில் அக்டோபர் மாதம் வரை அந்நிய துணிக்கடைகள் மறியல் தீவிரமாக நடைபெற்றது. இதில் டாக்டர் பிச்சைமுத்து அம்மாள் தலைமையில் சுமார் ஐம்பது பெண்கள் செய்த மறியல் மிகவும் பேசப்பட்ட போராட்டமாகும். இதனை தீவிரப்படுத்த மதுரை பத்மாசனி அம்மாளும், சீதாலட்சுமி, தாயம்மாள் ஆகியோர் செய்த பிரச்சாரங்கள் குறிப்பிடத்தக்கவை. சென்னை நகரில் இப்போராட்டத்தை பெரும்பாலும் பெண்களே நடத்தினர். இப்போராட்டங்களுக்கு பெரும்பாலும் துர்காபாய் அம்மாளும், திருமதி கஸினுமே தலைமை தாங்கி வழிநடத்தினர்.

திருநெல்வேலி மாவட்டத்தைச் சேர்ந்த லட்சுமி அம்மாவும், திருவல்லிக்கேணியைச் சேர்ந்த கமலாபாயும் இத்தகைய மறியல் போராட்டங்களை தீவிரமாக கொண்டு சென்ற வீராங்கனைகள் ஆவார்கள். இதனால் இவர்கள் இருவருக்கும் ஆங்கில அரசாங்கம் ஆறுமாதம் சிறைத் தண்டனை கொடுத்தது. சென்னை எஸ். அம்புஜம்மாள் போலவே கிருஷ்ணாபாய் என்ற பெண்மணி எண்பது தொண்டர்களைத் திரட்டி சென்னை ராட்டன் கடை வீதி துணிக்கடைகளை மறியல் செய்தபோது கைது செய்யப்பட்டு சிறை வைக்கப்பட்டார்கள். இவர்களின் தொடர் முயற்சியால், கடுமையான போராட்டத்தால் ஏராளமான அந்நிய துணிகடைகள் மூடப்பட்டது.

1932-ஆம் ஆண்டு தொடக்கத்தில் வைசிராய் வெல்விங்டன் காந்தியடிகளைக் கைது செய்து காவல் வைத்த சூழலில், தேசம் முழுவதும் கடையடைப்பு, வேலை நிறுத்தம் மற்றும் பொதுக்கூட்டங்கள் நடத்தி மக்கள் தங்கள் கண்டனத்தை முழங்கினர். நாடு முழுவதும் கடுமையான அடக்குமுறை தொடங்கியது. முக்கிய தலைவர்கள் மட்டுமல்ல; ஆங்காங்கு போராடிய அனைவரும் கைது செய்யப்பட்டனர். காங்கிரஸ் அமைப்புகள் சட்ட விரோதமானவை என அறிவித்து அவைகளை காவல்துறையினர் தடை செய்தனர்.

தமிழகத்திலும் பத்மாசனி அம்மாள், தாயம்மாள் மற்றும் சீதாலட்சுமி, முத்தம்மாள், சித்து பாக்கியலட்சுமி அம்மாள், கொண்டாலட்சுமி அம்மாள், கே.டி. கமலா ஆகியோர் உள்ளிட்ட முப்பது பெண்கள் மதுரையில் போராடி, கைதாகி சிறை சென்றனர். முன்பு கைது செய்யப்படாமல் போராட்டத்தை தொடர்ந்த அம்புஜம்மாள் இரண்டாவது தடவையாக 1932 ஆம் ஆண்டில் துணிக்கடை மறியல் செய்ததால் கைது செய்யப்பட்டு

வேலூர் சிறையில் அடைக்கப்பட்டார். சென்னையைச் சேர்ந்த ஞானம்மாளும் இப்போராட்த்தில் ஈடுபட்டதற்காக சிறை வைக்கப்பட்டார். இப்போராட்டத்திலும் ருக்மணி லட்சுமிபதியும், துர்காபாயும் ஈடுபட்டார்கள். போர்க்களம் தொடர்ந்து தகித்துக்கொண்டிருந்தது.

38

விடுதலைப் போரில் பெண் கலைஞர்கள்..

தேசம் என்ற கட்டமைப்பும், அது சார்ந்து உருவாக்கப்பட்டுள்ள சித்திரமும் தேசபக்தி பாடல்கள் மீது ஒருவித பொதுவான ஈர்ப்பு உணர்வை மனிதர்களுக்கு ஏற்படுத்தும். அதுவும் அடிமைப்பட்ட தேசத்தில் ஆர்த்தெழும் மக்களுக்கு கலைவடிவம் கொடுக்கும் உற்சாகம் அளவில்லாதது. உலக வரலாறு நெடுகிலும் கலைவடிவங்கள் விடுதலைப் போராட்டங்களில், புரட்சிகர மாற்றங்களில் ஆற்றிய பங்களிப்புகள் அத்தகையவை. பாரிஸ் கம்யூன் துவங்கி சோவியத் புரட்சியின் வழியாக சீனப் புரட்சி வரை தொடர்ந்த வரலாறு இது.

மேடையில் சுதந்திர முழக்கத்தை எழுப்பும் போதே உயிர்நீத்த விஸ்வநாததாஸ், பெண்களே நாடகங்களில் நடிக்க துணியாதபோது மேடையேறிய கே.பி.ஜானகியம்மாள் ஆகியோரின் பாரம்பரியம் தமிழக விடுதலைப் போரின் பாரம்பரியம். சுதந்திரப் போராட்டம் தீவிரமாக நடைபெற்ற காலத்தில், தேசபக்தர்கள் தங்கள் குடும்ப நிகழ்ச்சிகளிலும் தேசபக்திப் பாடல்களுக்கே முதலிடம் கொடுத்தனர். அரசியல் கூட்டங்களிலும் தேசபக்தி பாடல்கள்

பாடப்படுவது வழக்கம். அந்நாளில் தேசபக்தி பாடல்கள் பாடுவதில் ஆர்வம்காட்டி வந்த பெண்களில் கோதை நாயகி, கே.பி.சுந்தராம்பாள் மற்றும் டி.கே.பட்டம்மாளும் மிகவும் சிறப்புடையவர்கஙள். இவர்கள் கணீரெனப் பாடும் தேசபக்தி பாடல்களால் ஈர்க்கப்பட்டு போராட்ட இயக்கங்களில் பங்குகொண்ட இருதரப்புத் தொண்டர்கள் ஏராளம். அதிலும் பாரதியின் பாடல்களை சிறப்பாகப் பாடும் வல்லமை பெற்றவர் கோதை நாயகியாவார். காங்கிரஸ் நிகழ்ச்சிகளில் இவர் பெயர் இடம் பெற்றாலே கூட்டம் ஏராளம் சேரும்.

அதேபோல பின்னாளில் திரை உலகத்தால் எல்லோரும் அரியபட்ட கே.பி.சுந்தராம்பாள் அவர்கள் மதுரகவி பாஸ்கரதாஸ் இயற்றிய பாடல்களான,

"காந்தியோ பரமஏழை சந்நியாசி"

"தாயிடம் அன்பில்லாத சன்மம் வீணே"

"நம்பிக்கை கொண்டெல்லோரும் ராட்டை சுற்றுவோம்"

"காந்தி லண்டன் சேர்ந்தார்" ஆகிய நான்கு பாடல்களையும் அருமையான முறையில் இசைத்தட்டில் பாடி மக்களிடையே கொண்டு சேர்த்தார். பாரதியாரின் பாடல்களை சென்னை அரசு தடை செய்ததை எதிர்த்து நடத்தப்பட்ட கூட்டங்களில் இவர் "நெஞ்சு பொறுக்குதில்லையே" என்ற பாடலைப்பாடி மக்களை வீறுகொண்டெழச்செய்தார். உப்பு சத்யாக்கிரகத்தையொட்டி காந்தி சிறை சென்ற போது "காந்தியோ பரம ஏழை சந்நியாசி" என்ற பாடல் எங்கும் பரப்பப்பட்டது.

காங்கிரஸ் கொள்கையில் பற்று ஏற்பட்டு அதனால் ஓய்வு நேரங்களில் நூல் நூற்று அதை காங்கிரஸ் குழுவிற்கு அனுப்பி வைத்து கொண்டிருந்தார். 1931 ஆம் ஆண்டு தனது வீட்டிலிருந்த வெளிநாட்டுத் துணிகளை தீயிட்டுக் கொளுத்தினார். தானே கதர் துணிகளை முதுகில் சுமந்து கொண்டு மயிலாப்பூரிலுள்ள அறுபத்து மூவர் திருவிழாவில் விற்று காங்கிரஸ் குழுவிற்கு அனுப்பியிருக்கிறார்.

1932 ஆம் ஆண்டு மாவீரர்களான பகத்சிங், இராசகுரு, சுகதேவ் ஆகிய தேசபக்தர்கள் தூக்கிலிடப்பட்டபோது அதைக் கண்டித்து எழுதப்பட்ட பாடலான "சிறைவாயிலில் கண்ணீர் வடித்தாள் பாரத மாதா.. பெறற்கரிய பகத்சிங், ராச குரு, சுகதேவைப்

பிரிந்தே வருந்துகிறாள்... நம் அன்னை பாரத மாதா'' என்ற பாடலை கே.பி.சுந்தராம்பாள் பாடி இசைத்தட்டில பதிவு செய்துள்ளார். இதற்கும் தடைவரவே அது வெகுவாகப் பரவவில்லை. நாடகக் கலைஞர்கள் மூலமே இப்பாடல் பாமர மக்களைச் சென்றடைந்தது. இவ்வாறு பல பாடல்கள் மூலம் இவர் தேசபற்றினை மக்களிடம் ஏற்படுத்தினார். அந்நாளில் இவர் பாடியும், பேசியும் பெரும் கூட்டம் கூடியபிறகே காங்கிரஸ் தலைவர்கள் பேசத் தொடங்குவர்.

அதேபோல மிகச்சிறந்த தேசபக்தரான எஸ்.ஆர்.ரமாமணிபாய் பாடிய ''ஆடு ராட்டே மகிழ்ந்தாடு ராட்டே... சுய ஆட்சியைக் கண்டோமென்றாடு ராட்டே'' என்ற பாடல் கதராடை உற்பத்தி மூலம் சுய ஆட்சியை பெறமுடியுமென்ற கருத்தை வலியுறுத்தியது. மதுரை எம்.கண்ணம்மாள் பாடிய ''சத்யமெங்குமே தளரா நாடு - இந்து தேசமதைப் புகழ்ந்துபாடு'' என்ற பாடலும் பிரபலமானவை. புகழ்பெற்ற ஆர்மோனிய கலைஞரான எம்.ஆர்.கமலவேணி பல தேசிய பாடல்களை பாடியவர். மக்களின் தேசிய உணர்வைத் தூண்டிய இவரது பாடல்கள் ''வெள்ளையனே வெளியேறு'' இயக்கத்தின் போது தடைசெய்யப்பட்டது. குறிப்பாக ''அண்டம் கிடுகிடுங்க... லண்டன் நடுநடுங்க» என்ற பாடலையும் ''அகிம்சைப்போர் தொடுத்தார் காந்திமகான்'' என்ற பாடலும் மிகவும் புகழ் பெற்றவை. இவர் மேடையில் ஆர்மோனியம் வாசித்துப் பாடி கொண்டிருந்தபோது காவல்துறையினர் இவரை கைது செய்தனர். தனது ஆறு வயதுக் குழந்தையுடன் ஆறுமாதம் சிறையில் இருந்தார்.

காஞ்சிபுரத்தை அடுத்துள்ள தாமல் கிராமத்தைச் சேர்ந்த அலமேலு என்ற இயற்பெயர் கொண்ட டி.கே.பட்டம்மாள் ''தேசிய குயில்'' என போற்றப்பட்டவர் ஆவார். காந்தியடிகள் காஞ்சிபுரம் வந்த போது அவரது முன்னிலையில் ''வீர சுதந்திரம் வேண்டி நின்றார் பின்னர் வேறொன்று கொள்வாரோ'' என்ற பாடலையும், ''கண்ணிரண்டும் விற்றுச் சித்திரம் வாங்கினால் கை கொட்டி சிரியாரோ'' என்ற பாடலையும் பாடி உத்வேகமூட்டினார். தொடர்ந்து சுதந்திர வேட்கைமிக்க காங்கிரஸ் மேடைகளில் பாடினார். நாடு விடுதலை அடைந்த அன்று இரவு ''ஆடுவோமே பள்ளு பாடுவோமே'' ''விடுதலை விடுதலை விடுதலை'' போன்ற பாடல்களை அகில இந்திய வானொலியில் பாடினார். அதற்கு ஊதியம் பெற மறுத்துவிட்டார்.

அதேபோல அக்காலத்தின் பாடகியும் நடிகையுமான எம்.ஆர். கமலவேணி தேசபக்தி பாடல்கள் தவிர வேறு எந்த பாடலும் பாடுவதில்லை என உறுதிமொழி எடுத்திருந்தார். தங்களின் எழுத்துகள் மூலமும் பலர் தேசபக்தியை மக்களிடம் பரப்பினர். அவர்களில் பெண்களும் அடங்குவர். அவர்களில் குறிப்பிடத்தக்கவர் பண்டிதை அசலாம்பிகை அம்மையார். அவர் இயற்றிய நூல்களான காந்திபுராணம் மற்றும் திலகர் புராணம் இவரின் தேசப்பற்றிற்கு எடுத்துக்காட்டு. செங்கல்பட்டு மாவட்டத்தைச் சேர்ந்த 115 நாவல்கள் எழுதிய பத்திரிகையாளராக, நாவலாசிரியராக மட்டுமிருந்த வை.மு.கோதைநாயகியின் இன்னொரு முகம் விடுதலை போராட்ட வீரர்.

அன்னி பெசன்ட் அம்மையார் மூலமாக தேசபக்தர், சமூகத் தொண்டர் அம்புஜம் அம்மாளின் நட்பு ஏற்பட்டது. தந்தை சீனிவாச ஐயங்கார் இல்லத்துக்கு 1925 ஆம் ஆண்டு மகாத்மா காந்தி வருகை தந்தபோது கோதை நாயகி அம்மாள் காந்தியைச் சந்தித்தார். இந்நிகழ்வு அவரது வாழ்க்கையில் பெரும் திருப்பத்தை ஏற்படுத்தியது. காந்தியின் எளிமையான தோற்றம் மிகவும் கவர்ந்தது. பட்டாடையே உடுத்திப் பழக்கப் பட்டவர் அன்றுமுதல் கதர் புடவையையே அணியத்தொடங்கினார். பின்பு அம்புஜம் அம்மையார், ருக்மணி இலட்சுமிபதி, வசுமதி இராமசாமி ஆகியவர்களுடன் இணைந்து சமூக சேவையில் ஈடுபட்டார்.

1931 இல் மகாத்மா காந்தி கள்ளுக்கடை மறியலில் ஈடுபட வேண்டும் என்று அழைப்பு விடுத்தபோது இவர் அதை ஏற்று திருவல்லிக்கேணியில் தற்போதைய பெசண்ட் ரோட்டில் திருமலாச்சாரி பள்ளி இருக்குமிடத்தின் அருகே இருசப்ப கிராமணித் தெருவில் இருந்த கள்ளுக்கடை முன் மறியல் செய்தார். சென்னை சைனா பஜாரில் தடையை மீறி ஊர்வலம் சென்றதால், தலைவர்கள் பலருடன் கோதைநாயகியும் கைது செய்யப்பட்டார். ஆறு மாதச் சிறைத் தண்டனையும் நூறு ரூபாய் அபராதமும் விதிக்கப்பட்டது. அபராதம் கட்ட மறுத்ததால் கூடுதலாக நான்கு வாரம் சிறைத் தண்டனை விதிக்கபட்டது.

1932 இல் ‘லோதியன் கமிஷனுக்கு’ எதிராக நடந்த போராட்டத்தில் கலந்து கொண்டு, அன்னிய துணி எதிர்ப்பு இயக்கத்தில் கலந்துகொண்டதற்காகவும் கோதையை வேலூர் சிறையில் அடைத்தார்கள். ஒரு எழுத்தாளர் என்ற முறையில்

சிறையில் இருந்த காலத்தைப் பயனுள்ளதாகப் பயன்படுத்திக் கொண்டார். ஒவ்வொரு கைதியையும் தனித்தனியாக சந்தித்து அவர்கள் சிறைக்குள் தள்ளப்பட்ட காரணங்களைக் கேட்டு அவற்றை நாவலாக எழுதத் தொடங்கினார். சிறைக் கைதிகளை வன்முறை பாதையிலிருந்து திசை திருப்பி காந்திய பாதைக்குக் கொண்டு செல்ல முயன்றார். அதில் ஓரளவு வெற்றியும் பெற்றார். சிறையில் இருந்தபோது ‘‘சோதனையின் கொடுமை’’ “உத்தமசீலன்” ஆகிய புதினங்களை எழுதினார்.

39

வீதிக்கு வந்த இஸ்லாமிய பெண்கள்

தேசம் போற்றிக் கொண்டாடுகின்ற முதல் இந்திய விடுதலைப் போரின் நூறு ஆண்டுகளுக்கு முன்பே அதாவது 1757 ஆம் ஆண்டிலேயே ஆங்கிலேயரை எதிர்த்து வீரச்சமர் புரிந்தவர் சிராஜ் - உத்- தௌலா என்கிற இஸ்லாமிய மன்னர்தான். அதுபோலவே ஒரு இஸ்லாமிய பெண்ணும் முதல் விடுதலைப் போருக்கு முன்பே ஆங்கிலேயரை எதிர்த்துக் களமாடி உள்ளார். அவர் கண்ணனூர் ராணி பீபி. கேரளாவின் துறைமுகப்பட்டினமாக விளங்கிய கண்ணனூரை பதினெட்டாம் நூற்றாண்டில் ஆட்சி செய்தவர் ராணி பீபி. ஆங்கிலேயருக்கு சிம்மசொப்பனமாய் விளங்கிய மைசூர் திப்பு சுல்தானின் ஆதரவாளராக கேரளத்தில் தாய்மண்ணை நேசித்தவர் இவர்.

இந்தியர்களை அடக்கியாளும், இந்திய வளங்களை சூரையாடும் ஆங்கிலேயர்களின் படை வீரர்கள் தங்கள் எல்லை வழியாகச் செல்லக்கூடாது என்று தடை விதித்தார். இதனால் ஆத்திரமடைந்த ஆங்கிலேயர்கள் இவர் மீது போர் தொடுத்தனர். 1783 ஆம் ஆண்டு

திடீரென கண்ணனூரை ஆங்கிலேயர்கள் தாக்கினார்கள். நவீன ஆயுதங்களோடு நடத்தப்பட்ட திடீர் தாக்குதலில் ராணி பீபியின் படை தோல்வியடைந்தது. அவரையும் அவரது குடும்பத்தினரையும் ஆங்கியேலர்கள் கைது செய்து சிறையில் அடைத்தனர். சிறையில் அடைத்தவுடன் ராணியின் எல்லைப்பகுதியை தாங்கள் பயன்படுத்திக் கொள்ள ஒப்புதல் வழங்குவது போல போலி ஆவணம் தயாரித்து ராணியிடம் படித்துக் காண்பிக்காமல் ஒப்பந்தம் வாங்கி ஆங்கிலேயர் தங்களுடைய ராணுவ முகாமிற்கு பயன்படுத்திக் கொண்டனர். ராணி விடுதலை செய்யப்பட்டார்.

1784 ஆம் ஆண்டு ஏப்ரல் மாதத்திலிருந்து கண்ணனூரில் ஆங்கியேலயரின் முகாம் செயல்படத்தொடங்கியது. மீண்டும் 1790 ஆம் ஆண்டு ஆகஸ்ட் மாதம் மறுபடியும் ஓர் ஒப்பந்தத்தை தயார் செய்து கையெழுத்திடுமாறு ராணி பீபியை நிர்ப்பந்தம் செய்தனர். ஆனால் முதல் முறை ஏமாற்றப்பட்ட ராணி பீபி இதை மறுத்ததுடன் திப்பு சுல்தான் படைக்கு ஆதராவாக செயல்பட போவதாக பகிரங்கமாக அறிவிப்பும் செய்தார். இதன் காரணமாகவே மீண்டும் ராணி கைது செய்யப்பட்டார். மீண்டு வரமுடியாத சூழலில் மறைந்தார் இவர்.

1857 ஆம் ஆண்டில் நடந்த முதல் விடுதலைப் போரில் அயோத்தியின் அடையாளமாய் மாறிப் போன ஹஜ்ரத் மஹல் வாரிசுகளாக விடுதலை அடையும்வரை போராடிய இஸ்லாமியப் பெண்கள் குறித்த தகவல்கள் அரிதாகவே கிடைக்கிறது. பேகம் ஹஜ்ரத் மஹலின் சமகாலத்தில் ஜான்ஸி ராணியுடன் பிரிட்டிஷாருக்கு எதிராகப் போர்க்களத்தில் வாளேந்தி நின்ற மற்றொரு வீரமங்கை ஹஸன் மஹ்பர் பேகம். ஜான்ஸியின் ஒரு படைப்பிரிவுக்குத் தலைமை தாங்கிய வீரம் மிக்கவர் மஹ்பர், 1858 ஜூன் 18 – இல் நடைபெற்ற குவாலியர் யுத்தத்தில் ஜானஸியுடன் வீர மரணம் அடந்தார்.

திண்டுக்கல் மாவட்டத்தில் உள்ள பேகம்பூருக்கு ஒரு வரலாறு இருக்கிறது. அது நிறைமாத கர்ப்பிணியாக ஆங்கிலேயரை எதிர்த்து போர்க்களத்தில் நின்ற ஹைதர் அலியின் சகோதரி பேகம் சாஹிபா வாழ்ந்த மண் என்பதுதான். பேகம் சாஹிபா என்ற அந்த ஊர், அதன் பின்னர் பேகம் சாஹிபா நகராக மாறி, அதன் பின்னர் பேகம்பூர் என மருவியது. அவர் கணவர் நவாபு மீறா றசாலிக்கான் சாயபு. இவர் திண்டுக்கல் சீமை ஜாகீர்தாரராக இருந்தார். கி.பி.1772 குழந்தை பிறந்து ஏழாம் நாள் காலமானார் சாஹிபா. மீறா

றசாலிக்கான் சாயபு போராளியான தன் மனைவி அடக்கம் செய்த இடத்தில் பள்ளிவாசல் கட்டி, கோரியும் கட்டி காசினாயி தோப்பு, பேகம்பூர், பனங்குளம், சின்ன பள்ளபட்டி ஆகிய ஊர்களில் நன்செய், புன்செய் நிலங்களை மானியமாக விட்டு ஒன்பது குடும்பங்களுக்கு நிலங்களைக் கொடுத்து பள்ளிவாசல் பணிகளை கவனிக்க ஏற்பாடு செய்தார்.

"ஆங்கிலேயர்களைக் கூண்டோடு அழித்து விடவேண்டும் என்று ஆண்டவனைத் தொழும்படி முஸ்லிம் தாய்மார்கள் குழந்தைகளிடம் கூறியதை நான் நேரில் கேட்டேன்" என டில்லி மன்னர் மீது நடந்த வழக்கு சாட்சியத்தின் போது ஆங்கில பெண் ஆல்ட்வெல் கூறியதை சாவர்க்கர் தனது நூலில் குறிப்பிட்டுள்ளார். அத்தனை தேசபக்தி இஸ்லாமிய தாய்மார்களுக்கு.

1919ஆம் ஆண்டு ஏப்ரல் மாதம் 13 அன்று பஞ்சாப் ஜாலியன் வாலாபாக் மைதானத்தில் நடந்த கூட்டத்தில் கொடூரன் ஜெனரல் டயர் நடத்திய துப்பாக்கி சூட்டில் மரணமடைந்தவர் உமர் பீபி. இவர் 1864 ஆம் ஆண்டு அமிர்தசரசில் பிறந்தவர். தொடர்ந்து பல்வேறு தேசவிடுதலை இயக்கங்களில் பங்கு கொண்டவர். இவரின் கணவர் இமாமுதீன் இவருக்கு மிகவும் உறுதுணையாக இருந்தார். இந்த துப்பாக்கிச் சூட்டில் இறந்த நூற்றுக்கனக்கானோரில் முக்கியமானவர் இவர். ஜாலியன் வாலாபாக் துப்பாக்கிச் சூட்டில் ஏராளமான முஸ்லீம்கள் கொல்லப்பட்டாலும் விபரங்கள் மிகக்குறைவே.

"என் பிள்ளைகள் சிறையில் இருக்கும்போது ஒருவேளை ஆங்கிலேயர்களிடம் மன்னிப்பு கேட்டு விடுதலையானால் அவர்களின் குரல் வளையை நெறித்துக் கொல்வேன்" என்று வீரமுழக்கமிட்டவர் தாயார் பீபியம்மாள். 1922 ஆம் ஆண்டு சுதந்திரப் போராட்டத்தைப் பற்றியும், கதர் ஆடையைப் பற்றி மக்களுக்கு எடுத்துரைக்கவும், சுதந்திரப் போராட்டத்திற்கு நிதி திரட்ட இளையான்குடி இப்ராகிம் ஷாவுடைய பங்களாவில் நடந்த நிகழ்ச்சியில் கலந்து கொள்வதற்காக வந்த பீபியம்மாள், மீன்பஜார் முதல் காதர் பிச்சை தெருவரை மக்கள் வெள்ளத்தில் மிதந்து வந்தார்

இதே போல தென்காசி சையது குருக்கள் பள்ளிவாசல் மைதானத்தில் நடைபெற்ற கூட்டத்தில் ஆக்ரோசமாக உருதுமொழியில் பேசி நிதி திரட்டினார். தினமும் பயணங்கள்,

கூட்டங்கள், கலந்துரையாடல்கள் என இயங்கிக்கொண்டிருந்தார். இவ்வாறு சுதந்திர வேட்கையுடன் இந்தியா முழுவதும் சுற்றுப்பயணம் செய்த பீபியம்மாள் 1924 ஆம் ஆண்டு 72வது வயதில் காலமானார். பீபியம்மாள் விருப்பப்படி அவரது உடல் கதர் துணியால் சுற்றப்பட்டு நல்லடக்கம் செய்யப்பட்டது.

இவர் மட்டுமல்ல; திருச்சி பீமநகர் வயன்வித்தார் தெருவில் வசித்த மரியம் பீவி என்னும் விடுதலைப் போராட்ட வீராங்கனை நாகபுரியில் நடந்த கொடிப் போராட்டத்தில் கலந்து கொண்டதால் கடலூர் சிறையில் ஆறுமாதம் அடைக்கப்பட்டார்.

அதேபோல் 1937 ஆம் ஆண்டு உத்திரப் பிரதேச சட்ட மேலவை உறுப்பினராகவும், 1969 ஆம் ஆண்டு முதல் 1971 ஆம் ஆண்டு வரை உத்திரப்பிரதேச அமைச்சராகவும் பதவி வகித்த பேகம் அயிஜாஸ் ரசூல் ஒரு மகத்தான விடுதலைப் போராட்ட வீராங்கனையாவார்.

மேலும் கரூர் நன்னா சாகிப் மற்றும் அவரது மனைவி பியாரி பீவி ஆகிய இரண்டு பேர்களும் ஒத்துழையாமை இயக்கத்திலும், தனி நபர் சத்தியாக்கிரகத்திலும் பங்கேற்றார்கள். 1920 ஆம் ஆண்டிலிருந்து 1943 ஆம் ஆண்டுவரை விடுதலைப் போராட்டங்கள் பலவற்றில் ஈடுபட்ட நன்னா சாகிப் திருச்சி, அலிப்புரம் சிறைகளில் தண்டனை அனுபவித்திருக்கிறார். அவரது மனைவி பியாரிபீவி தனிநபர் சத்தியாக்கிரகத்தில் கலந்துகொண்டு நிறைமாதக் கர்ப்பிணியாகச் சிறை சென்றார். இஸ்லாமியர்களை கொச்சைப்படுத்தும் காவி பயங்கரவாதத்திற்கு எதிராய் இவர்களை மக்களுக்கு அறிமுகம் செய்யவேண்டியுள்ளது.

இதைவிட உற்சாகமான செய்தி உண்டு. 1938 ல் இந்து – முஸ்லிம் ஒற்றுமைக்காக பம்பாயில் காந்திஜியும் ஜின்னாவும் சந்தித்து பேசியபோது ஜின்னாவைச் சந்திக்கவந்த ஒரு பெண்ணும் வந்திருந்தார். ஜின்னாவின் இல்லத்தில் மூன்று மணி நேரம் நடந்த பேச்சு வார்த்தை முடிந்த பின், காந்திஜி பத்திரிகை நிருபர்களுக்குப் பேட்டி அளித்தார். அப்போது “என்னிடம் உண்மை நிறைந்த பெண்ணொருத்தி இருக்கிறாள். இந்து-முஸ்லிம் ஒற்றுமைக்காக அவள் தன் உயிரையும் சந்தோசமாகக் கொடுப்பாள்” என்று சொல்லி தன் அருகில் நின்ற அப்பெண்ணை நிருபர்களுக்கு அறிமுகம் செய்து வைத்தார். அப்பெண்தான் குமாரி அமாதுல்

ஸலாம். விடுதலைக்கு மட்டுமல்ல; மக்கள் ஒற்றுமைக்கும் உழைத்தவர்கள் இஸ்லாமியப் பெண்கள்.

“என் தோள்களின்மீது இரண்டு சிங்கங்கள் அமர்ந்திருக்கின்றன” என காந்தியால் வர்ணிக்கப்பட்ட அலி சகோதரர்களின் தாயாரான ஹாஜியா ஆலாஜிபானு என்ற ஃபீயம்மாள் தன் கையால் நெய்த துணியைக் காந்திஜிக்கு அளித்து, இதனைக் கத்ராக (கௌரவமாக) ஏற்றுக் கொள்ளுங்கள் என்றார். அன்றிலிருந்து தான் அந்த ஆடைக்கு கதர் ஆடை என்ற பெயர் வந்தது என்ற தகவலும் உண்டு.

உதவிய நூல்கள்: 1.மக்கள் தாரகை, மறைக்கப்பட்ட வரலாறுகளும் மறைக்கப்படும் உண்மைகளும். 2. விடுதலை போரில் முஸ்லிம்கள், வி.என்.சாமி, மதுரை. 3. மறுக்கப்பட்ட உண்மைகளும். மறைக்கப்பட்ட நியாயங்களும், அனிஸ்தீன், அகமதுநிஸ்மா பதிப்பகம், சென்னை. 4. B.L. Grover, S. Grover, *A New Look At Modern Indian History* 5. தினமணி, 29.04.1938. மறுபிரசுரம்: 29.04.1977

40

சுந்தர ஆத்தா: உள்ளூர் வீராங்கனைகளைக் கண்டடைவோம்!

"பொதுவாக வரலாற்று விழிப்புணர்வு என்பது வெகுஜன வரலாற்று விழிப்புணர்வாய் மாற வேண்டும். அப்படி வரலாறு வெகுஜன வரலாற்று விழிப்புணர்வாக மாற வேண்டுமெனில் நாம் உள்ளூர் வரலாற்றைத் தொகுக்க வேண்டியது அவசியமாகிறது. தேசிய கட்டமைப்பும் பிராந்திய வரலாறும் ஒன்றிணையவில்லை, உள்ளூர் வரலாற்றை தேசிய வரலாற்றுக்கு எதிராய் நிறுத்தக்கூடாது. நுண்ணியல் வரலாறு, பேரியல் வரலாறு இரண்டுமே முக்கியம். ஆனால் இன்று வரை தேசிய வரலாறு கூறும் செய்திகள் என்ன? பிரபலமான வரலாறு மேலும் பிரபலப்படுத்தப்படுவதுதான் நடக்கிறது." என்று வரலாற்று அறிஞர் கே.என்.பனிக்கர் கூறியதன் முக்கியத்துவம் விடுதலைப் போராட்ட வரலாற்றை தொகுப்பதில் அவசியப் பணியாகிறது.

மேலும் மேலும் வரலாற்றை எழுதுபவர்கள் எதை முக்கியம் என கருதுகிறார்களோ அதுவே பதியப்படுகிறது. மேலும் அதில் ஆண்களே அதிகம்

ஈடுபடுவதால் அவர்கள் சார்ந்த பதிவே அதிகம் பதிவாகிறது. விடுதலைப் போராட்ட வரலாறும் இப்படியே பதியப்பட்டுள்ளது. இதை மாற்ற வேண்டுமெனில் தேசத்தின் திசைகள்தோறும் விடுதலைப் போராட்ட வீராங்கனைகளின் வாய்மொழி வரலாற்றைத் தொகுப்பது அவசியமாகிறது. அப்படி பதியப்பட்ட ஒரு ஆச்சரியமான உள்ளூர் வரலாறு 11 ஆண்டுகளுக்கு முன் குமுதம் இதழில் வெளியாகி உள்ளது.

சுந்தர ஆத்தா என்றால் திருப்பூர்வாசிகள் அந்த தொண்ணூற்றி ஐந்து வயதுப் பெண்மணியை மிகவும் மரியாதையாக, மிகவும் சந்தோஷமாக கை காட்டுகிறார்கள்.

எங்கள் ஊரின் இந்த ஆத்தாவும் நம் சுதந்திரப் போராட்டத்தில் பெரிய பங்கு வகித்தவர் தெரியுமா? என்ற சந்தோஷம் அவர்கள் கண்ணில் மின்னும்... கோடீஸ்வரக் குடும்பத்தைச் சேர்ந்த இந்தப் பெண்மணி, இந்த வயதிலும் வசதி மிக்க தன்னுடைய பங்களாவில், தன் வாரிசுகளுடன் வசிக்காமல், ஆசிரமத்திலேதான் இருக்கிறார். சுந்தராம்பாளின் அப்பா, திருப்பூர் ஏரியாவிலேயே பெரிய மணியக்காரர். நாடு முழுக்க காந்தியின் அஹிம்சாவழி சுதந்திரப் போராட்டம் பரவியிருந்த நேரம் அது... சுந்தராம்பாளின் அப்பாவுக்கும் காந்தியின் கொள்கைகளின் மேல் பற்று ஏற்பட்டிருக்கிறது. அப்பாவின் பற்று மகளுக்கும் இயல்பாகவே வந்திருக்கிறது.

தியாகி சுந்தராம்பாள் அதை நெகிழ்ச்சியுடன் நினைவு கூர்ந்தார்... காந்தியடிகள், திருப்பூர் நொய்யல் ஆற்றங்கரையில் நடந்த கூட்டத்திற்காக வந்திருந்தார். நானும் என்னுடைய பெரியம்மா பெண் முத்துலட்சுமியும் அந்தக் கூட்டத்தில் கலந்து கொள்ளப் போயிருந்தோம். அப்போது எனக்குப் பதினைந்து வயதிருக்கும். பட்டுப்புடவையும் கழுத்து நிறைய கிலோ கணக்கில் நகைகளையும் அணிந்து கொண்டுபோயிருந்தோம்.

காந்தியோ எளிமையே உருவாக இருந்தார். அவருடைய பேச்சும் செயலும் ஒன்றாகவே இருந்ததை அந்த கொஞ்ச நேரத்திலேயே உணர முடிந்தது. அந்தக் கூட்டத்தின் முடிவில் ஹரிஜன சேவா இயக்கத்திற்கு நிதி வசூல் செய்தார் காந்தி. அவருடைய பேச்சால் ஈர்க்கப்பட்ட நாங்கள் இருவரும், உடனே அணிந்திருந்த அத்தனை நகைகளையும் கழற்றி ஹரிஜன சேவா இயக்கத்துக்குக் கொடுத்துவிட்டோம். நகைகளைப் பெற்றுக்

கொண்ட காந்தியடிகள், ‘‘இது மட்டும் போதாது... பட்டுப் புடவைகளை விட்டு இனி நீங்கள் கதராடையை அணிய வேண்டும்’’ என்றும் சொன்னார். அவர் சொன்னபடியே இன்று வரை கதராடையை மட்டுமே அணிந்து வருகிறேன்.

அந்தக் கூட்டத்திற்குப் பிறகுதான், நான் சுதந்திரப் போராட்டத்தில் தீவிரமாக ஈடுபட ஆரம்பித்தேன். என்னையே அழித்தாலும் சரி, நாட்டின் அடிமை விலங்கை அறுக்கப் பாடுபடுவேன் என்று சபதமே எடுத்துக் கொண்டேன் என்று சொல்லும் இவரின் குரலின் கம்பீரம் இன்னும் குறையவில்லை.

சுதந்திரப் போராட்டத்திற்கு இடையே சுந்தராம்பாளுக்கு பதினேழு வயதில் திருமணம், இரண்டு குழந்தைகள் என்று குடும்ப வாழ்க்கையும் ஏற்பட்டிருக்கிறது. இதில் சோகம் என்னவென்றால் சுதந்திரப் போராட்டத்தில் சுந்தராம்பாள் ஈடுபடுவதை அவருடைய கணவர் விரும்பவில்லை. எத்தனையோ முறை இவருக்கும், கணவருக்கும் இடையே இந்த விஷயத்தில் பெரிய போராட்டமே ஏற்பட்டிருக்கிறது. நான் காந்தி வழியில் தீவிர மதுவிலக்குப் பிரச்சாரத்தில் ஈடுபட்டிருந்தேன். என் கணவரோ அப்போதுதான் ஊரைச் சுற்றியிருந்த அத்தனை கள்ளுக் கடைகளையும் ஏலத்தில் எடுத்திருந்தார். இத்தனை முரண்பாடுகள் எங்கள் இருவருக்குள்ளும் இருக்கும்போது எப்படி அவர் என்னுடன் குடும்பம் நடத்துவார்? அதனால்தான் அவர் என்னையும் இரண்டு குழந்தைகளையும் பிரிந்து சென்று இன்னொரு திருமணம் செய்து கொண்டார் என்று சொல்லும்போதே சுந்தராம்பாளின் முகத்தில் வெறுமையான புன்னகை.

அவர் என்னை விட்டுப் பிரிந்தது ஒரு விதத்தில் எனக்கு நன்மை என்றே நினைக்கிறேன். அவர் பிரிந்த பிறகுதான் நான் சுதந்திரப் போராட்டத்தில் இன்னும் தீவிரமாக ஈடுபட முடிந்தது. தனி நபர் சத்தியாகிரகப் போராட்டத்தில், என் மூன்று வயது கைக்குழந்தையுடன் ஜெயிலுக்குப் போனேன். கிட்டத்தட்ட ஏழு மாதங்கள் நான் ஜெயிலிலேயே இருந்தேன் என்று சொல்லும் சுந்தராம்பாள், சுதந்திரப் போராட்டக் காலத்தில் மூன்றுமுறை ஜெயிலுக்குப் போயிருக்கிறார். அந்தக் காலகட்டத்தில் அவருக்கு உற்ற துணையாக இருந்தது அவருடைய குடும்பம்தான். இன்றும் சுந்தராம்பாளின் குடும்பம்தான் திருப்பூரில் பெரிய பணக்காரக் குடும்பம். இருந்தும் அவர் குடியிருப்பது என்னவோ ஆசிரமத்தில்தான்!

சுதந்திரம் கிடைத்தபிறகு அமைந்த புதிய அரசின் அமைச்சரவையில் இடம் பெற எனக்கும் ஒரு வாய்ப்பு வந்தது. தேர்தலில் நில்லுங்கள், உங்களுக்கு அமைச்சர் பதவி கொடுக்கிறோம் என்றார்கள். ஆனால் சுதந்திரத்திற்குப் பிறகு இருந்த காங்கிரஸோ, அதன் நோக்கத்திலிருந்து நிறைய மாறி இருந்தது. வசதி படைத்தவர்கள் மட்டுமே பெரிய பதவிகளில் இருந்தார்கள். இந்தப் போக்கு எனக்குப் பிடிக்கவில்லை.

இந்தச் சமயத்தில்தான் எனக்கும் அழைப்பும் வந்தது. வினோபாபாவேயின் ஆலோசனைப்படி அதை நான் நிராகரித்து விட்டேன். அவர்தான் என்னை ஆதரவற்ற பெண்களுக்கும், குழந்தைகளுக்கும் ஒரு இல்லம் ஆரம்பிக்க யோசனை சொன்னார். இதோ அந்த இல்லத்தில்தான் நான் இத்தனை காலமும் வாழ்ந்து கொண்டிருக்கிறேன் என்று தெரிவிக்கிறார். சுதந்திரம் கிடைத்த பிறகும்கூட, சுந்தராம்பாளின் போராட்டம் தொடர்ந்துகொண்டே இருந்தது. கோயம்புத்தூரைச் சுற்றியிருந்த நூற்றாலைகளில் பணிபுரிந்த பெண்களுக்காகவும் இவர் போராடியிருக்கிறார். அதோடு விவசாயிகளின் மின் கட்டணத்தை உயர்த்தியபோது நடுரோட்டில் மாடுகளை அவிழ்த்து விட்டு மறியல் போராட்டமும் நடத்தியவர் இவர்.

என்ன நோக்கத்திற்காக நாங்கள் போராடி சுதந்திரம் வாங்கினோமோ, அந்த நோக்கம் இன்னும் நிறைவேறவே இல்லை. வறுமை, ஏழ்மை, வன்முறை, பெண்ணடிமைத்தனம், வேலையில்லாத் திண்டாட்டம் இன்னும் மாறவேயில்லை. பெண்களின் நிலையிலும் பெரிசாக எந்த முன்னேற்றமும் இல்லை. ஒரு லட்சம் ரூபாய் சம்பளம் வாங்கினாலும்கூட பெண்களால் இன்னும் தனிப்பட்ட ஒரு முடிவை தன்னிச்சையாக எடுக்க முடிவதில்லை. கணவன் அல்லது தந்தையை சார்ந்துதான் இருக்க வேண்டிய நிலைமை. இது மாற வேண்டும்!

இத்தகைய சுந்தர ஆத்தாக்கள் எல்லா இடங்களிலும் நிறைந்து உள்ளார்கள். அவர்கள் வரலாற்றை தொகுப்பது எப்போது?

பின்னிணைப்பு:

விடுதலைப் போரில் தமிழக இஸ்லாமியர்களின் தியாகம்

இன்றைய இளைய தலைமுறைக்கு இந்திய விடுதலைப் போரின் வரலாற்றை, அதன் வீரம் மிக்க நினைவுகளை, தியாக வேள்விகளை அறிமுகம்செய்ய வேண்டியது அவசியக் கடமையாகிறது. காவி இருள் சூழும் அபாயம் இந்திய நாட்டை நோக்கி வேகமாய் நடைபோட்டுக் கொண்டிருக்கிறது. தேசத்தின் விடுதலைக்குத் தங்கள் உயிரையே விலையாய் கொடுத்த தியாகிகளை மத துவேஷத்தால் தேச துரோகிகளாக சித்தரிப்பது எவ்வளவு பெரிய கயமைத்தனம், எத்தகைய வன்முறை அது? அகண்ட இந்து ராஷ்டிர கொடுங்கனவின் தத்துவப் பின்னணி இஸ்லாமியர்களை குறிவைத்து வளர்வது எத்துனை பெருந்துயர்? வளர்ந்தெழுந்த விடுதலைப் போரின் விதையாய் விழுந்த இஸ்லாமியர்கள் வரலாற்றை மீட்டெடுத்து, காவி இருளின், கொடுங்கனவின் தடுப்பு அரணாக முன்நிறுத்த வேண்டியது மதச்சார்பற்ற சக்திகளின் கடமையாகிறது. வரலாறு என்ன சொல்கிறது? கொஞ்சம் பயணிக்கலாம்.

*1857*ல் நடந்த முதல் விடுதலை போரின் நூறு ஆண்டுகளுக்கு முன்பு ஆதாவது *1757*-ல் சிராஜ்-உத்-தௌலா ஆங்கிலேயரை எதிர்த்து நடத்திய பிளாசிப் போர்தான் பிரிட்டீஷ் ஏகாதிபத்தியத்திற்கு எதிராய் இம்மண்ணில் நடந்த முதல் பெரிய யுத்தம். அவரது வழியை பின்பற்றி அடுத்த *190* ஆண்டுகள் இஸ்லாமியர்கள் இந்த நாட்டின் ஆங்கிலேயர்களை எதிர்த்துப் போராடிய வரலாறு மிகப்பெரியது. குறிப்பாக தமிழகத்தில் உள்ள இஸ்லாமியர்கள் இந்த வீரம் மிகுந்த போராட்டத்தில் கொஞ்சமும் பின்தங்கவில்லை.

1800-1801 ஆண்டுகளில் ஆங்கிலேயர்க்கு எதிராகத் தென்னிந்திய குறு நில மன்னர்களும் பாளையக்காரர்களும் ஒருங்கிணைந்த கிளர்ச்சிகளில் ஈடுபட்டனர். மலபார் கேரளவர்மா, மருது பாண்டியர், திப்புசுல்தானின் குதிரைப்படைத் தலைவராகப் பணியாற்றிய கனீஷ்கான் (*Khan-i-Jah-Khan*), மராத்தியில் சிமோகா (*Shimoga*) பகுதியை ஆண்ட தூண்டாஜி வோக் (*Dhondaji Waug*),

விருப்பாச்சி பாளையக்காரர் கோபால நாயக்கர், திண்டுககல் பாளையக்காரர் போன்றோர் மகத்தான கூட்டமைப்பை உருவாக்கினர்.

இக்கூட்டமைப்பின் சார்பில் வடக்கு-தெற்கு ஆட்சியாளர்களை இணைக்கும் வாயிலாக கனீஷ்கான் செயல்பட்டார். இந்தப் புரட்சிப்படை யுத்தத்திற்கு தலைமைப் பொறுப்பு கனீஷ்கானிடம் ஒப்படைக்கப்பட்டது. இக்கூட்டமைப்பின் முக்கிய திட்டமே கோவை - சேலம் பகுதிகளைக் கைப்பற்றுவதாகும். 4000 குதிரைப்படை வீரர்களுடன் இத்தாக்குதலில் கனீஷ்கான் ஈடுபட்டார். ரகசியமாகத் தீட்டப்பட்ட இத்திட்டம் தோல்வியில் முடிந்தது. இக்கிளர்ச்சியில் கைதான 42 பேருக்கு சேலம் கலெக்டர் மாக்லியோட் (Macleod) உத்தரவுப்படி சேலம் ராணுவ கோர்ட்டில் தூக்குத்தண்டனை என தீர்ப்பு வழங்கப்பட்டு அனைவரும் தூக்கிலிடப்பட்டனர் (1)

பாஞ்சாலங்குறிச்சி சீமையை ஆண்ட வீரபாண்டிய கட்டபொம்மன் இராமநாதபுரத்திற்கு கலக்டர் ஜாக்ஸன் துரையைச் சந்திக்க சென்றபோது அதில் வீரமிகு இஸ்லாமிய தளபதிகள் பலரும் அஞ்சாமல் சென்றனர்

மம்மது தம்பியும் முகம்மது தம்பியும்

மார்க்கமுள்ள தம்பி வரிசையுந்தான்

தர்ம குணவான் இபுராமு சாகிபும்

தம்பி இசுமாலு ராவுத்தனும்...

என்று அவரோடு சென்ற தளபதிகளைப் பட்டியலிட்டுக் காட்டுகிறது வீரபாண்டிய கட்டபொம்மன் கதைப்பாடல். (2)

மலேசியாவின் பினாங்கு தீவில் வாழும் தமிழர்கள் கிளிங்கர்கள் எனப் பிறமொழி பேசுபவர்களால் அழைக்கப்பட்டனர். இதன் பின்னால் சுதந்திரப் போராட்ட வீரர்களின் தியாக வரலாறு மறைந்துள்ளது. மருது சகோதரர்கள் ஆங்கிலேயரை எதிர்த்துப் போரிட்டு இறுதியில் தூக்கிலிடப்பட்ட பின்பு ஆங்கில அரசு அவரது குடும்பத்தைச் சார்ந்த இளைஞர்கள் மற்றும் தளபதிகள், வீரர்கள் என 72 பேரைப் பினாங்கு தீவிற்கு நாடு கடத்தி விலங்கிட்டு, கைகால்களை இரும்புச் சங்கிலியால் பிணைத்து நடமாட விட்டிருந்தனர். அவர்கள் நடக்கும் போது சங்கிலிச் சத்தம் கிளிங் கிளிங் எனக் கேட்டதால் அக்கைதிகள் கிளிங்கர்கள் என

அழைக்கப்பட்டனர். நாளடைவில் அப்பெயர் அங்கு குடியேறிய தமிழர்களை அழைப்பதற்குரிய பெயராக மாறியது.

அத்தகைய கைதிகள் கூட்டத்தில் தலைமையேற்ற இருவரில் ஒருவர் இளைய மருதுவின் மகன் முத்துவடுகு என்ற துரைச்சாமி. மற்றவர் முக்கிய படைத் தளபதிகளில் ஒருவரான சேக் உசேன் என்ற இஸ்லாமிய இளைஞர். இச்சப்பட்டி அமில்தார் சேக் உசேன் என்று அழைக்கப்பட்ட இவர், கிளர்ச்சிப் படையின் முதல் தாக்குதலுக்குத் தலைமை தாங்கினார். (3)

சென்னையில் பிறந்து உத்திரப் பிரதேசத்தில் வாழ்ந்தவர் மௌல்வி செய்யது அஹ்மதுல்லாஹ் ஷாஹ். விடுதலைக்காக வடஇந்தியாவின் பல பகுதிகளில் யாத்திரை செய்தவர். லக்னோவில் ஆயிரக்கணக்கான மக்கள் மத்தியில் 'ஆங்கிலேயர்களைக் கொன்று குவித்து தேசத்திலிருந்து அவர்களை ஒழித்தாலன்றி நாம் நம் தாய் நாட்டை பாதுகாக்க முடியாது' என்று முழக்கமிட்டார். ஆங்கில அரசு அவருக்குத் தூக்குத் தண்டனை விதித்தது.(4)

1920 - இல் ஈரோட்டில் நடைபெற்ற உலமாக்களின் மாநாட்டில் முழுக்க முழுக்க தேசிய பிரச்சனைகளே பேசப்பட்டன. மௌலான முகம்மது அலி இம்மாநாட்டில் ஆற்றிய உரை அன்று தமிழக உலமாக்கள் தேசிய நடவடிக்கைகளில் வேகமாக ஈடுபட உந்து சக்தியாக அமைந்தது. பள்ளிவாசல்களையும் அரபிக்கல்லூரி – மதரசாக்களையும் சுதந்திரத்தைப் பற்றிச் சிந்திக்கின்ற – பேசுகின்ற – செயல்பாட்டுக்குரிய களங்களாக மாற்றின. இக்காலகட்டத்தில் திண்டுக்கல்லை மையப்படுத்தி உலமாக்கள் பலர் இந்த தேசிய இயக்கத்தை ஆங்கிலேயருக்கு எதிராக உயர்த்திப் பிடித்துள்ளனர். மௌலானா அப்துல் ஹமீது பாக்கவி அவர்கள் கதராடை அணியாத மணமகனின் திருமணத்தில் உலமாக்கள் கலந்து கொள்ளக்கூடாது என பகிரங்க அறிவிப்பை விடுத்தார். அதற்கு அன்றைய உலமாக்கள் மத்தியில் மிகுந்த வரவேற்பு இருந்தது.(5)

ஆண்களுக்கு நிகராக இஸ்லாமிய பெண்களும் களம் கண்டனர். 1922ல் தென்காசி சையது குருக்கள் பள்ளிவாசல் மைதானத்தில் நடைபெற்ற கூட்டத்தில் பேசிய தேசபக்தை பீபியம்மாள் ''என் பிள்ளைகள் சிறையில் இருக்கும் போது ஒரு வேளை ஆங்கிலேயர்களிடம் மன்னிப்பு கேட்டு விடுதலையானால் அவர்களின் குரல் வளையை நெறித்துக் கொல்வேன்'' என்று

ஆவேசம் பொங்க உருதுமொழியில் பேசி நிதி திரட்டினார். அவர் பேசியதை தமிழில் திருச்சியைச் சேர்ந்த முர்தஸா சாகிப் மொழி பெயர்த்தார். இதே சுதந்திர வேட்கையுடன் இறுதி வரை இந்தியா முழுவதும் சுற்றப்பயணம் செய்த பீபியம்மாள் 1924 ஆம் ஆண்டு காலமானார். பீபியம்மாள் விருப்பப்படி அவரது பூதவுடல் கதர் துணியால் சுற்றப்பட்டே நல்லடக்கம் செய்யப்பட்டது.

அதே போல திருச்சி பீமநகர் வயன்வித்தார் தெருவில் வசித்த மரியம் பீவி என்னும் விடுதலைப் போராட்ட வீராங்கனை நாகபுரி கொடிப் போராட்டத்தில் கலந்து கொண்டு சிறைத் தண்டனை பெற்றார். இவருடைய கணவர் பெயர் அப்துல் கரீம். இஸ்லாமிய பெண்கள் வீதியில் இறங்கி போராடினால் என்னாகும் என காட்ட ஆங்கிலேய அரசு மரியம் பீவிக்கு ஆறு மாத சிறைத் தண்டனை வழங்கி கடலூர் சிறையில் அடைத்தது.

கரூர் நன்னா சாகிப் மற்றும் அவரது மனைவி பியாரி பீவி ஆகிய இரண்டு பேர்களும் ஒத்துழையாமை இயக்கத்திலும், தனி நபர் சத்தியாக்கிரகத்திலும் பங்கேற்றார்கள். 1920 ஆம் ஆண்டிலிருந்து 1943 ஆம் ஆண்டுவரை விடுதலைப் போராட்டங்கள் பலவற்றில் ஈடுபட்ட நன்னா சாகிப் திருச்சி, அலிப்புரம் சிறைகளில் தண்டனை அனுபவித்திருக்கிறார். தேசத்தின் மீது அளவில்லா பற்றுகொண்ட அவரது மனைவி பியாரிபீவி தனிநபர் சத்தியாக்கிரகத்தில் கலந்து கொண்டு நிறைமாதக் கர்ப்பிணியாக இருந்தாலும் வீரமுழக்கமிட்டு மகிழ்ச்சியுடன் சிறை சென்றார்.

இந்திய தேசிய ராணுவத்தின ஒற்றர்ப் படைப்பிரிவு மலேசியாவிலுள்ள பினாங்கு தீவில் இயங்கி வந்தது. இந்த ஒற்றர் படையின் முதல்கட்ட நடவடிக்கையாக ஐந்து ஒற்றர் படை வீரர்கள் கேரளாவின் கோழிக்கோடு அருகிலுள்ள தண்ணூர் கடற்கரையில் -1942-12-27 இல் நீர் மூழ்கிக் கப்பல் மூலம் வந்திறங்கினர். இதே நேரத்தில் பர்மாவில் இருந்து அரகடகன் வழியாக மற்றொரு குழு இந்தியாவிற்குள் நுழைந்தது. இவ்வீரர்கள் தங்களது பணிகளை ரகசியமாக மேற்கொண்டு வரும்போது சிலரால் காட்டிக் கொடுக்கப்பட்டு அனைவரும் கைதானர்.

சென்னை கோட்டையில் விசாரிக்கப்பட்டு அனைவரும் சென்னை சிறையில் அடைக்கப்பட்டனர். விசாரணை நடத்திய நீதிபதி மாக், நால்வருக்கு மரண்தணடனையும் 14 பேருக்கு ஐந்தாண்டுகள் சிறைத்தண்டனையும் வழங்கினார். மரண

தண்டனை பெற்ற மற்ற நால்வர் வைக்கம் அப்துல் காதர், பவுஜாசிங், எஸ்.சி.பரதன், ஆனந்தன். இந்த ஒற்றர்படை வழக்கில் ஐந்தாண்டுகள் கடுஞ்சிறை தண்டனைப் பெற்ற 14 பேருள் தமிழ்நாடு கீராம்பூரைச் சேர்ந்த முஹம்மது கனி என்ற இஸ்லாமிய இளைஞரும் உண்டு (7)

இதுமட்டுமல்ல; சிப்பாய்க் கலகத்தின் போது கண்ணில் பட்ட இந்தியர்களைச் சுட்டுக் கொன்ற நீல் சிலை தகர்க்கும் போராட்டம் சென்னையில் 1927ம் ஆண்டு ஆகஸ்ட் மாதம் நடைபெற்றது. இதில் பங்கேற்ற இராமநாதபுரம் முஹம்மது சாலியா மூன்று மாதமும், சென்னையைச் சேர்ந்த அப்துல் மஜீது, லத்தீப், இராமநாதபுரம் மஸ்தான், பண்ருட்டி முஹம்மது உசேன் போன்றோர் 6 மாதம் முதல் 2 வருடம் வரையும் கடுங்காவல் தண்டனை பெற்றனர்

1921 - இல் கள்ளுக்கடை மறியல் போராட்டத்தில் நிலக்கோட்டைத் தாலுகாவில் சிறை சென்ற மதுரை ஹாஜி முகம்மது மௌலானா சாஹிப், உத்தமபாளையம் முகம்மது மீரான் என்ற ஹாஜி கருத்த ராவுத்தர், மதுரை நகரின் வீதிகளில் தான் இயற்றிய பாடல்களைத் தன் மனைவியுடன் பாடிக்கொண்டு உலா வந்து சுதந்திர எழுச்சியை ஊட்டிய வா. ஏ.ந.வ. முகையதீன் அபதுல் காதிர், வில்லுப்பாட்டில் ஒரு பாவலராகத் திகழ்ந்த தாராபுரம் பி.என்.அப்துல் கபீர் , ஒத்துழையாமை இயக்கப் பிரச்சார பாவலர் விருதுநகர் அப்துல் ரகுமான். விஸ்வநாததாஸ், செங்கோட்டை கிட்டப்பா, கே.பி.சுந்தராம்பாள் போன்றோர் எழுச்சியூட்டி வந்த காலகட்டத்தில், அவர்களுக்கு நிகராகப் பல நாடக மேடைகளில் சுதந்திர கீதம் இசைத்தவர் காதர்பாட்சா. ‘சுதந்திர முரசு’ ‘விலாவர் ஜரினா’ போன்ற தேசபக்தி நாடகங்களில் பாடி நடித்து சுதந்திரப் போராட்டத்திற்கு தனது பங்களிப்பைச் செய்தவர் மதுரை ஏ.பி.மொய்தீன். வெள்ளையனே வெளியேறு இயக்கத்தில் தீவிரமாக பங்கேற்று ‘ஆத்திரம் கொள்’ என்பது போன்ற பல சுதந்திர கீதங்களைப் பாடியவர் கவிஞர் கா.மு. ஷெரிப். என தேசபக்தர்களின் பட்டியல் தொடர்கிறது.

1973ம் ஆண்டு தமிழக அரசு புத்தகம் ஒன்றை வெளியிட்டது. அதில் நேதாஜியின் தேசிய இராணுவத்தில் பணியாற்றிய தமிழர்களின் பட்டியலை வெளியிட்டிருந்தது. அப்பட்டியலில் 25% மேற்பட்ட முஸ்லிம்கள் இருந்தனர் என்பது குறிப்பிடத்தக்கது. இதற்கெல்லாம் உச்சமாய் இந்திய சுதேசி வர்க்ககத்தின் லட்சியக்

கனவான 'சுதேசி ஸ்டீம் நேவிகேசன்' - என்ற சுதேசிக் கப்பல் கம்பெனியை வ.உ.சிதம்பரம் பிள்ளை 1906-10-16 - இல் நிறுவினார். இந்நிறுவனத்திற்கு பங்குதாரர்களைச் சேர்க்கும் முயற்சியில் அவர் இறங்கியபோது அவருக்கு நம்பிக்கைக் கரம் நீட்டியவர் ஹாஜி ஏ.ஆர். பக்கீர் முகம்மது ராவுத்தர் சேட் ஆவார். ரூபாய் இரண்டு லட்சம் மதிப்புள்ள 8000 பங்குகளை அவர் தனது கம்பெனி சார்பாக வாங்கினார்.

கட்டுரையின் நீளம் கருதி இத்தோடு முடிக்கிறேன். இத்தகைய தியாக சீலர்களை மத்தியில் ஆட்சி பொறுப்பேற்றுள்ள பிஜேபி கொச்சைப் படுத்துகிறது. என்ன செய்யப் போகிறோம்? இந்த வரலாற்றை மக்களிடம் கொண்டு செல்வது நமது கடமையல்லவா?

உதவியவை:

1. (★ K.Rajayyan, *South Indian Rebellion, The First War of Independence*. 1803-1800,, PP.111-110.).
2. பேராசிரியர் நா.வானமாமலை பதிப்பித்து 1971-இல் வெளியான வீரபாண்டிய கட்டபொம்மு கதை பாடல்
3. Miltry consultations, Vol.19.1.1803)307), P.1249 - இல் பினாங்குக்கு நாடு கடத்தப்பட்ட 72 பேர் பெயர் பட்டியலில் சேக் உசேன் பெயர் இடம் பெற்றுள்ளது.
4. சாவர்க்கர்,எரிமலை,பக்கம்.65.
5. Shan Muhammad, *Freedom Movement in India – The Role of Ali Brothers*, P.153.
6. மக்கள் தாரகை, மறைக்கப்பட்ட வரலாறுகளும்...மறைக்கப்படும் உண்மைகளும், சென்னை.
7. மா.சு.அண்ணாமலை, சும்மா வரவில்லை சுதந்திரம். தினமணிச்சுடர். 4.8.1996., பக்கம்.9.
8. ச.கா.அமீர் பாட்சா, 'இந்திய விடுதலையில் இஸ்லாமியரின் பங்களிப்பு',குர்ஆனின் குரல்,மார்ச் 1998,பக்கம் 39-40..

------ 2016 ஆகஸ்ட் இளைஞர் முழக்கம் இதழில் வெளிவந்த எனது கட்டுரை ------

www.ingramcontent.com/pod-product-compliance
Lightning Source LLC
LaVergne TN
LVHW100241051026
849517LV00006B/1954
* 9 7 8 9 3 9 5 7 7 6 2 5 7 *